ശിവനും ഞാനും

AN INTRODUCTION TO KASHMIRI TANTRA

നാരായണൻ നമ്പൂതിരി

വിജ്ഞാനത്തിന്റെ ലോകത്തേക്ക്

പിച്ച വെച്ച് നടത്തിച്ച

എന്റെ പിതാവിന്

ഉള്ളടക്കം

ഈ ഗ്രന്ഥത്തെ കുറിച്ച്

കാശ്മീര തന്ത്രത്തെ കുറിച്ചുള്ള ഒരു ആമുഖമാണ് ഈ ഗ്രന്ഥം. കാശ്മീരിന്റെ സമ്പന്നമായ ചരിത്രത്തിൽ നിന്ന് തുടങ്ങി തന്ത്രത്തിന്റെ ഉദയത്തിലൂടെയും പരിണാമത്തിലൂടെയും സഞ്ചരിക്കുന്ന ഈ കൃതി കാശ്മീര തന്ത്രത്തിന്റെ അടിസ്ഥാന തത്വങ്ങളെ ഒരു അന്വേഷകന്റെ ജിജ്ഞാസയോടെയും അതേ സമയം ഒരു ചരിത്രകാരന്റെ സൂക്ഷ്മതയോടേയും നോക്കിക്കാണുന്നു.

ആമുഖം

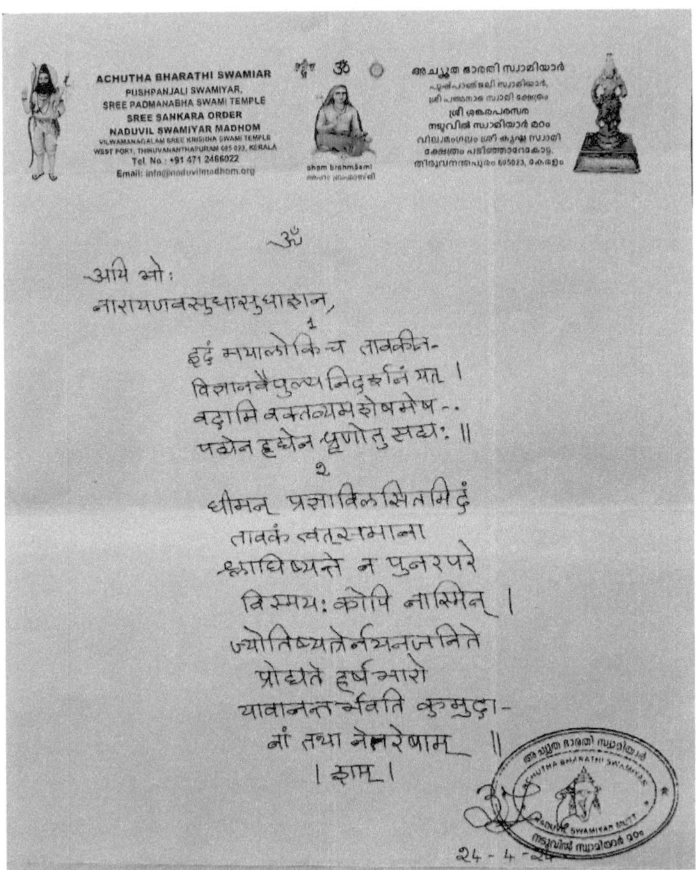

ഗൗരി പർവതീഭായി തമ്പുരാട്ടി
കവടിയാർ കൊട്ടാരം
തിരുവനന്തപുരം

താന്ത്രിക നഭസ്സിലെ ആത്മ നക്ഷത്രം

ഭാരതീയ ദർശനങ്ങളിൽ ജ്ഞാനത്തിനും ഭക്തിക്കും യോഗത്തിനും തന്ത്രത്തിനും ഏതാണ്ട് തുല്യ പ്രാധാന്യമുണ്ട്. ജ്ഞാന ഭക്തിയോഗങ്ങളെ പോലെ അത്രയേറെ പഠന വിധേയമായിട്ടില്ല തന്ത്ര ശാസ്ത്രം, പ്രത്യേകിച്ച് മലയാളത്തിൽ. ആ കുറവ് നികത്തുന്ന ഒരു വിശിഷ്ട ഗ്രന്ഥമാണ് ശ്രീ നാരായണൻ നമ്പൂതിരി രചിച്ച 'ശിവനും ഞാനും'.

തലക്കെട്ട് പോലെ ശിവനും ഞാനും തമ്മിലുള്ള അഭേദ ബന്ധത്തെ കാശ്മീര തന്ത്രത്തിന്റെ വെളിച്ചത്തിൽ വിവരിക്കുകയാണ് ആ ഗ്രന്ഥത്തിൽ. 'ഞാൻ' ആരെന്നറിയാതെ ഈശ്വരനെ അറിയാൻ കഴിയില്ല. 'ഞാൻ' ആരാണ് എന്ന് അറിഞ്ഞു കഴിഞ്ഞാൽ ഈശ്വരനെ പ്രത്യേകിച്ച് അറിയേണ്ട കാര്യമില്ല. അത്രയേറെ അഭേദമാണ് ശിവനും ഞാനും.

ഈ പുസ്തകത്തിൽ കാശ്മീര ശൈവ തന്ത്രത്തിന്റെ സമഗ്രമായൊരു പഠനവും വിവരണവും സാധിച്ചിരിക്കുന്നു. അഭിനവ ഗുപ്തൻ, വസുഗുപ്തൻ തുടങ്ങിയ താന്ത്രികാചാര്യന്മാരെ പരിചയപ്പെടുത്തുക മാത്രമല്ല കാശ്മീര തന്ത്രത്തിന്റെ ചരിത്രവും ദാർശനികവും പ്രായോഗികവുമായ പ്രസക്തിയും വിലയിരുത്തിയിട്ടുണ്ട് ഈ ഗ്രന്ഥത്തിൽ. കൂടാതെ ലക്ഷ്മൺ ജൂവിനെ പോലുള്ള ആധുനിക ആചാര്യന്മാർ തന്ത്രശാസ്ത്രത്തെ എങ്ങിനെ

കാലാനുസൃതമായി പരിഷ്കരിച്ചു എന്നും ഗ്രന്ഥകാരൻ ദൃഷ്ടാന്ത സഹിതം ചൂണ്ടിക്കാണിക്കുന്നുണ്ട്. എന്ന് മാത്രമല്ല തന്റെ കുലാചാരമായ കേരളീയ തന്ത്രത്തെ ഉപേക്ഷിച്ച് കാശ്മീര തന്ത്രത്തിൽ ശ്രദ്ധ കേന്ദ്രീകരിക്കാനിടയായ കാരണം വിവരിക്കുന്നിടത്ത് ഇവ തമ്മിലുള്ള വ്യത്യാസത്തെ അനുഭവരസത്തോടെ വിവരിക്കാൻ ഗ്രന്ഥകാരന് കഴിഞ്ഞിട്ടുണ്ട്.

പ്രൗഢഗംഭീരമായ പ്രമേയം, അയത്ന ലളിതമായ ഭാഷ, ഉദാഹരണസഹിതമുള്ള വിവരണങ്ങൾ, ശാസ്ത്രീയമായ കാഴ്ചപ്പാട്, എന്നിവയാൽ സമ്പന്നമായ ഈ ഗ്രന്ഥം ജിജ്ഞാസുക്കൾക്ക് ഒരു അനുഗ്രഹമാണ്. ഈ വിശിഷ്ഠ ഗ്രന്ഥത്തിന്റെ പ്രകാശനത്തോടെ രചയിതാവും കൈരളിയും ഒന്നുകൂടെ അനുഗ്രഹീതരാവുകയാണ്.

ഭാവുകങ്ങൾ!

☙

ശ്രീ ഋതോദ്ഗത,
ശാന്തി ധാം, പുതുനഗരം

അദ്വൈത വേദാന്തത്തെയും തന്ത്ര ശാസ്ത്രത്തെയും ജീവിതത്തിലും സാധനയിലും ഉൾക്കൊള്ളാൻ പ്രേരിപ്പിക്കുന്നതാണ് കാശ്മീരി ശൈവിസം. അതിന്റെ ആശയങ്ങളും മാർഗ്ഗങ്ങളും വിശദീകരിക്കുന്ന ഗ്രന്ഥങ്ങൾ മലയാളത്തിൽ വളരെ കുറവാണ്. അതിനാൽ ഈ ദിശയിലുള്ള എല്ലാ ഉദ്യമങ്ങളും പ്രോത്സാഹനമർഹിക്കുന്നു. അഭിരുചികൊണ്ടും അനുഭവം കൊണ്ടും പ്രയത്നം കൊണ്ടും അതിനുള്ള അർഹത ശ്രീമാൻ നാരായണൻ നമ്പൂതിരിക്കുണ്ടുതാനും.

നന്നായി രചിക്കപ്പെട്ട പുസ്തകമാണിതെന്ന് നിസ്സംശയം പറയാം. സരളമായ ആഖ്യാനരീതിയും അനുയോജ്യമായ ഉപമകളും ആശയങ്ങൾ വിശദീകരിക്കുന്നതിൽ വളരെ സഹായിക്കുന്നു. അതിനാൽ ഈ പുസ്തകം അന്വേഷകർക്കും സാധകർക്കും ഒരുപോലെ പ്രയോജനപ്പെടുമെന്നത് തീർച്ചയാണ്.

മനനത്തിലൂടെയും സ്വാനുഭവത്തിലൂടെയും ആർജ്ജിച്ച ഉൾക്കാഴ്ചകൾ ഈ പുസ്തകത്തിൽ കാണാം. അത് വായന എളുപ്പമാക്കുന്നു. ധാരാളം അന്വേഷകർക്ക് ഈ പുസ്തകം മാർഗ്ഗദർശനം നൽകുമാറാകട്ടെ. വായനക്കാർക്കും ഗ്രന്ഥകർത്താവിനും എല്ലാ മംഗളങ്ങളും ആശംസിക്കുന്നു.

൭

മണ്ണാർശാല സുബ്രഹ്മണ്യൻ നമ്പൂതിരി,
ഡീൻ,
തന്ത്ര വിദ്യാ പീഠം, ആലുവ

കാശ്മീര തന്ത്ര പദ്ധതിയേയും കേരളീയ തന്ത്രശാസ്ത്രത്തേയും ഉൾക്കൊള്ളിച്ചുകൊണ്ട് എളങ്ങല്ലൂർ നാരായണൻ എഴുതി തയ്യാറാക്കിയ 'ശിവനും ഞാനും' എന്ന കൃതി ഏറെ താല്പര്യത്തോടെയാണ് വായിച്ചത്.

പ്രസ്തുത ഗ്രന്ഥത്തിൽ കാശ്മീര തന്ത്രത്തെ കുറിച്ച് വിശദമായാണ് പ്രതിപാദിക്കുന്നത്. പരമേശ്വര മുഖത്തിൽ നിന്നും വന്നുചേർന്നതും ബുദ്ധിയിലേക്ക് കയറിപ്പോകേണ്ടതുമായ തന്ത്രശാസ്ത്രം എല്ലാവിധ ഐശ്വര്യങ്ങളും ഉത്കൃഷ്ടമായ ശ്രേയസ്സും ലഭിക്കുവാനുള്ള ഉപായമായി ഗണിക്കപ്പെടുന്നു. ആഗമം നിർദ്ദേശിക്കുന്ന അനുഷ്ടാനത്തിലൂടെ ഇഹത്തിലും പരത്തിലും മംഗളം

ഉണ്ടാവുകയും യഥാർത്ഥ ജ്ഞാന ലബ്ധി കൈവരികയും ചെയ്യും എന്നാണ് പണ്ഡിത മതം.

ത്രിക തന്ത്രം എന്നറിയപ്പെടുന്ന കാശ്മീര ശൈവമതത്തിന്റെ ഉത്ഭവത്തെ കുറിച്ചും അതിന്റെ വ്യാപനത്തെ കുറിച്ചും ഈ ഗ്രന്ഥത്തിൽ വിശദമായി വിവരിക്കുന്നുണ്ട്. താന്ത്രികമതമനുസരിച്ച് ആചാര്യന്മാരുടെ വംശപരമ്പര ആരംഭിക്കുന്നത് ശിവനിൽ നിന്നാണ്. കലിയുഗത്തിൽ തന്ത്രത്തെ കുറിച്ചുള്ള അറിവ് പൂർണ്ണമായും നഷ്ടപ്പെട്ടതിനാൽ ശിവൻ ദുർവ്വാസാവിന് ഉപദേശിച്ചുവെന്നും മഹർഷിയുടെ ശിഷ്യപരമ്പരയിലൂടെയാണ് അദ്വൈതപരമായ തന്ത്രം കാശ്മീര തന്ത്രമായി പരിണമിച്ചത് എന്നും പറയപ്പെടുന്നു.

ആഗമ ശാസ്ത്രത്തിൽ 'പരമശിവൻ' എന്നറിയപ്പെടുന്ന, സർവ്വജ്ഞനും സർവ്വശക്തനും ആയ ബ്രഹ്മസ്വരൂപൻ തന്റെ ശക്തികളെ പരിമിതപ്പെടുത്തി സംസാരക്രീഡ ചെയ്യുന്നതിനായി ജീവനായി വ്യാപരിക്കുന്നു. ആ പ്രക്രിയയെകുറിച്ചും ഈ ഗ്രന്ഥത്തിൽ വിശദമായി പ്രതിപാദിക്കുന്നുണ്ട്.

ക്ഷേത്രാരാധനയിലേക്ക് വരികയാണെങ്കിൽ "സാധകാനാം ഹിതാർത്ഥായ ബ്രഹ്മണോ രൂപകൽപന" എന്ന ആപ്തവചനമനുസരിച്ച് ബ്രഹ്മത്തിന് ഭിന്ന രൂപങ്ങൾ കൽപിച്ചിരിക്കുന്നു. ഇപ്രകാരം വിഭിന്ന വ്യത്യാസങ്ങൾ ഉൾക്കൊണ്ട് സാകാരം പൂണ്ടവയാണ് ദേവീദേവന്മാർ. ശൈവം, വൈഷ്ണവം, ശാക്തം, സൗരം, ഗാണപത്യം തുടങ്ങി വ്യത്യസ്തരീതിയിലുള്ള ആഗമ സമ്പ്രദായങ്ങൾ അനുസരിച്ച് പ്രതിഷ്ടിതമായവയാണ് ഭാരതീയ ക്ഷേത്രങ്ങളിൽ ഭൂരിഭാഗവും. പരശുരാമനാണ് കേരളീയ തന്ത്രത്തിന്റെ ഉപജ്ഞാതാവായി അറിയപ്പെടുന്നത്. അദ്ദേഹം 108 ശിവാലയങ്ങളും 108 ദുർഗ്ഗാലയങ്ങളും സ്ഥാപിച്ചതായി

പറയപ്പെടുന്നു.

അഭിനവഗുപ്തൻ തുടങ്ങിയ പുരാതന ആചാര്യന്മാരെ കുറിച്ചും ലക്ഷ്മൺ ജൂ, സ്വാമി മുക്താനന്ദൻ തുടങ്ങിയ ആധുനിക ആചാര്യന്മാരെ കുറിച്ചും ഈ ഗ്രന്ഥത്തിൽ സംക്ഷിപ്തമായി പ്രതിപാദിക്കുന്നുണ്ട്. അതുപോലെ കാശ്മീര തന്ത്രത്തിലും കേരളീയ തന്ത്രത്തിലും പൊതുവായി പറയപ്പെടുന്ന 36 തത്വങ്ങളെ കുറിച്ചും ഷഡധ്വ ന്യാസത്തെ കുറിച്ചുമുള്ള വിവരണവും ഈ ഗ്രന്ഥത്തിൽ കാണാം.

13 അദ്ധ്യായങ്ങളായി രചിച്ചിട്ടുള്ള ഈ ഗ്രന്ഥം തന്ത്ര ജിജ്ഞാസുക്കൾക്ക് ഉപകാരപ്രദമാകട്ടെ എന്ന് ഞാൻ ആശംസിക്കുന്നു.

೧

Viswanatha Kurup,
Retired Professor,
Medical College of Wisconsin,
U.S.A.

അപൗരുഷേയമായ വേദത്തെപ്പോലെതന്നെ തന്ത്രവും മുളച്ചു വളർന്നത് ഭാരതത്തിന്റെ പാരമ്പര്യത്തിലാണ്. വേദം തത്വമാണെങ്കിൽ തന്ത്രം അതിന്റെ പ്രാക്ടിക്കലാണെന്ന് ലളിതവൽക്കരിച്ച് പറയാം.

തന്ത്രങ്ങൾ നിരവധിയാണ്. അതുപോലെതന്നെ നിരവധിയാണ് അവയെ വിവരിക്കുന്ന ഗ്രന്ഥങ്ങളും. അവയുടെയെല്ലാം സാരാംശം ഉൾക്കൊള്ളിച്ചുകൊണ്ടുള്ള ഈ ഗ്രന്ഥം എല്ലാവർക്കും മനസ്സിലാകുന്ന ശൈലിയിലും എന്നാൽ സാരാംശത്തിൽ ഒരു കുറവും ഇല്ലാത്ത രീതിയിലും ആണ് രചിക്കപ്പെട്ടിരിക്കുന്നത്. അത് ഗ്രന്ഥകർത്താവിന്റെ സാമർഥ്യം

തന്നെയാണ്.

ത്രിവിധ മാലിന്യങ്ങളും അവയുടെ വിമോചനത്തിനുള്ള ഉപായങ്ങളും തുടങ്ങി കാശ്മീര തന്ത്രത്തിന്റെ പ്രധാനപ്പെട്ട എല്ലാ വശങ്ങളും ഈ വിവരണത്തിൽ കൂടി വേഗം മനസ്സിലാക്കാൻ സാധിക്കും.

ശ്രദ്ധേയവും എടുത്തുപറയേണ്ടതുമായ ചില ഭാഗങ്ങളാണ് കേരളീയ തന്ത്രത്തിലെ കാശ്മീര തന്ത്രത്തിന്റെ അംശങ്ങളെ എടുത്തുകാണിക്കുന്ന ഭാഗവും ത്രിവിധ മാലിന്യങ്ങളെയും അവയുടെ വിമോചനത്തിനുള്ള ഉപായങ്ങളെയും കുറിച്ച് പ്രതിപാദിക്കുന്ന ഭാഗങ്ങളും. ശിവനും പ്രപഞ്ചവും തമ്മിലുള്ള ബന്ധത്തെ ഒരു കമ്പ്യൂട്ടർ ഉപമയുടെ സഹായത്തോടെ വിശദീകരിച്ചതും ശ്രദ്ധേയമാണ്.

മനോഹരമായ ശൈലിയിൽ ഈ ഗ്രന്ഥം അവതരിപ്പിച്ചിരിക്കുന്ന ശ്രീ നാരായണൻ നമ്പൂതിരി മഹത്തായ ഒരു കാര്യമാണ് ഇവിടെ നിർവഹിച്ചിരിക്കുന്നത്. ഓരോരുത്തർക്കും അവനവനെ മനസ്സിലാക്കാനും പരമോന്നത പദത്തിൽ എത്തിച്ചേരാനും ഈ ഗ്രന്ഥം ഒരു വഴികാട്ടിയായിരിക്കും.

ശ്രീ നാരായണൻ നമ്പൂതിരി ഡാളസ്സിലെ ഗുരുവായൂരപ്പൻ ക്ഷേത്രത്തിൽ ഒരു പൂജകനായിരുന്ന കാലം മുതൽ ഞങ്ങൾ പരിചിതരാണ്. അദ്ദേഹത്തിന്റെ അഗാധമായ ജ്ഞാനവും എല്ലാവരോടും എല്ലാത്തിനോടുമുള്ള അകൈതവമായ സ്നേഹവും അന്നുതന്നെ മനസ്സിലാക്കിയിരുന്നു. ഈ ഗ്രന്ഥം വായിക്കുന്നവർക്കെല്ലാം അത് മനസ്സിലാവുകയും ചെയ്യും.

തുടർന്നും ഇതുപോലെയുള്ള പുസ്തകങ്ങൾ പ്രസിദ്ധീകരിച്ച് ഉത്പതിഷ്ണുക്കളെ അനുഗ്രഹിക്കണം എന്ന പ്രാർത്ഥനയോടെ നിർത്തുന്നു.

മുഖവുര

ശിവനും ഞാനും തമ്മിലെന്ത്? അല്ലെങ്കിൽ ഈശ്വരനും ഞാനും തമ്മിലെന്ത്? ഈ ചോദ്യത്തിനുത്തരം കാണണമെങ്കിൽ ആദ്യം നിലവിലുള്ള ഈശ്വര സങ്കല്പങ്ങളെന്തൊക്ക എന്ന് അന്വേഷിക്കേണ്ടിവരും. വളരെ കാലം മുമ്പേ തുടങ്ങിയ അത്തരം അന്വേഷണങ്ങളാണ് അവസാനം "ശിവനും ഞാനും" എന്ന ഈ പുസ്തകരചനയിൽ പര്യവസാനിച്ചിട്ടുള്ളത്.

ക്ഷേത്രങ്ങളിൽ ദർശനം നടത്തുമ്പോഴും വിനീതമായി സംഭാവനകൾ അർപ്പിക്കുമ്പോഴും അനുഗ്രഹം ചൊരിയുകയും അത്തരം ആചാരങ്ങൾ അനുഷ്ടിക്കാതിരിക്കുമ്പോൾ ശിക്ഷിക്കുകയും ചെയ്യുന്ന ഒരു നാടുവാഴിപ്രഭു ആണോ ഈ ഈശ്വരൻ?

അതോ ഭൂമിക്കപ്പുറത്ത് ഏതോ അജ്ഞാതസ്ഥലത്തിരുന്ന് ഭൂമിയിലെ പുണ്യകർമങ്ങൾക്കനുസരിച്ച് ആളുകളെ സ്വർഗ്ഗത്തിന്റെ ആർഭാടങ്ങളിലേക്കും, പാപപ്രവൃത്തിലൂടെ തോതനുസരിച്ച് നരകത്തിന്റെ തീച്ചൂളയിലേക്കും തള്ളിവിടുന്ന നിർദ്ദയനായ ഒരു നാട്ടുരാജാവോ?

ദൈവം ജീവിതത്തിന്റെ പച്ചപ്പ് നിറഞ്ഞ മേച്ചിൽപ്പുറങ്ങളിലൂടെ ആത്മാക്കളെ നയിക്കുന്ന സൗമ്യനായ ഇടയനാണോ, അതോ സ്വർഗീയ കോടതിയുടെ മുഖ്യാദ്ധ്യക്ഷനോ?

ഇനി അതുമല്ലെങ്കിൽ നിരീശ്വരവാദികൾ പറയുന്നതുപോലെ ജീവിതം കണ്ട് പകച്ചുപോയ ആദിമമനുഷ്യന്റെ വിഹ്വലമനസ്സിലുണ്ടായ പ്രതീക്ഷാനിർഭരമായ വെറും സങ്കല്പ മാത്രമോ ദൈവം?

ഈ അന്വേഷണങ്ങൾ ചെറുപ്രായത്തിൽ തന്നെ ഓഷോ രജനീഷിന്റെയും ജെ. കൃഷ്ണമൂർത്തിയുടെയും

കൃതികളിലേക്ക് എന്നെ എത്തിച്ചിരുന്നു, രജനീഷിന്റെയും കൃഷ്ണമൂർത്തിയുടെയും ദർശനങ്ങളാൽ അലംകൃതമായ യുവത്വത്തിന്റെ പൂന്തോട്ടത്തിലൂടെയാണ് എന്റെ ആത്മീയ യാത്ര ആരംഭിച്ചതെന്ന് ആലങ്കാരികമായി പറയാം.

എന്നാൽ ആത്മീയ ദാഹം ശമിപ്പിക്കുന്നതിനുപകരം, ആശയക്കുഴപ്പം വർദ്ധിപ്പിക്കുകയാണ് അവർ ചെയ്തത് എന്ന് പിന്തിരിഞ്ഞു നോക്കുമ്പോൾ ഇപ്പോൾ ഞാൻ തിരിച്ചറിയുന്നു.

ലോകത്തെ എല്ലാ ദർശനങ്ങളുമായും പരിചയപ്പെടാമല്ലോ എന്ന ചിന്തയാലാണ് പിന്നീട് ഞാൻ ഡിഗ്രിക്ക് തത്വശാസ്ത്രം {Philosophy} ഐച്ഛരികവിഷയമായി എടുത്തതും, കാശ്മീര തന്ത്രം എന്ന ദർശനത്തെ പരിചയപ്പെടാൻ ഇടവന്നതും.

അതിനുശേഷം താന്ത്രിക പൂജ പഠിക്കാൻ ആരംഭിച്ചപ്പോഴാണ് "ദൈവമേ ഈ പുജയിലെ പല സങ്കല്പങ്ങളും കാശ്മീര തന്ത്രത്തിലുള്ളതാണല്ലോ" എന്ന് യാഥാർത്ഥമായും ഞാൻ അത്ഭുതം കൂറിയത്. അങ്ങിനെയാണ് ആത്മീയ രഹസ്യങ്ങളുടെ ഒരു ലാബിരിന്തിലേക്കുള്ള വാതിൽ തുറക്കുന്ന താക്കോലായ കാശ്മീര ദാർശനിക ചിന്തയുടെ ആഴങ്ങളിലേക്കുള്ള തീർത്ഥയാത്ര ഞാൻ ആരംഭിക്കുന്നത്.

ശ്രമകരമായിരുന്ന ആ തീർത്ഥാടനത്തിന്റെ അവസാന ഫലമാണ് ഈ പുസ്തക പരമ്പര.

എന്നെപ്പോലെ ഒരു സാധാരണക്കാരൻ സമീപിക്കേണ്ട വിഷയമല്ല കാശ്മീര തന്ത്രം എന്നത് ഏറ്റവും കൂടുതൽ അറിയാവുന്നത് എനിക്കുതന്നെയാണ്. ഇത്തരമൊരു ശ്രമം കാറ്റിന്റെ സത്ത പിടിച്ചെടുക്കാനുള്ള ശ്രമത്തിന് സമാനമാണ്. ഭാഷ, സാഹിത്യം, ആത്മീയത, സൗന്ദര്യശാസ്ത്രം എന്നിവയിൽ അഗാധ പാണ്ഡിത്യവും ഉൾക്കാഴ്ച്ചയും ഉള്ള ഒരു യോഗിവര്യന് മാത്രമേ ഈ മേഖലയിൽ സഞ്ചരിക്കാൻ കഴിയൂ എന്ന് എനിക്ക് പലപ്പോഴും തോന്നിയിട്ടുണ്ട്.

മേല്പറഞ്ഞ ഗുണങ്ങളെല്ലാമുള്ള നിത്യചൈതന്യയതി ജീവിച്ചിരുന്ന സമയത്ത് അദ്ദേഹം കാശ്മീര തന്ത്രത്തെ കുറിച്ച് ഒരു ലേഖനമെങ്കിലും എഴുതിയിരുന്നെങ്കിൽ എന്ന് പലപ്പോഴും ഞാൻ ആഗ്രഹിച്ചിട്ടുമുണ്ട്,.

അഭിനവ ഗുപ്തനെ കുറിച്ച് ചില സന്ദർഭങ്ങളിൽ അദ്ദേഹം സൂചിപ്പിച്ചിട്ടുണ്ടെങ്കിലും ഒരു അദ്വൈതി ആകയാലാകണം കാശ്മീര തന്ത്രത്തെ കുറിച്ച് അദ്ദേഹം ഒന്നും എഴുതിയിട്ടില്ല എന്നാണെന്റെ അറിവ്.

കാശ്മീര തന്ത്രത്തെക്കുറിച്ചുള്ള അദ്ദേഹത്തിന്റെ രചനകളുടെ അഭാവം എന്നെപ്പോലുള്ള മലയാളി വായനക്കാർക്ക് വലിയ നഷ്ടമാണ് ഉണ്ടാക്കുന്നതെന്ന് ഞാൻ ഇന്നും ഉറച്ചു വിശ്വസിക്കുന്നു. അദ്ദേഹത്തിന്റെ ദാർശനിക ഉൾക്കാഴ്ചകളും ബൗദ്ധിക വ്യക്തതയും ഭാഷാ വൈദഗ്ധ്യവും ഈ ദർശന മണ്ഡലം മനസ്സിലാക്കാൻ മലയാളിയെ വളരെയധികം സഹായിക്കുമായിരുന്നെന്ന് എനിക്ക് തോന്നാറുണ്ട്.

ഈ പുസ്തകത്തിന്റെ രചനയിൽ രീതിശാസ്ത്രത്തിലും ഭാഷയിലും നിത്യചൈതന്യയതിയുടെ ഭീമാകാരമായ കാൽപ്പാടുകൾ പിന്തുടരാൻ ഞാൻ ശ്രമിച്ചിട്ടുണ്ട് എന്ന വസ്തുത നിഷേധിക്കുന്നില്ല. അദ്ദേഹത്തിന്റെ ചിന്തോദ്ദീപകമായ സമീപനവും ലാവണ്യമുള്ള വാക്ചാതുരിയും എന്റെ എഴുത്തിലുടനീളം വഴികാട്ടിയായിട്ടുമുണ്ട് എന്നത് ഒരു സത്യവുമാണ്.

അതിരുകളില്ലാത്ത സമുദ്രത്തോട് സമാനമായ കാശ്മീര തന്ത്രത്തിന്റെ വിശാലവും ഗഹനവുമായ തത്വശാസ്ത്രം ഈ പുസ്തകത്തിലൂടെ മലയാളി വായനക്കാർക്ക് പരിചയപ്പെടുത്തുകയാണ് ഞാൻ എന്നൊന്നും അവകാശപ്പെടുന്നില്ല.

എന്റെ പരിമിതികളെക്കുറിച്ച് ഏറ്റവും ബോധവാനായിട്ടുള്ളത് ഞാൻ തന്നെയാണ്. "ബുദ്ധിമാൻമാർ ചവിട്ടാൻ മടിക്കുന്നിടത്ത് വിഡ്ഢികൾ ധൈര്യപൂർവ്വം കടന്നുചെല്ലുന്നു" എന്ന പഴഞ്ചൊല്ല് എന്റെ പരിശ്രമത്തിന് അനുയോജ്യമാണെന്ന് പൂർണ്ണമായും മനസ്സിലാക്കിക്കൊണ്ടു തന്നെയാണ് ഈ പാതയിലൂടെ സഞ്ചരിക്കാൻ ഞാൻ നിശ്ചയിച്ചത്.

എഴുത്തിനിടെ, ചിലർ ചോദിച്ചു, "കേരള തന്ത്രത്തിന്റെ പ്രയോക്താവ് എന്ന നിലയിൽ, നിങ്ങളുടെ സ്വന്തം പാരമ്പര്യത്തിന് പകരം കശ്മീര തന്ത്രത്തിൽ ശ്രദ്ധ കേന്ദ്രീകരിക്കുന്നത് എന്തുകൊണ്ട്?" എന്ന്.

അതിന് ഏറ്റവും ലളിതമായ ഉത്തരം കേരള തന്ത്രത്തിൽ ലിഖിതമായ അല്ലെങ്കിൽ നിയതമായ ഒരു സത്താമീമാംസയോ (Ontology) ജ്ഞാനമീമാംസയോ (Epistemology) ഇല്ല എന്നതാണ്.

കേരളീയ താന്ത്രിക പദ്ധതി അടിസ്ഥാനപരമായി ഒരു കർമ്മ പദ്ധതിയാണ്. മാത്രമല്ല കേരള തന്ത്രത്തിൽ കാണുന്ന ജ്ഞാനപരമായ പല അംശങ്ങളുടെയും വേര് ചികഞ്ഞുചെന്നാൽ നാം എത്തുന്നത് കാശ്മീര തന്ത്രത്തിലായിരിക്കും. അതാണ് കാശ്മീര തന്ത്രത്തിലേക്ക് പ്രധാനമായും എന്നെ നയിച്ചത്.

എന്താണ് തന്ത്രം?

പ്രധാനപ്പെട്ട ഒരു കാര്യം. സാധാരണ തന്ത്രസംബന്ധിയായ ഏത് ഗ്രന്ഥവും ആദ്യത്തെ ഏതാനും അദ്ധ്യായങ്ങൾ എന്താണ് തന്ത്രം എന്ന വിഷയമാണ് ചർച്ച ചെയ്യാറുള്ളത്. പക്ഷേ ഞാൻ ഈ പുസ്തകത്തിൽ തന്ത്രത്തിന്റെ നിർവചനം എന്താണ് എന്ന ഒരു ചർച്ചക്ക് മുതിരുന്നില്ല.

ആയുർവേദത്തിലെ ഒരു വിഭാഗമായ ശല്യ തന്ത്രം മുതൽ നാം സാധാരണ സംഭാഷണങ്ങളിൽ ഉപയോഗിക്കുന്ന "അത് അവന്റെ ഒരു തന്ത്രമാണ്" എന്ന ഗ്രാമീണ പ്രയോഗം വരെ നിരവധി വ്യത്യസ്ത അർത്ഥങ്ങളിൽ, വ്യത്യസ്ത സാഹചര്യങ്ങളിൽ ആ വാക്ക് ഉപയോഗിക്കാറുണ്ട് എന്നതുകൊണ്ട് എന്താണ് ദൈവം എന്ന ചോദ്യം പോലെ തന്നെ അമൂർത്തവും സങ്കീർണവുമാണ് തന്ത്രത്തെ കുറിച്ചുള്ള നിർവചനങ്ങളും.

തന്ത്രത്തിന് കൃത്യമായ ഒരു നിർവചനം ഇല്ലാത്തതുകൊണ്ടും സാദ്ധ്യമല്ലാത്തതുകൊണ്ടും ഇത്തരം ചർച്ചകളെല്ലാം വെറും ബൗദ്ധികമായ പാണ്ഡിത്യക്കസർത്തുകൾ ആയി അവശേഷിക്കുകയാണ് പതിവ്. അതുകൊണ്ടാണ് ഞാൻ അത്തരമൊരു ചർച്ചക്ക് മുതിരാത്തത്.

പക്ഷേ കേരളത്തിലെ സാധാരണ ക്ഷേത്രഭക്തർ തന്ത്രമെന്നാൽ കേവലമൊരു ക്ഷേത്രാരാധനാരീതി മാത്രമാണെന്ന് തെറ്റിദ്ധരിക്കാൻ സാദ്ധ്യതയുള്ളതിനാൽ എന്താണ് തന്ത്രമെന്ന വാക്കുകൊണ്ട് ഞാൻ ഉദ്ദേശിക്കുന്നത് എന്ന് സൂചിപ്പിക്കാതെ മുന്നോട്ട് പോകാനും കഴിയില്ല.

അതു കൊണ്ട് തന്ത്രം എന്ന വാക്കുകൊണ്ട് ഞാൻ ഈ ഗ്രന്ഥത്തിൽ .ഉദ്ദേശിക്കുന്നത് എന്താണ് എന്ന് വളരെ സംക്ഷിപ്തമായി സൂചിപ്പിക്കാം എന്ന് കരുതുന്നു.

"മനുഷ്യ ശരീരത്തെ ആരാദ്ധ്യമായി കണ്ട് ശരീരത്തിന് വേണ്ടിയുള്ള സാധനകളോ ആരാധനകളോ ക്രിയകളോ ഏത് സമ്പ്രദായത്തിലുണ്ടെങ്കിലും അവയെല്ലാം താന്ത്രിക ഘടകങ്ങളോ അംശങ്ങളോ ആണ്" എന്ന ഒരു സമീപനമാണ് ഞാൻ ഈ ഗ്രന്ഥത്തിൽ

സ്വീകരിച്ചിട്ടുള്ളത്. "

കേരളീയ തന്ത്രത്തിൽ ക്ഷേത്രമൂർത്തിയെ ആവാഹിക്കുന്നതുപോലും തന്ത്രിയുടെ സ്വന്തം ശരീരത്തിൽ നിന്നാണെന്നതുകൊണ്ടാണ് കേരളീയ ക്ഷേത്രാരാധന പൂർണമായും ഒരു താന്ത്രിക ആരാധനയാണെന്ന് പറയുന്നത്."

ഒരു കാര്യം കൂടി. ഈ പുസ്തകം കാശ്മീര തന്ത്രത്തിന്റെ സൈദ്ധാന്തികമായ ഒരു പഠനമല്ലെന്ന് തുടക്കത്തിൽ തന്നെ അറിയിക്കട്ടെ.

ഇപ്പോൾ ആസൂത്രണത്തിലിരിക്കുന്ന കാശ്മീര തന്ത്ര പരമ്പരയിലെ ആദ്യത്തെ ഗ്രന്ഥമായാണ് ഇത് വിഭാവനം ചെയ്യപ്പെട്ടിരിക്കുന്നത്. ശിവ സൂത്രം, പ്രത്യഭിജ്ഞാ കാരിക, സ്പന്ദ കാരിക, വിജ്ഞാന ഭൈരവ തന്ത്ര, തന്ത്രാലോകം തുടങ്ങിയ ഗ്രന്ഥങ്ങളെ ഓരോന്നായി എടുത്ത് ആസ്വാദനത്തിന് വിധേയമാക്കുന്ന ഒരു ബൃഹത് പദ്ധതിയായാണ് ഈ പ്രൊജക്റ്റ് വിഭാവനം ചെയ്യപ്പെട്ടിരിക്കുന്നത്. അതിലേക്കായുള്ള ഒരു പ്രവേശികയാണ് ഈ ഗ്രന്ഥം.

മറ്റൊരു വിധത്തിൽ പറയുകയാണെങ്കിൽ ഇത് കാശ്മീര തന്ത്രത്തിന്റെ സത്തയിലേക്കുള്ള എന്റെ ആത്മീയ യാത്രയാണ്.

ഉദയസൂര്യനെ ക്യാൻവാസിൽ പകർത്തുമ്പോൾ ഒരു ചിത്രകാരൻ പ്രഭാതത്തിന്റെ ചടുലതയും ചാരുതയും നിറങ്ങളുടെ നിറവിലൂടെ പിടിച്ചെടുക്കാൻ ശ്രമിക്കുന്നതുപോലെ, കാശ്മീര തന്ത്രത്തിന്റെ ദർശനത്തിൽ അന്തർലീനമായ അതിമനോഹരമായ സൗന്ദര്യം പകർത്തുമ്പോൾ ഉപയോഗിക്കുന്ന ഭാഷയെ വർണ്ണശബളവും ഇമ്പമുള്ളതുമാക്കാൻ ഞാൻ ആവുംവിധം ശ്രമിച്ചിട്ടുണ്ട്.

പ്രിയ വായനക്കാരേ, അതിന്റെ മൂല്യം വിലയിരുത്തേണ്ടത് നിങ്ങളാണല്ലോ? ആ ബോധ്യത്തോടെ ഞാൻ ഇത് നിങ്ങളുടെ കൈകളിലേക്ക് സമർപ്പിക്കുന്നു.

അവതാരിക

ഒരിക്കലെങ്കിലും ഹിമാലയ ദർശനം നടത്തിയിട്ടുള്ളവർക്കറിയാം എപ്രകാരമാണ് മഞ്ഞുവീഴുന്ന കിരീടങ്ങളോടെ ഉയർന്നുനിൽക്കുന്ന ഭീമാകാരന്മാരായ ഹിമാലയത്തിലെ കൊടുമുടികൾ മഹത്വത്തിന്റേയും ഉന്നതിയുടെയും പ്രതീകമാകുന്നതെന്ന്. മഞ്ഞിന്റെ വെളുത്ത കുപ്പായത്തിൽ പൊതിഞ്ഞ ഉയർന്ന ഭീമന്മാർ അഭൗമമായ ഏതോ നിഗൂഢതകളുടെ പുരാതന കാവൽക്കാരായി നിലകൊള്ളുന്നു.

മുകളിലാകാശവും താഴെ ഭൂമിയും എന്ന പഴഞ്ചൊല്ലിനെ വെല്ലുവിളിച്ചുകൊണ്ട് ഈ കൊടുമുടികൾ പല ഭാഗത്തും ആകാശത്തെ തുളച്ചുകയറി അനന്തതയിൽ ലയിക്കുന്നു. അതുകൊണ്ടാകണം ഒരു ജിജ്ഞാസുവിന് ഹിമാലയം എന്നും കേവലം ഒരു പർവ്വതമല്ലാതാകുകയും ക്ഷണികമായ അസ്തിത്വത്തെ ശാശ്വതസത്യവുമായി ബന്ധിപ്പിക്കുന്ന ഒന്നിന്റെ രൂപകമാകുകയും ചെയ്യുന്നത്.

• മോഹിപ്പിക്കുന്ന കശ്മീർ

അവിടെ, ആ മഹത്തായ കൊടുമുടികൾക്കിടയിൽ ഹിമാലയത്തിന്റെ ഹൃദയഭാഗത്ത്, പച്ച, നീല, വെള്ള നിറങ്ങളിൽ വരച്ച സൗന്ദര്യത്തിന്റെ കാലാതീതമായ സാക്ഷ്യമായി കാശ്മീർ എന്ന ഭൂവിഭാഗം സ്ഥിതി ചെയ്യുന്നു. കവി അമീർ ഖുസ്രു ഒരിക്കൽ പറഞ്ഞു,

"*ഭൂമിയിൽ ഒരു സ്വർഗമുണ്ടെങ്കിൽ, അത് ഇവിടെയാണ്, ഇവിടെയാണ്,*" എന്ന്."

കശ്മീരിർ സന്ദർശിക്കുന്ന ഏതൊരാളിലും പ്രതിധ്വനിക്കുന്ന ഒരു വികാരമാണിത്.

കാശ്മീർ പ്രകൃതിയുടെ ഒരു ക്യാൻവാസാണ്: വെൽവെറ്റ് പുതപ്പുകൾ പോലെ വികസിക്കുന്ന മരതക പുൽമേടുകൾ, ശരത്കാല പ്രതാപത്തിൽ ആടുന്ന ചിനാർ മരങ്ങൾ, ആകാശത്തെ പ്രതിഫലിപ്പിക്കുന്ന ശാന്തമായ ദാൽ തടാകം, തടാകത്തിന്റെ ഗ്ലാസ് പ്രതലത്തിലൂടെ നിശബ്ദമായി ഒഴുകുന്ന ശിക്കാരകൾ എന്നിവ കാശ്മീരിനെ പ്രകൃതിയുടെ ഏറ്റവും മനോഹരമായ ഒരു ചിത്രകംബളമാക്കി മാറ്റുന്നു.

- **കാശ്മീരിന്റെ ആത്മീയ സത്ത**

അതിമനോഹരമായ ഭൂപ്രകൃതിക്ക് പേരുകേട്ട കാശ്മീർ ഒരു ദൃശ്യ വിസ്മയം മാത്രമല്ല; അത് അഗാധമായ ആശയങ്ങളുടെയും തത്ത്വചിന്തകളുടെയും സംഗമഭൂമി കൂടിയാണ്. അതിന്റെ ഗാംഭീര്യമുള്ള പർവതങ്ങളും ശാന്തമായ സൗന്ദര്യവും എന്നും മനുഷ്യ മനസ്സിനെ പ്രചോദിപ്പിക്കുകയും വൈവിധ്യമാർന്ന ചിന്താധാരകളെ പരിപോഷിപ്പിക്കുകയും ചെയ്തിട്ടുണ്ട്.

ഭൂമിശാസ്ത്രപരമായി ഗാംഭീര്യത്താലും മനോഹാരിതയാലും ഒരുപോലെ അനുഗ്രഹീത്തമായതിനാൽ ആകണം ആദ്യം മുതലേ കാശ്മീരി മനസും അവിടെ ഉത്ഭവിച്ച എല്ലാ ചിന്താധാരകളും മനുഷ്യനെ അതിബൃഹത്തായ ഈ പ്രപഞ്ചത്തിലെ ഒരു നിസ്സാര സൃഷ്ടിയായി ചുരുക്കി ചിത്രീകരിക്കാതിരുന്നത്. കാശ്മീരി ചിന്തകളിലെന്നും മനുഷ്യൻ അപാര സാധ്യതകളുള്ള ജ്വലിക്കുന്ന നക്ഷത്രമാണ് എന്നത് എടുത്തുപറയേണ്ട ഒരു പ്രത്യേകതയാണ്.

- **എല്ലാം ഉൾക്കൊള്ളുന്ന കശ്മീരിന്റെ ആത്മീയത**

നിങ്ങളൊരു പണ്ഡിതനാണോ പാമരനാണോ എന്നത് കാശ്മീരത്തിലെ ആത്മീയതയിൽ കാശ്മീരത്തിലെ ആത്മീയതയിൽ പ്രസക്തമല്ല. കവാ ചായയുടെ സുഗന്ധത്താൽ വഴിയാത്രക്കാരെ മാടി വിളിക്കുന്ന ശ്രീനഗർ തെരുവിലെ കൊച്ചു ചായക്കടകൾ പോലെയാണ് പഴയ കശ്മീരിന്റെ ആത്മീയതയും.

അപ്രതിരോധ്യമാണ് അതിന്റെ ആകർഷണം. നിരവധി ആത്മീയാചാര്യന്മാരിലൂടെ, സൂഫിവര്യന്മാരിലൂടെ ഈ ജ്ഞാനദീപം ദാൽ തടാകത്തെ പ്രകാശിപ്പിക്കുന്ന സൂര്യപ്രകാശം പോലെ കാശ്മീരി ജനതയുടെ ജീവിതത്തെ നൂറ്റാണ്ടുകളോളം പരിപോഷിച്ചു.

പ്രസിദ്ധമായ 'കശ്മീരിയത്' എന്ന ആശയം ഉടലെടുക്കുന്നത് തന്നെ ഈ ജ്ഞാന പ്രകാശത്തിൽ നിന്നാണ്. നൂറ്റാണ്ടുകളായി നിലനിൽക്കുന്ന സംസ്കാരങ്ങളുടെയും മതങ്ങളുടെയും തത്ത്വചിന്തകളുടെയും സമന്വയ സമ്മിശ്രമാണ് കാശ്മീരിയത്തിന്റെ ആത്മാവ്.

കേവലം ഭൂമിശാസ്ത്രപരമായ ഒരു ഐഡന്റിറ്റി എന്നതിലുപരി, സൂഫി മിസ്റ്റിസിസത്തിന്റെയും ഹിന്ദു ആത്മീയതയുടെയും ബുദ്ധമത തത്ത്വചിന്തയുടെയും ഒരു വർണ്ണ സങ്കരമാണ് കാശ്മീരിയത്ത് എന്ന സങ്കല്പ. നാനാത്വത്തിൽ ഏകത്വത്തിന്റെ ആത്മാവാണിത്.

ചിനാർ ഇലകളുടെ മൃദുലമായ മന്ത്രിപ്പും, ധലം നദിയുടെ മെലിഞ്ഞ ഒഴുക്കും, ബോട്ടുകാർ അവരുടെ ഷിക്കാരയിൽ പാടുന്ന പഴക്കമുള്ള കഥകളും ഒരുപോലെ അതിൽ ഭാഗഭാക്കാണ്.

• **കാശ്മീരിന്റെ ചരിത്രപരവും ബൗദ്ധികവുമായ പൈതൃകം**

ഭൂരിഭാഗവും മുസ്ലീം വിശ്വാസികളാകുന്നതിന് മുമ്പ് കാശ്മീരിന്റെ പച്ചപുതച്ച താഴ്‌വരകൾ ബുദ്ധമതക്കാരുടേയും ഹിന്ദുക്കളുടെയും വൈജ്ഞാനിക ദേശമായി തിളങ്ങിയിരുന്ന ഒരു കാലമുണ്ടായിരുന്നു. അന്നത്തെ കാശ്മീരി ആത്മാവ് കേവലം മതപരമായ കാര്യങ്ങളിൽ മാത്രം ഒതുങ്ങിയിരുന്നില്ല; അവരുടെ ധിഷണ സംസ്കൃത സാഹിത്യം, വ്യാകരണം, വൈദ്യശാസ്ത്രം, ജ്യോതിശാസ്ത്രം, ഗണിതശാസ്ത്രം എന്നിങ്ങനെ നിരവധി വിഷയങ്ങളിൽ വ്യാപാരിച്ചിരുന്നു. പന്ത്രണ്ടാം നൂറ്റാണ്ടിലെഴുതപ്പെട്ടതെന്ന് കരുതുന്ന കൽഹണന്റെ 'രാജതരംഗിണി' എന്ന ഗ്രന്ഥം അവരുടെ ചരിത്രപരമായ സൂക്ഷ്മതയുടെ അടയാളമാണ്.

'രാജതരംഗിണി' എന്ന ഗ്രന്ഥം വടക്കുപടിഞ്ഞാറൻ ഇന്ത്യൻ ഉപഭൂഖണ്ഡത്തിന്റെ, പ്രത്യേകിച്ച് കാശ്മീരിലെ രാജാക്കന്മാരുടെ ചരിത്രമാണ്. അന്നത്തെ കാലത്തെ മറ്റ് ഭാരതീയ ചരിത്ര ഗ്രന്ഥങ്ങളിൽ നിന്നും "രാജതരംഗിണി"യെ വ്യത്യസ്തമാക്കുന്നത് പ്രധാനമായും ചരിത്രത്തോടുള്ള അതിന്റെ രീതിശാസ്ത്രപരമായ സമീപനത്തിന്റെ പ്രത്യേകതയാണ്.

ആ കൃതിയിൽ അദ്ദേഹം തന്റെ ഉറവിടങ്ങളെ വിമർശനാത്മകമായി വിലയിരുത്താൻ ബോധപൂർവമായ ശ്രമം നടത്തുന്നുണ്ട്. കേട്ടുകേൾവികളും ചരിത്രപരമായി പരിശോധിക്കാവുന്ന വസ്തുതകളും തമ്മിൽ വേർതിരിച്ച്, താൻ അവതരിപ്പിക്കുന്നതിന്റെ വിശ്വാസ്യതയെക്കുറിച്ച് പലപ്പോഴും അദ്ദേഹം വ്യക്തമായ അഭിപ്രായം പറയുന്നുമുണ്ട്.

മുൻകാല കൃതികൾ അദ്ദേഹം ഉദ്ധരിച്ചു എന്ന് മാത്രമല്ല, ഒന്നിലധികം വീക്ഷണങ്ങൾ താരതമ്യപ്പെടുത്തുകയും കൃത്യതയില്ലാത്ത വിവരണങ്ങളെ വിമർശിക്കുകയും ചെയ്തു എന്നിടത്താണ് അത് കേവലം ഐതിഹ്യങ്ങളെന്ന്

വിളിക്കാവുന്ന മുൻ ചരിത്ര രചനകളിൽ നിന്ന് വ്യത്യസ്തമാകുന്നത്. ഈ തലത്തിലുള്ള ചരിത്രപരമായ സൂക്ഷ്മപരിശോധനയും രീതിശാസ്ത്രപരമായ കാറിന്യവും പുരാതന ഇന്ത്യൻ ചരിത്രരചനയിൽ അപൂർവമായിരുന്നു.

• കാശ്മീര തന്ത്രത്തിന്റെ തത്വശാസ്ത്രപരവും പ്രാപഞ്ചികവുമായ വീക്ഷണങ്ങൾ

ശാസ്ത്രീയമായ രീതി ശാസ്ത്രത്തിന്റെ ഇത്തരമൊരു ഭൂമികയിലാണ് കാശ്മീര തന്ത്രവും ഉടലെടുക്കുന്നത്. അതുകൊണ്ടുതന്നെ അത്തരമൊരു ദർശനം അത്യധികം യുക്തിഭദ്രമായതിൽ അത്ഭുതമില്ലല്ലോ?

പ്രാചീന താന്ത്രിക പാരമ്പര്യങ്ങളിൽ വേരൂന്നിയ ആ ദർശനം ദ്വന്ദ്വാത്മകമല്ലാത്ത ഒരു പ്രാപഞ്ചിക വീക്ഷണം പ്രദാനം ചെയ്യുകയും പുൽക്കൊടി മുതൽ നക്ഷത്ര സമൂഹത്തെ വരെ ഉൾക്കൊള്ളുന്ന ഒരു ദൈവികതയെ അത് ഊന്നി പറയുകയും ചെയ്യുന്നു.

കേവലം ഭൗതികാതീതമായ ഒരു തലത്തിലേക്ക് സാധകനെ നയിക്കുന്നു എന്നത് മാത്രമല്ല ഈ ദർശനത്തിന്റെ സവിശേഷത. അതിനപ്പുറം ഭൗതിക പ്രപഞ്ചത്തിലെ എല്ലാ ഭാവങ്ങളെയും ആത്യന്തികമായ ശുദ്ധ ബോധത്തിന്റെ അല്ലെങ്കിൽ ശിവന്റെ സാക്ഷാൽക്കരമായി അറിയാനും അനുഭവിക്കാനും സാധകനെ സഹായിക്കുന്നു എന്നിടത്താണ് അത് മറ്റ് പല ദർശനങ്ങളിൽ നിന്നും വ്യത്യസ്തമാകുന്നത്.

ആ ദർശനത്തിന്റെ ഹൃദയത്തിൽ വൈയക്തിക ആത്മാവും (ജീവൻ) സാർവത്രിക ബോധവും (ശിവൻ) വ്യത്യസ്തമല്ല. ധ്യാനം, അനുഷ്ഠാനങ്ങൾ, നിഗൂഢമായ മറ്റ് ചില സമ്പ്രദായങ്ങൾ എന്നിവയിലൂടെ ഏകാത്മക ബോധത്തിലെത്താനുള്ള വഴി അത് പറഞ്ഞുതരുന്നു.

അന്തർലീനമായ ദൈവികതയെ തിരിച്ചറിയാനും പ്രാപഞ്ചിക ബോധവുമായി അതിനെ ലയിപ്പിക്കാനും ഒരു അന്വേഷകനെ ഈ ദർശനം സഹായിക്കുന്നു.

• കാശ്മീര തന്ത്രത്തിലെ പ്രാപഞ്ചിക നൃത്തം

സൗകര്യത്തിനായി തന്ത്ര ദർശനത്തെ താഴെ പറയുന്ന വിധത്തിൽ നമുക്ക് വേണമെങ്കിൽ ലളിതവൽക്കരിക്കാം. ശിവനും ശക്തിയും ചേർന്നുള്ള ഒരു നൃത്തമാണ് ഈ പ്രപഞ്ചത്തിലെ സർവ്വവും. ശിവനെ സമഗ്രമായ പ്രാപഞ്ചികാവബോധമായും ശക്തിയെ എല്ലാത്തിനും ജീവൻ നൽകുന്ന ഊർജ്ജമായും സങ്കൽപ്പിക്കുക.

അപ്പോൾ ഈ പ്രപഞ്ചമെന്നത് ബോധവും ഊർജ്ജവും ചേർന്നുള്ള ഒരു നൃത്ത ഭൂമികയായി മാറുന്നതായി കാണാൻ കഴിയും. ബോധവും ഊർജ്ജവും ചേർന്ന് വെക്കുന്ന ഓരോ ചുവടും ഈ പ്രപഞ്ചത്തിലെ സർവ ചരാചരങ്ങളിലും നമ്മുടെ ഹൃദയമിടിപ്പിൽ പോലും പ്രതിധ്വനിക്കുന്നതായി അനുഭവിക്കാനും കഴിയും.

കാശ്മീര തന്ത്രദർശന പഠനം കേവലം ഒരു തത്ത്വചിന്താ പഠനം മാത്രമല്ല; അതൊരു ആത്മീയയാത്ര കൂടിയാണ്. ലോകത്തെ മനസ്സിലാക്കുക, അതിൽ നമ്മുടെ സ്ഥാനം കണ്ടെത്തുക, നമ്മളെന്താണെന്ന് സ്വയം മനസിലാക്കുക എന്നതാണതിന്റെ ലക്ഷ്യം.

ഈ പുസ്തകം അത്തരമൊരു തീർത്ഥയാത്രയാണ്. ഈ പുസ്തകത്തിലേക്ക് ആഴ്ന്നിറങ്ങുമ്പോൾ നിങ്ങളും ഈ യാത്രയിൽ എന്നോടൊപ്പമാണ്.

വരൂ, കാശ്മീര തന്ത്രത്തിന്റെ സൗന്ദര്യവും ജ്ഞാനവും ആഴവും നമുക്ക് ഒരുമിച്ച് പര്യവേക്ഷണം ചെയ്യാം.

1

തന്ത്രത്തിന്റെ വേരുകൾ

തന്ത്രത്തിന്റെ ഉത്ഭവവും വികാസവും നിഗൂഢതയിൽ മറഞ്ഞിരിക്കുന്നതും അതിന്റെ തത്വദർശനം പോലെ തന്നെ പണ്ഡിതോചിതമായ ചർച്ചകൾക്കും തർക്കങ്ങൾക്കും കാരണവുമാണ്. തന്ത്രം എവിടെ, എങ്ങനെ ഉത്ഭവിച്ചെന്ന് അന്വേഷിക്കുമ്പോൾ പണ്ഡിതന്മാർ പലപ്പോഴും ചരിത്രപരമായ തെളിവുകളുടെ അഭാവത്തിൽ ഉപരിപ്ലവമായ സിദ്ധാന്തങ്ങളുടെയും സാമാന്യവൽക്കരണങ്ങളുടെയും ഭ്രമണപഥത്തിൽ ഒരു ചുഴിയിലെന്നപോലെ അകപ്പെട്ടുപോവുകയാണ് ചെയ്യാറുള്ളത്.

ഇന്ന് ഭാരതത്തിൽ നിലനിൽക്കുന്ന ഭൂരിഭാഗം ക്ഷേത്രാരാധനാ സമ്പ്രദായങ്ങളിലും (കേരളീയ ക്ഷേത്രാരാധനയിലടക്കം) തന്ത്ര ദർശനത്തിന്റെ പല അംശങ്ങളും നില നിൽക്കുന്നതുകൊണ്ടാണ് പ്രധാനമായും എവിടെ ഏത് പ്രദേശത്താണ്, ഏത് ദർശനത്തിലാണ് താന്ത്രികാംശങ്ങൾ ആദ്യമായി കടന്നുവന്നതെന്ന് കൃത്യമായി പറയാൻ കഴിയാത്തത്.

ഐതിഹ്യമനുസരിച്ച് താന്ത്രികാചാര്യരുടെ വംശപരമ്പര ആരംഭിക്കുന്നത് ശിവനിൽ നിന്നാണ്. കലിയുഗത്തിൽ തന്ത്രങ്ങളെക്കുറിച്ചുള്ള അറിവ് നഷ്ടപ്പെട്ടതിനാൽ ശിവൻ

ശ്രീകണ്ഠനാഥന്റെ രൂപം സ്വീകരിക്കുകയും ശിഷ്യനായ ദുർവാസാവ് മഹർഷിക്ക് അദ്വൈതപരമായ അഭേദ തന്ത്രം , വിശിഷ്ടാദ്വൈതപരമായ ഭേദാഭേദ തന്ത്രം , ദ്വൈതപരമായ ഭേദ തന്ത്രം എന്നിങ്ങനെ മൂന്ന് വിധത്തിലുള്ള തന്ത്രവും ഉപദേശിക്കുകയും ചെയ്തു. ഇവയെ ക്രമത്തിൽ ഭൈരവ തന്ത്രങ്ങൾ, രുദ്ര തന്ത്രങ്ങൾ, ശിവ തന്ത്രങ്ങൾ എന്ന് വിളിക്കുന്നു.

ജ്ഞാനലബ്ധി വന്ന ദുർവാസാവ് പിന്നീട് ഈ അറിവ് സ്വീകരിക്കാൻ പാകത്തിലുള്ള ശിഷ്യരെ കുറെ തിരഞ്ഞെങ്കിലും ആരെയും കണ്ടെത്താനാകാതെ വന്നപ്പോൾ മൂന്ന് മനസപുത്രരെ സൃഷ്ടിക്കുകയും ആദ്യത്തെ പുത്രനായ ത്ര്യംബക നാഥന് ഭൈരവതന്ത്രവും രണ്ടാമത്തെ പുത്രനായ ആമർദ്ദക നാഥന് ശിവതന്ത്രവും മൂന്നാമത്തെ പുത്രനായ ശ്രീനാഥന് രുദ്രതന്ത്രവും ഉപദേശിക്കുകയും ചെയ്തു.

ത്ര്യംബക നാഥനിലൂടെ പകർന്നുവന്ന അദ്വൈതപരമായ ഭൈരവതന്ത്രമാണ് പിന്നീട് കാശ്മീര തന്ത്രമായി പരിണമിച്ചത് എന്നാണ് ഐതിഹ്യം.

- തന്ത്രത്തിന്റെ ഉത്ഭവത്തെക്കുറിച്ചുള്ള സിദ്ധാന്തങ്ങൾ

ചരിത്രകാരന്മാരിലേക്ക് വരികയാണെങ്കിൽ ഇന്ത്യയിലെ മുഖ്യധാരാ സമ്പ്രദായങ്ങൾക്ക് പുറത്തുള്ള ഏതെങ്കിലും ഗോത്ര ആചാരങ്ങളിൽ നിന്ന് അല്ലെങ്കിൽ എന്തെങ്കിലും ഷാമനിസ്റ്റിക് സമ്പ്രദായങ്ങളിൽ നിന്ന് ആണ് തന്ത്രം ഉത്ഭവിച്ചതെന്ന് ചിലർ വിശ്വസിക്കുന്നു.

ചിലർ ബുദ്ധമതത്തിലാണ് തന്ത്രത്തിന്റെ തുടക്കം എന്ന് നിരൂപിക്കുന്നു. പ്രധാന താന്ത്രിക പാരമ്പര്യങ്ങളായ ശൈവസമ്പ്രദായത്തിലും ബുദ്ധമതത്തിലും ഏകദേശം ഒരേ സമയത്താണ് താന്ത്രിക ഗ്രന്ഥങ്ങൾ എഴുതപ്പെട്ടത് എന്നാണ്

ആദ്യകാല താന്ത്രിക ഗ്രന്ഥങ്ങളും ലിഖിതങ്ങളും സൂചിപ്പിക്കുന്നത്. ഈ രണ്ടു വിഭാഗങ്ങളിൽ ഏത് വിഭാഗത്തിലാണ് തന്ത്രം ആദ്യം ഉദയം ചെയ്തതെന്ന് കണ്ടെത്താൻ പ്രയാസമാണ്.

ഗ്രന്ഥങ്ങൾ എഴുതപ്പെട്ടത് ഏകദേശം ഒരേ കാലത്താണെങ്കിലും ശൈവാരാധനയിൽ വളരെ മുമ്പ് തന്നെ താന്ത്രിക സമ്പ്രദായങ്ങൾ പ്രയോഗത്തിലുണ്ടായിരുന്നു എന്നാണ് ഭൂരിഭാഗം പണ്ഡിതരും അവകാശപ്പെടുന്നത്. പ്രൊഫസർ സാൻഡേഴ്സനെപ്പോലെ ചിലർ തന്ത്രം അതിന്റെ പ്രാരംഭ ചുവടുവെച്ചത് ശൈവ മതത്തിലാണ് എന്ന് കാര്യകാരണ സഹിതം സമർത്ഥിക്കുന്നുമുണ്ട്.

ക്രിസ്റ്റഫർ വാലിസ് തന്റെ "തന്ത്ര ഇല്ല്യൂമിനേറ്റഡ്" എന്ന ഗ്രന്ഥത്തിൽ ആ വാദത്തിന്റെ കാരണവും വ്യക്തമായി പറയുന്നുണ്ട്.

ക്രിസ്ത്വാബ്ദം ആറ് ഏഴ് നൂറ്റാണ്ടിൽ ജീവിച്ചിരുന്ന ബുദ്ധമത തത്വചിന്തകനാണ് ധർമകീർത്തി. അദ്ദേഹം അന്ന് ശൈവ സമ്പ്രദായത്തിൽ നിലനിന്നിരുന്ന താന്ത്രികരാധനയെ വളരെ ശക്തമായി എതിർക്കുന്നുണ്ട്.

ശൈവാരാധനയിൽ താന്ത്രികാംശം അന്ന് നിലവിലുണ്ടായിരുന്നു എന്ന് അതുകൊണ്ടുതന്നെ തീർച്ചയാണ്. യുക്തി ഉപയോഗിച്ച് നോക്കിയാൽ ബുദ്ധമത ആരാധനയിൽ അന്ന് താന്ത്രികാംശം ഉണ്ടാകാൻ സാദ്ധ്യതയില്ല. കാരണം തന്ത്രത്തിന്റെ എന്തെങ്കിലും അംശം ബുദ്ധമത്തിൽ ഉണ്ടായിരുന്നുവെങ്കിൽ അദ്ദേഹം തന്റെ മതത്തിലെ അത്തരം അംശങ്ങളെ ആയിരിക്കുമല്ലോ ആദ്യം വിമർശിക്കുക? അതിലുമുപരിയായി ബുദ്ധമതത്തിൽ നിലനിൽക്കുന്ന ഏതെങ്കിലും താന്ത്രിക സമ്പ്രദായങ്ങളെ കുറിച്ച് അദ്ദേഹം എവിടെയും പരാമർശിക്കുന്നുമില്ല.

ബുദ്ധമതത്തിലെ താന്ത്രിക അംശത്തെ കുറിച്ച് പ്രതിപാദിക്കുന്നില്ല എന്നതുകൊണ്ട് ധർമകീർത്തിക്ക് ശേഷമാണ് ബുദ്ധമതത്തിൽ താന്ത്രിക സമ്പ്രദായത്തിന്റെ അംശങ്ങൾ കടന്നു കൂടിയതെന്നും ശൈവസത്തിലെ താന്ത്രിക അംശങ്ങളെ അദ്ദേഹം എതിർക്കുന്നു എന്നതുകൊണ്ട് അദ്ദേഹത്തിന്റെ കാലത്ത് ശൈവ സമ്പ്രദായത്തിൽ താന്ത്രിക ആരാധന നിലവിലുണ്ടായിരുന്നു എന്നും ഊഹിക്കാം.

"അതുകൊണ്ട് താന്ത്രിക സമ്പ്രദായം ആദ്യം പ്രയോഗത്തിലിരുന്നത് ശൈവ സമ്പ്രദായത്തിലായിരുന്നു എന്ന വാദം അംഗീകരിച്ചാണ് ഞാനും ഈ ഗ്രന്ഥത്തിൽ മുന്നോട്ട് നീങ്ങുന്നത്."

• അല്പ്പ ചരിത്രം

ശൈവിസത്തിൽ അല്ലെങ്കിൽ ശൈവ മതത്തിൽ മദ്ധ്യ കാലത്തോടെ മാത്രം കടന്നുവന്ന ഒരു ഒരു പ്രതിഭാസമാണ് ശൈവതന്ത്രം എന്ന് കരുതുകയാണെങ്കിൽ ശൈവതന്ത്രത്തെ കുറിച്ചുള്ള ഏത് അന്വേഷണവും ശൈവിസത്തിൽ നിന്ന് തുടങ്ങേണ്ടി വരും. അതുകൊണ്ട് നമുക്ക് ആദ്യം ശൈവിസത്തിന്റെ അല്ലെങ്കിൽ ശൈവ മതത്തിന്റെ ചരിത്രത്തിലേക്ക് ഒന്നെത്തിനോക്കാം.

സിന്ധു നദീതട സംസ്കാരത്തിലാണ് ശൈവ മതത്തിന്റെ കഥ ആരംഭിക്കുന്നത് (ഏകദേശം 2600-1900 BC). സിന്ധുനദീതടത്തിലെ പുരാവസ്തു ഖനനങ്ങളിൽ, പ്രത്യേകിച്ച് മോഹൻജൊ-ദാരോ, ഹാരപ്പ തുടങ്ങിയ സ്ഥലങ്ങളിൽ, നിരവധി മുദ്രകൾ കണ്ടെത്തിയിരുന്നു.

മുദ്രയുടെ ആദ്യ വിവരണവും വിശകലനവും നൽകിയത് ആർക്കിയോളജിക്കൽ സർവേ ഓഫ് ഇന്ത്യയുടെ ഡയറക്ടർ ജനറലായ പുരാവസ്തു ഗവേഷകൻ ജോൺ മാർഷലാണ്. കണ്ടെത്തിയ മുദ്രകളിൽ ഒരു രൂപത്തെ പുരുഷദേവനായി അദ്ദേഹം തിരിച്ചറിയുകയും പശുപതി എന്ന ശീർഷകത്തിൽ അറിയപ്പെടുന്ന ഹിന്ദു ദൈവമായ ശിവന്റെയോ അദ്ദേഹത്തിന്റെ മുൻഗാമിയായ രുദ്രന്റെയോ ആദ്യകാല മാതൃകയാണ് അതെന്ന് സ്ഥാപിക്കുകയും ചെയ്തു.

പിന്നീട് ഹെർബെർട് സള്ളിവനെപ്പോലുള്ള പണ്ഡിതർ ജോൺ മാർഷലിന്റെ ഈ വാദത്തെ അംഗീകരിക്കുന്നില്ലെങ്കിലും നിരവധി പണ്ഡിതർ ഇപ്പോഴും ജോൺ മാർഷലിനൊപ്പമാണ്.

അനന്തരം വേദകാലഘട്ടത്തിലേക്ക് വരുമ്പോൾ രുദ്രൻ പ്രധാനപ്പെട്ട ഒരു ദേവനായി പരാമർശിക്കപ്പെടുന്നതായി നാം കാണുന്നു.

ബിസി രണ്ടാം നൂറ്റാണ്ടിൽ എഴുതിയതെന്ന് കരുതപ്പെടുന്ന പതഞ്ജലിയുടെ 'മഹാഭാഷ്യത്തിൽ' ശിവനെ പരമോന്നത ദൈവമായി ആരാധിക്കുന്ന ശൈവമതവിശ്വാസികളെ കുറിച്ചുള്ള ചില പരാമർശങ്ങൾ കാണാം. മൃഗത്തോലും ഇരുമ്പ് കുന്തവും കൊണ്ട് അലഞ്ഞുതിരിയുന്ന സന്യാസിമാരായ ശിവഭഗവന്മാരെ കുറിച്ച് പതഞ്ജലി പരാമർശിക്കുന്നുണ്ട്.

വടക്കേ ഇന്ത്യയിലെ ഗ്രീക്ക്, ശക, ഭരണാധികാരികളിൽ നിന്നുള്ള നാണയങ്ങളിൽ (100 BC to 100 AD) ശൈവ ചിഹ്നങ്ങൾ കാണപ്പെടുന്നുണ്ട് എന്ന വസ്തുതയും ഇതിനോട് കൂട്ടി വായിക്കേണ്ടതാണ്. ഇതെല്ലാം തീർച്ചയായും ആ കാലഘട്ടത്തിലെ ശിവന്റെ പ്രാമുഖ്യത്തെ സൂചിപ്പിക്കുന്നുണ്ട്.

വേദാനന്തര, ഇതിഹാസ പുരാണ കാലഘട്ടത്തിൽ (500 BC – 300 AD) ശിവാരാധന കൂടുതൽ

വ്യാപകമാകുന്നതായാണ് നാം കാണുന്നത്.

ഈ കാലഘട്ടം നിരവധി പുരാണങ്ങളുടെയും ഇതിഹാസങ്ങളുടെയും ഉദയത്തിന് സാക്ഷ്യം വഹിച്ചു. ശിവപുരാണം, ലിംഗപുരാണം തുടങ്ങിയ പുരാണങ്ങൾ ശിവന്റെ പ്രാപഞ്ചിക നായകത്വത്തെ കുറിച്ചും ശിവന്റെ വിവിധ രൂപങ്ങളേയും ഭാവങ്ങളെയും കുറിച്ചും വിശദമായി വിവരിക്കുന്നുണ്ട്.

മഹാഭാരതവും രാമായണവും പോലുള്ള ഇതിഹാസങ്ങളും ശിവനെ ശക്തനും ജ്ഞാനിയുമായ ഒരു ദേവനായി ചിത്രീകരിക്കുന്നുണ്ട്. ഇവയെല്ലാം ശിവനെക്കുറിച്ചുള്ള ജനകീയ ധാരണ രൂപപ്പെടുത്തുന്നതിൽ നിർണായക പങ്ക് വഹിച്ചിട്ടുണ്ട് എന്നാണ് പണ്ഡിതമതം.

തുടർന്നുവന്ന ആഗമിക കാലഘട്ടത്തിൽ (300-600 AD) ശൈവ ഗ്രന്ഥങ്ങളുടെ പ്രധാനപ്പെട്ട ഒരു വിഭാഗമായ ആഗമങ്ങൾ പ്രത്യക്ഷപ്പെടാൻ തുടങ്ങി. അവ ശൈവ തത്ത്വചിന്തയ്ക്കും ആചാരാനുഷ്ഠാനങ്ങൾക്കും വ്യവസ്ഥാപിതമായ ഒരു ചട്ടക്കൂട് നൽകി.

ശൈവ പാരമ്പര്യങ്ങളുടെ തുടർച്ചയും നൈരന്തര്യവും ഉറപ്പാക്കുക വഴി ശൈവമതത്തിന്റെ വികാസത്തെ രൂപപ്പെടുത്തുന്നതിൽ ആഗമങ്ങൾ നിർണായക പങ്ക് വഹിച്ചിട്ടുണ്ടെന്ന് കാണാം. വിവിധ ഉപവിഭാഗങ്ങളുടേയും ചിന്താധാരകളുടേയും സൃഷ്ടിയിലൂടെ ശൈവമതത്തിന്റെ വൈവിധ്യവൽക്കരണത്തിനും ആഗമങ്ങൾ കാര്യമായ സംഭാവനകൾ നൽകിയിട്ടുണ്ട്. ഈ ആഗമശാസ്ത്രം കേരളീയ താന്ത്രിക പദ്ധതിയുടെ രൂപീകരണത്തിലും കാര്യമായ പങ്ക് വഹിച്ചിട്ടുണ്ട്.

ഇങ്ങനെയൊക്കെ ആണെങ്കിലും സുരേന്ദ്രനാഥ് ദാസ് ഗുപ്ത അദ്ദേഹത്തിന്റെ ഇന്ത്യൻ തത്വശാസ്ത്രത്തിന്റെ ചരിത്രം (History of Indian Philosophy) എന്ന ഗ്രന്ഥത്തിൽ

പറയുന്നത് ആഗമ സാഹിത്യം അതിന്റെ ഗ്രന്ഥങ്ങളുടെ എണ്ണത്തിൽ വളരെ വിപുലമാണെങ്കിലും അവയുടെ ദാർശനികവും തത്ത്വശാസ്ത്രവുമായ സംഭാവന വളരെ ചെറുതാണ് എന്നാണ്.

ക്ളാസിക്കൽ ശൈവിസം, ത്രിക സമ്പ്രദായം എന്നെല്ലാം അറിയപ്പെടുന്ന കാശ്മീരി തന്ത്രത്തിന്റെ ഉത്ഭവവും വികാസവും സംഭവിക്കുന്നത് പിന്നീടാണ്, ഏകദേശം 600-1100 AD യോട് കൂടിയാണ്.

• **കാശ്മീർ ശൈവിസത്തിന്റെ സാമൂഹിക-ചരിത്ര സന്ദർഭം**

ശൈവ മതത്തിലാണ് ആദ്യമായി താന്ത്രിക സമ്പ്രദായം ഉടലെടുക്കുന്നത് എന്നതുകൊണ്ട് ശൈവ മതത്തിന്റെ ചരിത്രം മാത്രമല്ല ആ കാലഘട്ടങ്ങളിലുണ്ടായിരുന്ന കാശ്മീരിലെ സാമൂഹിക പശ്ചാത്തലം മനസ്സിലാക്കുന്നത്, തന്ത്രത്തിന്റെ ആദ്യഘട്ടങ്ങളെക്കുറിച്ചുള്ള ഉൾക്കാഴ്ചകൾ ലഭിക്കാൻ നമ്മെ സഹായിക്കും എന്ന് കരുതുന്നു.

ക്രിസ്ത്വബ്ദം അഞ്ചാം നൂറ്റാണ്ടോടെ ഉത്തരേന്ത്യയെ മുഴുവൻ ഒന്നിച്ച് നിർത്തിയിരുന്ന ശക്തമായ ഗുപ്ത സാമ്രാജ്യം തകരുകയും അതോടെ ചെറുതും അന്യോന്യം ശത്രുത പുലർത്തുന്നതുമായ നിരവധി രാജ്യങ്ങൾ ഉടലെടുക്കുകയും അവ പരസ്പരം യുദ്ധം ചെയ്യാനാരംഭിക്കുകയും ചെയ്തു. ജനങ്ങളുടെ ജീവിതം ഏറ്റവും ദുരിതപൂർണമായ കാലഘട്ടമായിരുന്നു അത്.

സാധാരണക്കാരെ സംബന്ധിച്ചിടത്തോളം, സുരക്ഷിതത്വമോ സ്ഥിരതയോ ഇല്ലാത്ത ജീവിതം അനിശ്ചിതത്വത്തിന്റെ ചുഴിയിൽ പെട്ട് ആടിയുലഞ്ഞു. ജീവിതമെന്നാൽ ജനനത്തിൽ നിന്ന് മരണത്തിലേക്കുള്ള ഭയാനകമായ ഒരു അനിശ്ചിതകാല യാത്ര മാത്രമായി

പരിണമിച്ചു.

പ്രക്ഷുബ്ധമായ ഇത്തരം സന്ദർഭങ്ങളിലാണല്ലോ മനുഷ്യർ ശാന്തിക്കായി ആത്മീയതയെ കൂടുതലായി അഭയം പ്രാപിക്കുന്നത്. കശ്മീരിന്റെ ചരിത്രത്തിലെ അത്തരമൊരു സന്നിശ്ധ ഘട്ടത്തിലാണ് വ്യക്തി ശാക്തീകരണത്തിലേക്കും ആന്തരിക ശാന്തിയിലേക്കുമുള്ള സാദ്ധ്യതയുടെ വാഗ്നനവുമായി തന്ത്രം പ്രചാരം നേടുന്നത്.

കൽഹണന്റെ രജതരംഗിണിയിൽ അന്ന് കാശ്മീരിൽ നിലനിന്നിരുന്ന ശൈവ ആരാധനയുടെ ആധിപത്യത്തെ കൃത്യമായി സൂചിപ്പിക്കുന്നുണ്ട്.

രാജതരംഗിണിയുടെ പുരാതന ചുരുളുകളിൽ നിന്ന് പ്രാഥമികമായി ലഭിക്കുന്ന ശിവാരാധനയുടെ ആഖ്യാനം 'ചരിത്രവസ്തുത' എന്ന നിലക്ക് പൂർണമായും സ്വീകരിക്കാനാവുകയില്ലെങ്കിലും കൽഹണൻ നൽകുന്ന ചില ചിത്രങ്ങൾ കശ്മീർ താഴ്വരയിലെ ശൈവ ആരാധനയുടെ വ്യാപ്തി കൃത്യമായി സൂചിപ്പിക്കുന്നുണ്ട് എന്ന് പറയാതിരിക്കാനാവില്ല.

• **ശൈവമതം പ്രോത്സാഹിപ്പിക്കുന്നതിൽ രാജാക്കന്മാരുടെ പങ്ക്**

കാശ്മീരിന്റെ ചരിത്രത്തിലൂടെ നടന്നുപോയ ശിവഭക്തരായ ഓരോ രാജാക്കന്മാരും അവരുടെ ഭക്തിക്ക് പൊതുസമ്മതി നൽകാനായി ധാരാളം ശിവക്ഷേത്രങ്ങൾ നിർമ്മിക്കുകയും അങ്ങനെ ശൈവ സമ്പ്രദായത്തിന്റെ പ്രചാരണത്തിന് ആക്കം കൂട്ടുകയും ചെയ്തു.

ഏഴാം നൂറ്റാണ്ടിൽ, കാശ്മീരിന്റെ അധികാര സിംഹാസനത്തിലേക്ക് എത്തിയ കാർക്കോടക രാജകുടുംബത്തിലെ നിരവധി അംഗങ്ങൾ

ശൈവാരാധകരായിരുന്നു   എന്നതുകൊണ്ട് ശൈവാരാധനയുടെ പ്രാധാന്യവും വളരെയധികം വർധിച്ചു. കാർക്കോടക സാമ്രാജ്യത്തിന്റെ പിന്തുടർച്ചക്കാരായി പിന്നീട് അധികാരമേറ്റ ഉത്പലരുടെ ഭരണത്തിൽ ശൈവമതം കൂടുതൽ   പരിപോഷിപ്പിക്കപ്പെടുന്നതായാണ്   നാം കാണുന്നത്. അവന്തിവർമ്മന്റെ മന്ത്രിയായ സുരയും അദ്ദേഹത്തിന്റെ മകൻ രത്നവർദ്ധനനും അവരുടെ കാലത്ത് ശിവന്റെയും പാർവ്വതിയുടെയും ധാരാളം ക്ഷേത്രങ്ങൾ സ്ഥാപിച്ചിരുന്നുവത്രെ.

- ### ആദ്യകാല ശൈവമതത്തിലെ ആരാധനാ രീതികൾ

ആദ്യകാലങ്ങളിലെ ശൈവാരാധനാ രീതിയനുസരിച്ച് ക്ഷേത്രത്തിൽ പൊതു ആരാധനയും വീടുകളിൽ സ്വകാര്യ പൂജയും നടന്നിരുന്നു എന്നാണ് ക്രിസ്റ്റഫർ വാലിസ് അദ്ദേഹത്തിന്റെ 'തന്ത്ര ഇല്ലൂമിനേറ്റഡ് ' എന്ന പ്രസിദ്ധ ഗ്രന്ഥത്തിൽ പറയുന്നത്. തുടക്കക്കാർക്ക് അധികവും ആന്തരികമായ   സാധനാ   സമ്പ്രദായങ്ങളായിരുന്നു ഉപദേശിച്ചിരുന്നത്. ചിലപ്പോൾ ആചാര പഠനങ്ങളും ദാർശനിക സംവാദങ്ങളും ഉൾക്കൊള്ളുന്ന യോഗങ്ങളിലോ സത്സംഗങ്ങളിലോ പങ്കെടുക്കുകയും ചെയ്തിരുന്നു.

ഇത്തരം ഒത്തുചേരലുകൾ പങ്കാളികൾക്ക് പലപ്പോഴും അഗാധമായ   ആദ്ധ്യാത്മികാനുഭവങ്ങൾ   പ്രദാനം ചെയ്തിരുന്നുവത്രെ. ഈ ശിവഭക്തരാണ് പതിയെ പതിയെ ശിവസാധകരായി തീരുകയും തങ്ങളുടെ വ്യതിരിക്തമായ അനുഷ്ടാനങ്ങളിലൂടെ ഇന്ന് 'സാക്ഷാൽക്കാരം' എന്നൊക്കെ വിവക്ഷിക്കുന്ന തരത്തിലുള്ള ഒരു ആത്മീയ ഉണർവിലേക്ക് എത്തിച്ചേരുകയും ചെയ്തത്.

ഇന്ന് നമ്മൾ കാശ്മീര തന്ത്രം എന്ന പേരിൽ അറിയുന്ന ത്രിക സമ്പ്രദായത്തിന്റെ ഉത്ഭവത്തിന് വളരെ മുമ്പ് തന്നെ കാപാലികം, സിദ്ധാന്തം, പാശുപതം, കാളീമുഖം തുടങ്ങി നിരവധി മാർഗ്ഗങ്ങൾ നിലവിലുണ്ടായിരുന്നെങ്കിലും അവയുടെ ഒക്കെ ആരാധനാ രീതികളും സമ്പ്രദായങ്ങളും എന്തറിയിരുന്നുവെന്ന് കൃത്യമായ തെളിവുകളൊന്നും ലഭ്യമായിട്ടില്ല.

ശിവ പുരാണം, ലിംഗപുരാണം തുടങ്ങിയ പുരാണങ്ങളെ അടിസ്ഥാനമാക്കിയ പൗരാണിക ശൈവിസവും പുരാണാധിഷ്ഠിതമല്ലാത്ത ആരാധനാ സമ്പ്രദായങ്ങളുൾപ്പെടുന്ന അപൗരാണിക ശൈവിസവും പ്രധാനപ്പെട്ട രണ്ടു വിഭാഗങ്ങളായിരുന്നു.

"അപൗരാണിക ശൈവിസത്തിലെ ഉപവിഭാഗമായ മന്ത്രമാർഗത്തിൽ നിന്നാണ് കാശ്മീരി തന്ത്രം എന്ന് ഇന്ന് നമ്മൾ അറിയുന്ന ത്രിക സമ്പ്രദായയം ഉരുത്തിരിഞ്ഞത് എന്നാണ് പണ്ഡിതമതം."

• ത്രിക ദർശനം

നാല് സമ്പ്രദായങ്ങളായി ചില കാര്യങ്ങളിൽ വേർതിരിഞ്ഞും ചില കാര്യങ്ങളിൽ യോജിച്ചും വഴിപിരിഞ്ഞു നിൽക്കുന്ന സങ്കീർണമായ ഒരു ദാർശനിക ഘടനയെയാണ് നാം സാധാരണയായി കാശ്മീര തന്ത്രം അല്ലെങ്കിൽ ത്രിക ദർശനം എന്ന് പറയാറുള്ളത്.

മൂന്ന് എന്നർത്ഥമുള്ള 'ത്രി' എന്ന പദത്തിൽ നിന്ന് ഉരുത്തിരിഞ്ഞ ത്രിക, കാശ്മീര ശൈവ ദർശനത്തിന്റെ അടിത്തറയായി രൂപപ്പെടുന്ന ഒരു ത്രിത്വത്തെ രൂപപ്പെടുത്തുന്നു. ത്രിത്വസങ്കൽപം കാശ്മീര തന്ത്രത്തിൽ

പല രീതിയിൽ പ്രസക്തമാണ്. ക്രിസ്തുമതത്തിലെന്നപോലെ പോലെ കാശ്മീര തന്ത്രത്തിലും യാഥാർഥ്യത്തെ മൂന്നായി ഇഴപിരിച്ച് വ്യവഹരിക്കാറുണ്ട്. അവ ക്രമത്തിൽ ശിവൻ, ശക്തി, നരൻ എന്നിവയാണ്.

ശിവൻ: ആത്യന്തിക യാഥാർത്ഥ്യമാണ് ശിവൻ. അത് സമയത്തിന്റെയും സ്ഥലത്തിന്റെയും പരിമിതികൾക്കപ്പുറത്തുള്ള പരമമായ യാഥാർത്ഥ്യത്തെ പ്രതിനിധീകരിക്കുന്നു.

ശക്തി: പ്രപഞ്ചത്തെ സൃഷ്ടിക്കുകയും നിയന്ത്രിക്കുകയും ചെയ്യുന്ന ശിവന്റെ ശക്തമായ ഊർജ്ജമാണ് ശക്തി. ചലനാത്മകവും സ്പന്ദിക്കുന്നതുമായ ഈ ഊർജ്ജം പ്രാപഞ്ചിക നൃത്തത്തെ ക്രമീകരിക്കുന്നു.

നരൻ: നരൻ എന്നത് സ്ഥല കാലങ്ങളിലൂടെ സഞ്ചരിക്കുന്ന ബന്ധിക്കപ്പെട്ട ശിവനാണ്, അതായത് ജീവനാണ്. ഭൗതികമായ അസ്തിത്വത്തിന്റെയും ആത്മീയ ഉണർവിന്റെയും ദുർഘട ഘട്ടങ്ങളിലൂടെ സഞ്ചരിക്കുന്ന ജീവൻ ശിവനുമായി വീണ്ടും ഒന്നിക്കാൻ ശ്രമിക്കുന്ന ഒരു കോസ്മിക് നാടകമാണ് ജീവിതം എന്നാണ് ഈ ത്രയ സങ്കൽപം പറയുന്നത്. ഈ ത്രിത്വത്തെ പരാ, അപരാ, പരാപരാ എന്ന് മൂന്നായും പതി, പാശം, പശു എന്ന് മൂന്നായും വ്യവഹരിക്കാറുണ്ട്.

ത്രിക ദർശനം എന്നറിയപ്പെടുന്ന കാശ്മീര തന്ത്രത്തിന്റെ രൂപീകരണത്തിൽ കുളം, ക്രമം, സ്പന്ദം, പ്രത്യഭിജ്ഞ എന്നീ സമ്പ്രദായങ്ങൾ മനോഹരമായി ഇഴചേർന്നിരിക്കുന്നു:. ഓരോ സമ്പ്രദായത്തിനും അതിന്റേതായ പ്രത്യേക അനുശാസനങ്ങളും വഴികളും ഉണ്ടെങ്കിലും പല കാര്യങ്ങളിലും അന്യോന്യം യോജിപ്പുള്ളവയാണ്. കുള സമ്പ്രദായവും ക്രമ സമ്പ്രദായവും ആണ് കൂടുതൽ പുരാതനവും കൂടുതൽ ആരാധ്യവും. കാരണം അവയുടെ

വേരുകൾ നാലാം നൂറ്റാണ്ടുവരെ ആഴ്ന്നു കിടക്കുന്നുണ്ട്. കുറച്ചുകൂടി ആധുനികമാണ് ഒമ്പതാം നൂറ്റാണ്ടിൽ രൂപം കൊണ്ടതെന്ന് കരുതപ്പെടുന്ന സ്പന്ദ ദർശനവും പ്രത്യഭിജ്ഞ ദർശനവും.

• കുള (കൗളം) സമ്പ്രദായവും ക്രമ സമ്പ്രദായവും

കാശ്മീര തന്ത്രത്തിൽ ഇഴ ചേർന്നിട്ടുള്ള ആദ്യകാല മാർഗ്ഗങ്ങളാണ് കൗള സമ്പ്രദായവും ക്രമ സമ്പ്രദായവും. ഭൗതിക ജീവിതത്തെ ആത്മീയതയുമായി യോജിപ്പിക്കാൻ ശ്രമിക്കുന്ന കൗളമാർഗ്ഗം ഗൃഹസ്ഥനാണെന്നതുകൊണ്ട് ഒരുവനെയും സാധനയിൽ നിന്ന് വിലക്കുന്നില്ല. ഏറ്റവും അശുദ്ധമെന്ന് കരുതുന്നതിലും വിശുദ്ധിയെ കണ്ടെത്താൻ ആണ് അത് സാധകരെ പരിശീലിപ്പിക്കുന്നത്. അതുകൊണ്ട് പലപ്പോഴും കൗള മാർഗ്ഗത്തിലെ ആചാരങ്ങളിൽ പരമ്പരാഗത ആത്മീയതയുടെയും ധാർമികതയുടെയും അതിരുകൾ ഭേദിക്കുന്ന ഘടകങ്ങൾ ഉൾപ്പെടാറുണ്ട്.

നേരെമറിച്ച്, ക്രമ സമ്പ്രദായം ഉള്ളിലേക്ക് തിരിഞ്ഞുള്ള ആത്മാന്വേഷണത്തിന്റെ പാതയാണ് സാധകരോട് നിർദ്ദേശിക്കുന്നത്. സമയത്തിന്റെ ഒഴുക്കിനും പരിവർത്തനത്തിനും അവബോധത്തിന്റെ ക്രമികമായ പരിവർത്തനത്തിനും ഊന്നൽ നൽകിക്കൊണ്ട്, ക്രമ സമ്പ്രദായം സാധകരെ ചിട്ടയായ ധ്യാനപരിശീലനങ്ങളിലൂടെ നയിക്കുന്നു.

ഈ വ്യത്യാസങ്ങൾ എല്ലാം ഉണ്ടെങ്കിലും ഈ രണ്ടു സമ്പ്രദായങ്ങളും വ്യക്തിബോധവും സാർവത്രികബോധവും തമ്മിലുള്ള ഐക്യത്തിന് വേണ്ടിയുള്ള ഏറെ ഫലപ്രദമായ സാധനാ രീതികളായിരുന്നു നിർദേശിച്ചിരുന്നത്. . കൗള സാധകൻ ഭൗതിക ലോകത്തിൽ വ്യാപൃതരായിക്കൊണ്ട്

ആത്മീയ പരിശീലനത്തിൽ ഏർപ്പെടുമ്പോൾ, ക്രമ സാധകൻ ഉള്ളിലേക്ക് തിരിഞ്ഞുകൊണ്ട് സത്യ സാക്ഷാൽക്കാരത്തിന് ശ്രമിക്കുന്നു എന്ന വ്യത്യാസം മാത്രം.

ആത്മീയ പരിശീലനത്തിൽ ഏർപ്പെടുമ്പോൾ, ക്രമ സാധകൻ ഉള്ളിലേക്ക് തിരിഞ്ഞുകൊണ്ട് സത്യ സാക്ഷാൽക്കാരത്തിന് ശ്രമിക്കുന്നു എന്ന വ്യത്യാസം മാത്രം.

2

തന്ത്രത്തിന്റെ വ്യാപനം

- ഏഷ്യൻ ആത്മീയ ആചാരങ്ങളിലേക്കുള്ള തന്ത്രത്തിന്റെ പ്രവേശനം

പുറമേക്ക് തെളിനീരുപോലെ നിർമ്മലവും കൂടുതൽ ഇറങ്ങുന്തോറും അത്യഗാധവും ആയ കാശ്മീര തന്ത്രം പ്രാരംഭ ഘട്ടത്തിൽ ഒരു തുറന്ന സമ്പ്രദായമായിരുന്നില്ല. വളരെ രഹസ്യമായ, ദീക്ഷ എടുത്തവർക്കു മാത്രം ആചരിക്കാവുന്ന ഒന്നായിരുന്നു കാശ്മീരത്തിലെ താന്ത്രിക പദ്ധതി.

ഹിമാലയത്തിൽ നിന്നുത്ഭവിക്കുന്ന നദികൾ ഭാരതത്തിന്റെ വിവിധഭാഗങ്ങളെ ഫലഭൂയിഷ്ഠമാക്കുന്നതുപോലെ ഹിമാലയസാനുക്കളിൽ സവിശേഷ മതാചാരമായി ആരംഭിച്ച തന്ത്രം പിന്നീട് ഭാരത്തിൽ ഉടലെടുത്ത പല ചിന്താധാരകളെയും പരിപോഷിപ്പിച്ചു.

അതായത് പുരാതന കാശ്മീരിൽ സവിശേഷ മതാചാരമായി ആരംഭിച്ച തന്ത്രം ഭാരതത്തിന്റെ മറ്റു ഭാഗങ്ങളിൽ ഉടലെടുത്ത പല ആത്മീയ സമ്പ്രദായങ്ങളിലേക്കും (കേരളീയ ക്ഷേത്രാചാരങ്ങളിലടക്കം) കടന്നു കയറുകയും തന്ത്രത്തിന്റെ അംശങ്ങൾ അവയിലൊക്കെയും ഇഴ ചേർക്കുകയും ചെയ്തു എന്നർത്ഥം.

വ്യത്യസ്തങ്ങളായ ദേശങ്ങളിൽ എത്തിയപ്പോൾ ഇവയോരോന്നും അതാത് ദേശങ്ങളിലെ തനതായ ആത്മീയ സന്ദർഭങ്ങളുമായി പൊരുത്തപ്പെടുത്തി സ്വയം രൂപാന്തരപെടുകയും ചെയ്തു. മദ്ധ്യകാലഘട്ടത്തോടെ താന്ത്രിക ദർശനങ്ങൾ വ്യത്യസ്തങ്ങളായ ഉപ സമ്പ്രദായങ്ങളായി ഇന്ത്യക്ക് പുറത്തേക്കും വ്യാപിക്കാനാരംഭിച്ചു.

പല ഏഷ്യൻ സംസ്കാരങ്ങളും താന്ത്രിക അംശങ്ങളെ അവരവരുടെ ആത്മീയ വിശ്വാസസംഹിതകളിൽ സമന്വയിപ്പിച്ചു. ഈ ദേശങ്ങളിലൊക്കെയും ആന്തരിക സ്ഥിരതയ്ക്കും സമാധാനത്തിനും വേണ്ടിയുള്ള മനുഷ്യന്റെ നിരന്തരമായ അന്വേഷണത്തെ തന്ത്രത്തിന്റെ വെളിച്ചം വളരെയധികം സഹായിച്ചിട്ടുണ്ട്.

ചൈന ജപ്പാൻ തുടങ്ങി ഏഷ്യയിലെ പല പ്രദേശങ്ങളിലെയും എണ്ണമറ്റ വ്യക്തികൾക്ക് തന്ത്രം ശാക്തീകരണത്തിന്റെയും ആന്തരിക സമാധാനത്തിന്റെയും വിളക്കുമാടമായി നിലകൊണ്ടു. തന്ത്രത്തിന്റെ സാർവത്രിക സന്ദേശം വിവിധ സമൂഹങ്ങളിൽ പല രീതിയിൽ അനുരണനം കണ്ടെത്തി എന്നർത്ഥം.

• **തന്ത്രത്തെ പരിപോഷിപ്പിക്കുന്നതിൽ കശ്മീരിന്റെ പങ്ക്**

ആധുനികകാലത്തെ പ്രഗത്ഭ താന്ത്രിക ദാർശനികനായ മാർക്ക് ഡിച്കോവ്സ്കി (Mark Dyczkowski) അദ്ദേഹത്തിന്റെ 'ഡോക്ട്രിൻ ഓഫ് വൈബ്രേഷൻ' (Doctrine of Vibration) എന്ന ഗ്രന്ഥത്തിൽ വളരെ കൃത്യമായി ഈ വസ്തുത ചൂണ്ടിക്കാണിക്കുന്നുണ്ട്.

"കശ്മീരിലെ ആത്മീയവും ബൗദ്ധികവുമായ കാലാവസ്ഥ, ഇന്ത്യൻ മതജീവിതത്തിന്റെ

പിന്നീടുള്ള എല്ലാ മേഖലകളെയും പരിപോഷിക്കാൻ സഹായിച്ചിട്ടുണ്ട് ''"

എന്നദ്ദേഹം വ്യക്തമായി പറയുന്നു.

എ.ഡി പത്താം നൂറ്റാണ്ടായപ്പോഴേക്കും താന്ത്രിക ഗ്രന്ഥങ്ങൾ എന്ന രീതിയിൽ വ്യതിരിക്തമായ സ്വഭാവമുള്ള ഗ്രന്ഥങ്ങൾ കാശ്മീരിൽ ആവിർഭവിച്ചു തുടങ്ങിയിരുന്നു.

- വൈഷ്ണവ പാരമ്പര്യങ്ങളിൽ കാശ്മീര താന്ത്രിക സ്വാധീനം

ഹിന്ദുമതത്തിലെ തന്ത്രത്തിന്റെ ശക്തമായ രണ്ട് കൈവഴികളാണ് വൈഷ്ണവ തന്ത്രവും ശൈവ തന്ത്രവും. ഈ രണ്ടു വിഭാഗവും ക്രിസ്ത്വാബ്ദം പത്താം നൂറ്റാണ്ടോടെ കാശ്മീരിൽ വിപുലമായി പ്രചരിച്ചിരുന്നു എന്നതിന് ധാരാളം തെളിവുകളുണ്ട്.

തന്ത്രം വൈഷ്ണവമതത്തെ സൂക്ഷ്മമായി സ്വാധീനിച്ചിട്ടുണ്ട് എന്നത് നിസ്സംശയമാണ്. മധ്യ കാലഘട്ടത്തിൽ വികസിച്ചു വന്ന പാഞ്ചരാത്ര, വൈഖാനസ സമ്പ്രദായങ്ങളിൽ ഈ സ്വാധീനം വളരെ പ്രകടമാണ് താനും. താന്ത്രിക സാധനയുടെ ഘടകങ്ങളായ പ്രതീകാത്മക ന്യാസങ്ങൾ, മുദ്രകൾ, ദേവതാവാഹന രീതി എന്നിവയുടെ പല അംശങ്ങളും വൈഷ്ണവ ആരാധനയിൽ ഏറിയും കുറഞ്ഞും പ്രതിഫലിക്കുന്നുണ്ട്.

മാത്രമല്ല, വൈഷ്ണവ സംഹിതകൾ പലപ്പോഴും വിഷ്ണുവിൻ്റെ ദിവ്യശക്തിയുടെയും കൃപയുടെയും വ്യത്യസ്ത വശങ്ങളെ പ്രതിനിധീകരിക്കുന്ന പല ദേവതകളെയും വ്യൂഹങ്ങളെയും ആരാധനക്കായി ഉപയോഗിക്കാറുണ്ട്. വിഷ്ണുവിന്റെ വ്യത്യസ്ത ശക്തികളെ ദേവതകളായിക്കണ്ട് ആരാധിക്കുന്ന രീതി ഒരുപക്ഷേ താന്ത്രിക

സ്വാധീനത്തിൽ നിന്നും ഉടലെടുത്തതായിരിക്കണം.

ചില വൈഷ്ണവ സമ്പ്രദായങ്ങളിൽ മൂലാധാരത്തിൽ വസിക്കുന്ന പരമോന്നത ഊർജ്ജമായി ലക്ഷ്മിയെ ഊന്നിപ്പറയുന്നതിലും, ശരീരത്തെ ദൈവത്തിന്റെ വാസസ്ഥലമായി ഗണിക്കുന്ന സങ്കൽപനത്തിലും തന്ത്രത്തിന്റെ സ്വാധീനം പ്രകടമാണല്ലോ.

പിന്നീട് പല സാമൂഹിക സാഹചര്യങ്ങളാൽ, പ്രത്യേകിച്ചും വൈദേശിക അക്രമണത്താൽ, വൈഷ്ണവാഗമം (വൈഷ്ണവിസമല്ല ഇവിടെ പ്രതിപാദ്യം) ഉത്തരേന്ത്യയിൽ നിന്ന് അപ്രത്യക്ഷമാകുകയും പഞ്ചരാത്രം, വൈഖാനസം തുടങ്ങിയ ശാഖകൾ ദക്ഷിണേന്ത്യയിൽ മാത്രമായി ഒതുങ്ങുകയും ചെയ്തെങ്കിലും ആദ്യകാലത്തെ ദക്ഷിണേന്ത്യയിലെ വൈഷ്ണവ താന്ത്രികാചാര്യന്മാർ കൃത്യമായ ദിശാബോധത്തിനായി പലപ്പോഴും കാശ്മീരിലേക്കാണ് നോക്കിയിരുന്നതെന്ന് ഓട്ടോ ഷ്റിഡർ (F.Otto Schrader) തന്റെ "പഞ്ചരാത്രവും അനിരുദ്ധ സംഹിതയും" (Pancaratra and the Ahirbudhnya Sarnhita) എന്ന ഗ്രന്ഥത്തിൽ പറയുന്നുണ്ട്.

• **ബുദ്ധമത പാരമ്പര്യങ്ങളിൽ കാശ്മീര താന്ത്രിക സ്വാധീനം**

ഹിന്ദുമതത്തിലെ തന്ത്രശാഖ മാത്രമല്ല ബുദ്ധമതത്തിലെ തന്ത്രശാഖയും അക്കാലത്തു കാശ്മീരിൽ വളരെ അധികം വികസിച്ചിരുന്നു എന്നാണ് ചരിത്രകാരന്മാർ പറയുന്നത്. നാരോപ, പദ്മസംഭവ തുടങ്ങിയ ബുദ്ധമത താന്ത്രികാചാര്യന്മാർ കാശ്മീരികളായിരുന്നു എന്ന് മാർക്ക് ഡിച്കോവ്സ്കി (Mark Dyczkowski) രേഖപ്പെടുത്തുന്നുണ്ട്. ക്രിസ്ത്വബ്ദം ഏഴാം നൂറ്റാണ്ടോടെയാണ് ബുദ്ധമതത്തിൽ വജ്രയാനം അല്ലെങ്കിൽ താന്ത്രിക ബുദ്ധിസം എന്ന പുതിയ

ഒരു ശാഖ ഉടലെടുത്തത്. അതിന്റെ ആചാരങ്ങളും ദർശന സംഹിതയും എല്ലാം താന്ത്രിക ദർശനത്താൽ ഏറെ പ്രചോദിതമായിരുന്നു.

തുണിയിൽ ചായം ചേർക്കുന്നത് പോലെ, തന്ത്രത്തിന്റെ അംശങ്ങൾ വജ്രായന ബുദ്ധമതത്തിന്റെ തത്ത്വചിന്തയെയും സമ്പ്രദായങ്ങളെയും നിറം കൊടുത്തുകൊണ്ടിരുന്നു. ദേവതകൾ, മന്ത്രങ്ങൾ, മണ്ഡലങ്ങൾ, ദീക്ഷാ അനുഷ്ഠാനങ്ങൾ, നിഗൂഢ ഊർജ്ജ സമ്പ്രദായങ്ങൾ എന്നിവയെല്ലാം ഹിന്ദു താന്ത്രിക സ്രോതസ്സുകളിൽ നിന്ന് വജ്രയാനത്തിലേക്ക് ഒഴുകി.

ഈ സ്വംശീകരണത്തിന്റെ ഫലമായി വജ്രയാന ബുദ്ധമതം ശരീരത്തെയും മനസ്സിനെയും സത്യദർശനത്തിനുള്ള ഒരു ഉപകരണമാക്കി മാറ്റാൻ ലക്ഷ്യമിട്ടുള്ള സങ്കീർണ്ണമായ ഒരു സാധനാ പദ്ധതിയായി വികാസം കൊണ്ടു.

താന്ത്രിക സമ്പ്രദായങ്ങളിൽ, പ്രപഞ്ചത്തെ പ്രതിനിധീകരിക്കുന്ന പവിത്രമായ ജ്യാമിതീയ രേഖാചിത്രമാണ് മണ്ഡലം അല്ലെങ്കിൽ പത്മം. ബുദ്ധമതം ഇവയെ സ്വീകരിക്കുകയും ബുദ്ധമത തത്ത്വചിന്തയുടേയും പ്രാപഞ്ചിക ക്രമത്തിന്റെയും വിവിധ വശങ്ങളെ പ്രതിനിധീകരിക്കുന്ന ചിഹ്നങ്ങളേയും ദേവതകളേയും അതിൽ വിന്യസിക്കുകയും ചെയ്തു.

ക്രമേണ ശക്തമായ ദേവതാ ധ്യാന പദ്ധതികളും താന്ത്രിക ബുദ്ധമതത്തിൽ ഉടലെടുത്തു. ഈ സമ്പ്രദായം, സാധകനെ ദേവതയുടെ ഗുണങ്ങൾ ഉൾക്കൊള്ളാൻ സഹായിക്കുന്നതിനും ഞാൻ/ഞാൻ അല്ലാത്തത് എന്ന ദ്വൈത സങ്കൽപ്പത്തെ തകർക്കുന്നതിനും ജ്ഞാനോദയത്തിന്റെ നേരിട്ടുള്ള അനുഭവം സുഗമമാക്കുന്നതിനും വളരെയധികം സഹായകമായിട്ടുണ്ട്.

താന്ത്രിക ആരാധനയിലെ മറ്റൊരു പ്രത്യേകതയാണ് പ്രാണൻ ഒഴുകുന്ന നാഡികളും ചക്രങ്ങളും ഉൾക്കൊള്ളുന്ന സൂക്ഷ്മ ശരീരം എന്ന സങ്കൽപം. ബുദ്ധമതം ഈ ആശയങ്ങളെ സ്വീകരിക്കുകയും ബൗദ്ധ തന്ത്രത്തിൽ അവയെ സമന്വയിപ്പിക്കുകയും ചെയ്തു. പ്രാണായാമം, ഭാവന തുടങ്ങിയ താന്ത്രിക സാങ്കേതിക വിദ്യകൾ ഉപയോഗിച്ച് ഈ സൂക്ഷ്മ ശരീരത്തെ നിയന്ത്രണത്തിലാക്കാനുള്ള സമ്പ്രദായങ്ങളും അവർ വികസിപ്പിച്ചെടുത്തു.

ചുരുക്കത്തിൽ തന്ത്രത്തിന്റെ കിണറ്റിൽ നിന്ന് വജ്രയാന ബുദ്ധമതം ധാരാളം വെള്ളമെടുത്തിട്ടുണ്ട്. ബുദ്ധമത തത്ത്വചിന്തയുമായി താന്ത്രിക ഘടകങ്ങളെ സമർത്ഥമായി സമന്വയിപ്പിച്ചുകൊണ്ട്, വജ്രയാന പരിശീലകർ ജ്ഞാനോദയത്തിനായുള്ള തങ്ങളുടെ അന്വേഷണത്തിൽ പുതിയ കാഴ്ചകൾ രൂപപ്പെടുത്തി എന്ന് പറയാം. ഈ രണ്ടു സമ്പ്രദായങ്ങളുടെ കൂടിച്ചേരൽ ഇന്ത്യയുടെ ആത്മീയ ഭൂപ്രകൃതിയുടെ വൈവിധ്യത്തെ വളരെയധികം സമ്പന്നമാക്കുകയാണ് ചെയ്തിട്ടുള്ളത്.

ഈ സമന്വയം മതപരവും ആത്മീയവുമായ ആചാരങ്ങളുടെ സ്വാംശീകരണ സ്വഭാവത്തെ എടുത്തുകാണിക്കുന്നു എന്ന് മാത്രമല്ല അവ എങ്ങനെ കാലക്രമേണ പരിണമിക്കുകയും സ്വയം സമ്പന്നമാകുകയും ചെയ്യുന്നുവെന്നും വ്യക്തമായി കാണിച്ചുതരുന്നു.

ഇതുകൊണ്ടൊക്കെയാണ് തന്ത്രത്തിന്റെ നിധിശേഖരത്തിലെ ഒരു അപൂർവ രത്നമാണ് ശൈവ വൈഷ്ണവ ബൗദ്ധ ശാഖകളടങ്ങുന്ന കാശ്മീര തന്ത്ര പാരമ്പര്യം എന്ന് ഉറപ്പിച്ച് പറയാനാകുന്നത്.

3

പ്രധാന ഗ്രന്ഥങ്ങളും ആചാര്യന്മാരും

- പ്രധാന ഗ്രന്ഥങ്ങളും ആചാര്യന്മാരും

കാശ്മീരിലെ ഋതുഭേദങ്ങൾ എപ്പോഴെങ്കിലും കണ്ടിട്ടുണ്ടോ? വെളുത്തുറഞ്ഞ ശീതകാലം മുതൽ നീരുറവകൾ വരെ പൂവിടുന്ന വസന്ത കാലം വരെ ഓരോ പരിവർത്തനത്തിലും സൗന്ദര്യത്തിന്റെ പുതിയ മുഖം വെളിപ്പെടുത്തിക്കൊണ്ട് താഴ്വരത്തിന്റെ മുഖം സദാ മാറിക്കൊണ്ടിരിക്കും.

നിരന്തരം മാറിക്കൊണ്ടിരിക്കുന്ന ഈ പനോരമ പോലെ, കാശ്മീര തന്ത്രവും നൂറ്റാണ്ടുകളായി അതിന്റേതായ പരിവർത്തന പരമ്പരകൾക്ക് വിധേയമായിട്ടുണ്ട്.

കാശ്മീരിലെ പാചകരീതികൾ മധ്യേഷ്യൻ രാജ്യങ്ങൾ മുതൽ ഭാരതത്തിന്റെ ഇങ്ങേ അറ്റം വരെയുള്ള വ്യത്യസ്തങ്ങളായ രുചികളുടെ സ്വാദിഷ്ടമായ മിശ്രിതമായതുപോലെ, അവിടത്തെ ആത്മീയ പാരമ്പര്യവും വ്യത്യസ്തങ്ങളായ തത്വചിന്തയുടെ ആഹ്ലാദകരമായ സമന്വയമാണ്.

ദ്ധലം നദിയിലൂടെ ഷിക്കാരാ സവാരി ചെയ്യുന്നതുപോലെ നമുക്ക് കാലത്തിലൂടെ ഒന്ന് പുറകോട്ട് സഞ്ചരിച്ചാലോ?

നിരവധി പ്രതിഭകളിലൂടെയും അവരുടെ ദർശനങ്ങളിലൂടെയും ആണ് ഇന്ന് കാശ്മീര തന്ത്രം എന്ന പേരിൽ അറിയപ്പെടുന്ന ത്രിക സമ്പ്രദായത്തിന്റെ രൂപീകരണം സംഭവിക്കുന്നത്.

തുടക്കത്തിൽ പ്രാദേശിക പാരമ്പര്യങ്ങളും ബുദ്ധമത ചിന്തകളും അദ്വൈത ചിന്തയും കാശ്മീര തന്ത്രത്തെ ആഴത്തിൽ സ്വാധീനിച്ചിരുന്നു. എന്നാൽ കാലങ്ങളിലൂടെ അത് പക്വത പ്രാപിച്ചപ്പോൾ, ഇത്തരം അപര സ്വാധീനങ്ങളിൽ നിന്ന് വിടുതൽ നേടുകയും ചിറകുകൾ വിടർത്തി അത് സ്വയം പറക്കാനാരംഭിക്കുകയും ചെയ്തു. കാശ്മീര തന്ത്രത്തിന്റെ സുവർണ്ണ കാലഘട്ടം ഒമ്പതും പന്ത്രണ്ടും നൂറ്റാണ്ടുകൾക്കിടയിലായിരുന്നു എന്നാണ് ചരിത്രകാരന്മാർ രേഖപ്പെടുത്തുന്നത്.

താഴ്വരയിലെ ഊർജ്ജസ്വലമായ വസന്തകാലം പോലെയായിരുന്നു ആ കാലഘട്ടം. വസുഗുപ്തൻ, കല്ലടൻ, ഉത്പലദേവൻ, അഭിനവഗുപ്തൻ, ക്ഷേമരാജൻ തുടങ്ങി നിരവധി പ്രഗത്ഭർ കാശ്മീര തന്ത്രത്തിന്റെ തത്വചിന്തയുടെയും പ്രയോഗരീതികളുടെയും വ്യാകരണം ചമച്ചു.

ആഴത്തിലുള്ള അറിവ് തേടുന്നവരുടെ ആത്മാവിനെ ഉത്തേജിപ്പിക്കുന്നതായിരുന്നു ശരത്കാലസൂര്യന്റെ മൃദുവായ കിരണങ്ങൾ പോലുള്ള അവരുടെ ശിക്ഷണങ്ങൾ. അവ നിലവിലുള്ള ആശയങ്ങളുടെ ധാരണയെ ആഴത്തിലാക്കുകയും നൂതന ആശയങ്ങൾ അവതരിപ്പിച്ചുകൊണ്ട് പാരമ്പര്യത്തെ കൂടുതൽ സമഗ്രവും സൂക്ഷ്മവും ആക്കുകയും ചെയ്തു.

ആദ്യമായി നമുക്ക് കാശ്മീരതന്ത്രത്തിലെ പ്രധാനപ്പെട്ട ഗ്രന്ഥങ്ങളെയും ആചാര്യന്മാരെയും ഒന്ന് പരിചയപ്പെട്ടാലോ?

• സ്വച്ഛന്ദ-തന്ത്രം: കാശ്മീർ ശൈവമതത്തെക്കുറിച്ചുള്ള ഒരു സമഗ്ര ഗ്രന്ഥം

തന്ത്രത്തിന്റെ ആകാശത്ത് ഏറ്റവും പ്രകാശമാനമായ നക്ഷത്രമായി ഇന്നും ഉയർന്നുനിൽക്കുന്ന സ്വച്ഛന്ദ-തന്ത്രം കാശ്മീര തന്ത്രത്തെക്കുറിച്ചുള്ള സമഗ്രവും വിപുലവുമായ ഒരു ഗ്രന്ഥമാണ്. ക്ഷേമരാജന്റെ വ്യാഖ്യാനത്തോടൊപ്പം ഏഴ് വാല്യങ്ങളായി ഈ ഗ്രന്ഥം ഇന്ന് മാർക്കറ്റിൽ ലഭ്യമാണ്. പല രീതിയിലുള്ള ധ്യാനത്തിന്റെ വിശദമായ വിവരണങ്ങൾ അടങ്ങിയിട്ടുള്ള ഈ ഗ്രന്ഥം കാശ്മീര തന്ത്രത്തിന്റെ ആചാരങ്ങളുടെ ചരിത്രത്തിലേക്കും അവയുടെ പരിണാമത്തിലേക്കും മതിയായ വെളിച്ചം വീശുന്നുണ്ട്. അഭിനവഗുപ്തൻ തന്റെ തന്ത്രാലോകത്തിൽ ആചാരാനുഷ്ഠാനങ്ങളെക്കുറിച്ചുള്ള അധ്യായങ്ങൾ രചിക്കുമ്പോൾ സ്വച്ഛരന്ദതന്ത്രത്തിൽ നിന്ന് വിപുലമായി ഉദ്ധരിച്ചിട്ടുമുണ്ട്.

സ്വച്ഛന്ദ-തന്ത്രം ശിവന്റെയും ശക്തിയുടെയും ദൈവീക നൃത്തമായി പ്രപഞ്ചത്തെ ചിത്രീകരിക്കുന്നു. എവിടെയാണോ ഓരോ നിമിഷവും ദൈവിക ഇച്ഛയുടെ പ്രകടനമാകുന്നത്, എവിടെയാണോ എല്ലാ സംഭവങ്ങളും ആത്മീയ ഉണർവിനുള്ള അവസരമാകുന്നത് അത്തരത്തിലുള്ള പ്രപഞ്ചത്തിന്റെ സ്പന്ദിക്കുന്ന താളം സൃഷ്ടി, സ്ഥിതി, സംഹാരം, തിരോധാനം, അനുഗ്രഹം എന്നീ പഞ്ചക്രിയകളിലൂടെ ഈ ഗ്രന്ഥം വിശദീകരിക്കുന്നു.

ഈ ഗ്രന്ഥം ഇന്നും സാധകന് സമഗ്രമായ ഒരു വഴികാട്ടിയായി പ്രവർത്തിക്കുന്നു എന്നുള്ളതുതന്നെ അതിന്റെ

മഹത്ത്വത്തിന് തെളിവാണ്. ഇത് ആത്മീയതയെയും ലൗകിക ജീവിതത്തെയും സമന്വയിപ്പിക്കുകയും അഹന്തയുടെ പരിമിതികളെ മറികടന്ന് സാർവത്രിക ബോധവുമായി ലയിക്കുന്നതിനുള്ള വിവിധ രീതികൾ വിശദീകരിക്കുകയും ചെയ്യുന്നു.

കാശ്മീര ശൈവിസത്തിന്റെ ആധാരശില എന്ന നിലയിൽ ഈ ഗ്രന്ഥം പാരമ്പര്യത്തിന്റെ സമ്പന്നമായ ആത്മീയ പൈതൃകവും പ്രപഞ്ചത്തെക്കുറിച്ചുള്ള ആഴത്തിലുള്ള ധാരണയും ഉൾക്കൊള്ളുന്ന ഒരു അമൂല്യ നിധിയാണ്. അതുകൊണ്ടുതന്നെയാണ് എത്രയോ തലമുറകളായി ഈ ഗ്രന്ഥം ആത്മീയാന്വേഷകരുടെ വഴികാട്ടി യായി നിലനിൽക്കുന്നതും.

- വിജ്ഞാന-ഭൈരവതന്ത്രം

താന്ത്രിക സാധകർ ഭക്തിപൂർവ്വം ശിവോപനിഷത്ത് എന്നു വിളിക്കുന്ന വിജ്ഞാനഭൈരവതന്ത്രം ശൈവ താന്ത്രിക സാധനാ പദ്ധതികളുടെ ആഴത്തിന് തെളിവായി ഇന്നും നിലകൊള്ളുന്നു.

ഇന്ന് നിലവിലുള്ള ഏത് ധ്യാനപദ്ധതികളുടെയും വേരന്വേഷിച്ച് പോയാൽ ഒരു പക്ഷെ നമ്മളെത്തുക വിജ്ഞാന ഭൈവരതന്ത്രത്തിലായിരിക്കും എന്ന് പറയാറുണ്ട്. അത്രക്ക് പ്രധാനമാണ് ഈ ധ്യാന മാർഗ്ഗങ്ങൾ. വിജ്ഞാനഭൈരവതന്ത്രം ഒറ്റപ്പെട്ട ഒരു കൃതിയല്ല. വാസ്തവത്തിൽ ഭൈരവ ആഗമങ്ങളുടെ പട്ടികയിൽ വിശിഷ്ടമായ ഒരു സ്ഥാനം വഹിച്ചിരുന്നതെന്ന് കരുതുന്ന രുദ്രയാമളം എന്ന ബൃഹത്തായ കൃതിയിൽ നിന്ന് വേർതിരിച്ചെടുത്ത ഒരു അധ്യായം മാത്രമാണ് ഈ ഗ്രന്ഥം. നിർഭാഗ്യവശാൽ രുദ്രയാമളം എന്ന കൃതി നമുക്ക് ഇന്ന്

ലഭ്യമല്ല.

ഗുരു കേയ്യൂരവതി രചിച്ചതെന്ന് കരുതുന്ന മനോഹരമായ ഈ ശിവതന്ത്രം ആത്യന്തിക യാഥാർത്ഥ്യത്തിൻ്റെ സാരാംശം മനസ്സിലാക്കുന്നതിനുള്ള ഒരു കവാടമായി വർത്തിക്കുകയും അതിലേക്കായി സമഗ്രമായ മാർഗ്ഗനിർദ്ദേശം സാധകർക്ക് നൽകുകയും ചെയ്യുന്നു. ഈ മാർഗ്ഗനിർദ്ദേശങ്ങളെ അല്ലെങ്കിൽ ഇതിൽ പറയുന്ന സാധനാ രീതികളെ അവയുടെ സ്വഭാവത്തിനനുസരിച്ച് തരം തിരിക്കുകയാണെങ്കിൽ അതിൽ ശ്വസനത്തെ ആശ്രയിക്കുന്ന രീതികൾ ഉണ്ട്, കുണ്ഡലിനി ശക്തിയുടെ ഉണർവിനേയും ഉത്ഥാനത്തേയും സംബന്ധിച്ച സാങ്കേതിക വിദ്യകൾ ഉണ്ട്, ഇന്ദ്രിയങ്ങളിൽ ശ്രദ്ധ കേന്ദ്രീകരിക്കുന്ന ധ്യാന രീതികൾ ഉണ്ട്, മന്ത്ര പ്രയോഗങ്ങളുടെ വ്യത്യസ്ത പരിശീലന രീതികളുണ്ട്, ശൂന്യതാ ധ്യാന രീതികളുണ്ട്, ഹൃദയ കേന്ദ്രിതമായ ധ്യാന രീതികളുണ്ട്, ഒരു വസ്തുവിലേക്ക് അനവരതം നോക്കി ധ്യാനം പരിശീലിക്കുന്ന ത്രാടക ധ്യാനമുണ്ട്, അലയുന്ന ചിന്തകളെ പിന്തുടരുന്ന ധ്യാനപദ്ധതികളുണ്ട്. ഇത്തരത്തിലുള്ള നൂറ്റി പന്ത്രണ്ട് നിഗൂഢ ധ്യാനപദ്ധതികളാണ് ഈ ഗ്രന്ഥം ഉൾക്കൊള്ളുന്നത്.

വിജ്ഞാനഭൈരവ തന്ത്രത്തെ കുറിച്ച് ഈ അടുത്ത കാലത്തുണ്ടായ ഏറ്റവും മനോഹരമായ വ്യാഖ്യാനങ്ങളിലൊന്ന് തീർച്ചയായും ഓഷോ രജ്നീഷിൻ്റേതാണ്. അതുകൊണ്ടുതന്നെ അദ്ദേഹത്തിൻ്റെ വിജ്ഞാന ഭൈരവ തന്ത്ര വ്യാഖ്യാനത്തിലെ ഏതാനും ചില ആശയങ്ങളാണ് ഞാൻ ഈ ഗ്രന്ഥത്തെ പരിചയപ്പെടുത്താനായി ഇവിടെ അവതരിപ്പിക്കുന്നത്. അദ്ദേഹത്തിൻ്റെ ആംഗലേയ ഭാഷയിലുള്ള പ്രസംഗം പദാനുപദമായി മലയാളത്തിലേക്ക് തർജ്ജമ ചെയ്യുമ്പോൾ ആശയം കൃത്യമായി വ്യക്തമാകില്ലെന്നതു കൊണ്ട് ഞാൻ

സ്വതന്ത്ര തർജ്ജമയെ ആണ് ആശ്രയിക്കുന്നത്.

രജനീഷ് നിരീക്ഷിക്കുന്നത് വിജ്ഞാന ഭൈരവ തന്ത്രത്തിന്റെ ലോകം ബൗദ്ധികമോ തത്വശാസ്ത്രപരമോ അല്ല പ്രയോഗത്തിലധിഷ്ഠിതമാണ്, അനുഭവപരമാണ് എന്നാണ്. അനുഭവം കേന്ദ്രമായി മാറിയ ഒരു സാധകന് വിജ്ഞാന ഭൈരവ തന്ത്രം കിട്ടാവുന്നതിൽ വെച്ചേറ്റവും നല്ല ഒരു പാഠപുസ്തകമാണ് എന്നും അദ്ദേഹം ചൂണ്ടിക്കാണിക്കുന്നു.

അദ്ദേഹം പറയുന്നു,

"തന്ത്രം [വിജ്ഞാനഭൈരവ തന്ത്രം] ശാസ്ത്രമാണ്, അത് തത്വശാസ്ത്രമല്ല. തത്ത്വശാസ്ത്രം മനസ്സിലാക്കാൻ എളുപ്പമാണ്, കാരണം നിങ്ങളുടെ ബുദ്ധി മാത്രമേ ആവശ്യമുള്ളൂ. നിങ്ങൾക്ക് ഭാഷ മനസ്സിലാക്കാൻ കഴിയുമെങ്കിൽ, നിങ്ങൾക്ക് ആശയം മനസ്സിലാക്കാൻ കഴിയുമെങ്കിൽ, നിങ്ങൾക്ക് തത്വശാസ്ത്രം മനസ്സിലാക്കാൻ കഴിയും. തത്വശാസ്ത്രം മനസ്സിലാക്കാൻ നിങ്ങൾ മാറേണ്ടതില്ല; നിങ്ങളുടെ പരിവർത്തനം അപ്രസക്തമാണ്. എന്നാൽ തന്ത്രം മനസ്സിലാക്കാൻ അതുപോരാ..

നിങ്ങൾക്ക് ഒരു മാറ്റം ആവശ്യമാണ്... ഒരു മ്യൂട്ടേഷൻ ആവശ്യമാണ്. നിങ്ങൾ വ്യത്യസ്തനായില്ലെങ്കിൽ തന്ത്രം മനസ്സിലാക്കാൻ കഴിയില്ല, കാരണം തന്ത്രം ഒരു ബൗദ്ധിക നിർദ്ദേശമല്ല, അതൊരു അനുഭവമാണ്. നിങ്ങൾ മാറാൻ തയ്യാറല്ലാത്തവരും അനുഭവത്തിന് വഴങ്ങാത്തവരുമാണെങ്കിൽ താന്ത്രികാനുഭവം നിങ്ങളിലേക്ക് വരാൻ പോകുന്നില്ല...."

ഇവിടെ [വിജ്ഞാന ഭൈരവതന്ത്രത്തിൽ] ദേവി ദാർശനികമായ ചോദ്യങ്ങൾ ചോദിക്കുന്നു, പക്ഷേ ശിവൻ അതിന് നേരിട്ടുള്ള ഉത്തരമല്ല നൽകുന്നത്. അതുകൊണ്ട് നിങ്ങൾ തുടക്കത്തിൽ തന്നെ ഈ കാര്യം മനസ്സിലാക്കുന്നതാണ് നല്ലത്; അല്ലെങ്കിൽ ആശയക്കുഴപ്പത്തിലാകും. എന്താണെന്നല്ലേ? ശിവൻ ഒരു ചോദ്യത്തിനും ഉത്തരം നൽകാൻ പോകുന്നില്ല. ദേവി ചോദിക്കുന്ന എല്ലാ ചോദ്യങ്ങൾക്കും ശിവൻ ഉത്തരം നൽകാൻ പോകുന്നില്ല എന്നർത്ഥം. എന്നാൽ ശിവൻ ഉത്തരം നൽകുന്നില്ലേ? ഉണ്ട്, അത് എങ്ങിനെയാണെന്ന് നോക്കാം.

ദേവി ചോദിക്കുന്നു, "അങ്ങയുടെ യാഥാർഥ്യം എന്താണ് ?" ശിവൻ അതിനു മറുപടി പറയുകയല്ല ചെയ്യുന്നത്, മറിച്ച്, അദ്ദേഹം ഒരു പ്രായോഗിക പരിശീലനം നൽകുന്നു. ദേവി ആ വിദ്യാപരിശീലനത്തിലൂടെ മുന്നോട്ട് പോയാൽ ചോദ്യത്തിന് ഉത്തരം കിട്ടും. അതിനാൽ ശിവന്റെ ഉത്തരം എപ്പോഴും പരോക്ഷമാണ്; അത് നേരിട്ടുള്ളതല്ല. "ഞാൻ ആരാണ്" എന്ന ചോദ്യത്തിന് അദ്ദേഹം നേരിട്ട് ഉത്തരം പറയാൻ പോകുന്നില്ല. അദ്ദേഹം ഒരു പരിശീലന രീതി പറഞ്ഞുതരും, അത് ചെയ്യുക, ഉത്തരം നിങ്ങൾ സ്വയം കണ്ടെത്തും."

ഇത്തരത്തിലാണ് വിജ്ഞാനഭൈരവ തന്ത്രത്തിന്റെ രജനീഷ് വ്യാഖ്യാനം. ഈ വ്യാഖ്യാനം തുടക്കക്കാരായ ആത്മീയാന്വേഷകരെ ആകർഷിക്കുമെങ്കിലും കാശ്മീര തന്ത്രത്തെക്കുറിച്ച് ആഴത്തിലറിയാത്ത ഒരു സാധകന് ഇവിടെ പറയുന്ന ഭൂരിഭാഗം ധ്യാന രീതികളും പരിശീലിക്കാനാവുകയില്ല എന്നതാണ് വസ്തുത.

ഉദാഹരണമായി ദേവി ശിവനോട് ചോദിക്കുന്നുണ്ട്, "അങ്ങയുടെ സ്വരൂപം നവാത്മഭേദ ധാരണ മൂലമോ ശക്തിത്രയ ധാരണയാലോ അറിയാൻ കഴിയുമോ?" എന്ന്. ഇവിടെ നവാത്മഭേദം എന്താണ്, ശക്തിത്രയം

ഏതൊക്കെയാണ് എന്ന് അറിയാത്ത ഒരു സാധകന് ഈ ചോദ്യത്തിന്റെയും അതിന് ശിവൻ നൽകുന്ന ഉത്തരത്തിന്റെയും പൂർണ്ണമായ അർത്ഥവും പ്രസക്തിയും മനസ്സിലായിക്കൊള്ളണമെന്നില്ല.

- വസുഗുപ്തറ്നെ ശിവസൂത്രം

കാശ്മീര തന്ത്രത്തെ ഒരു നിഗൂഢ താഴ്‌വരയായി ഗണിക്കാമെങ്കിൽ വസുഗുപ്തനെഴുതിയ 'ശിവസൂത്രങ്ങൾ' ആ താഴ്വാരത്തിലുയരുന്ന ഏറ്റവും പവിത്രമായ ശബ്ദങ്ങളിലൊന്നായി കണക്കാക്കാം.

ദിവ്യ ജ്ഞാനത്തിന്റെ സ്വർഗ്ഗീയ സിംഫണി എന്ന് വിശേഷിക്കപ്പെടുന്ന ഈ ഗ്രന്ഥം വസുഗുപ്തന് തന്റെ സ്വപ്നങ്ങളിൽ അനാവരണം ചെയ്തുകിട്ടുകയായിരുന്നുവത്രേ.

അസ്തിത്വത്തിന്റെ അർഥം തേടുന്ന ആധുനിക അന്വേഷകരോടും പ്രാചീനകാലത്തെന്നപോലെ പ്രപഞ്ചത്തിന്റെ മഹാരഹസ്യങ്ങൾ അനാവരണം ചെയ്യുന്നുണ്ട് എന്നതുതന്നെ ഈ ഗ്രന്ഥത്തിന്റെ കാലാതീത പ്രസക്തിക്ക് തെളിവാണ്.

ക്രിസ്ത്വബ്ദം ഒമ്പതാം നൂറ്റാണ്ടുകളിലെഴുതപ്പെട്ടതെന്ന് കരുതുന്ന ശിവസൂത്രത്തിന്റെ രചയിതാവായ വസുഗുപ്തൻ ശങ്കരാചാര്യരുടെ സമകാലികനായിരുന്നിരിക്കണം.

ശിവ സൂത്രങ്ങളെ മൂന്ന് ഭാഗങ്ങളായി തിരിക്കാം. ആദ്യഭാഗം അനന്തവും ശാശ്വതവും എല്ലാം ഉൾക്കൊള്ളുന്നതും ആയ ആത്യന്തിക യാഥാർത്ഥ്യത്തിന്റെ സ്വഭാവത്തെ പ്രകാശിപ്പിക്കുകയും ഏറ്റവും ഉയർന്ന സാധനോപായമായ 'ശാംഭവോപായം' എന്ന പദ്ധതിയെക്കുറിച്ച് പ്രതിപാദിക്കുകയും ചെയ്യുന്നു. ഇത് ഭഗവത് ഗീതയിലെ

ജ്ഞാനയോഗത്തിന് സമാനമായി പറയാവുന്നതാണ്

രണ്ടാംഭാഗം ശാക്തോപായം എന്ന സാധനപദ്ധതിയെ കുറിച്ച് പ്രതിപാദിക്കുന്നു. ഇത് മന്ത്രയോഗവുമായി ബന്ധപ്പെട്ടതാണ്. ചിത്തത്തിന്റെയും ആത്മാവിന്റെയും സംയോജനത്തിൽ നിന്ന് ഉരുത്തിരിയുന്ന പരമോന്നത ദൈവിക ശക്തികളുടെ ആവിഷ്കാരമായ മന്ത്രം എങ്ങിനെ സത്യദർശനത്തിന് ഉപയോഗപ്രദമാകുന്നു എന്ന് സംക്ഷിപ്തമായി ഇവിടെ പ്രതിപാദിക്കുകയും ഈശ്വരീയ കൃപാകടാക്ഷം മുതൽ വ്യക്തിഗതമായ സാധനാരീതികൾ വരെയുള്ള ആത്മീയ പരിശീലനത്തിത്തിന്റെ ഭേദ വൈവിദ്ധ്യങ്ങളെ കാണിച്ചു തരികയും ചെയ്യുന്നു.

മൂന്നാം ഭാഗം വലിപ്പത്തിലും വ്യാപ്തിയിലും ഏറ്റവും വലുതാണ്. ഇത് തുടക്കകാർക്കുള്ള ഉപായമായ ആണവോപായത്തെ കുറിച്ച് പ്രതിപാദിക്കുന്നു.

ഇങ്ങനെ മൂന്ന് വിഭാഗങ്ങളിലായി ക്രമീകരിച്ചിരിക്കുന്ന ഈ സൂത്രങ്ങൾ, മറ്റേതൊരു ഗ്രന്ഥത്തിൽ നിന്നും വ്യത്യസ്തമായി ഒരു ലേസറിന്റെ കൃത്യതയോടെ ആത്മീയ പുരോഗതിക്കുള്ള വഴി കാണിച്ചുതരുന്നു എന്ന് പറയാം.

ഈ മൂന്ന് ഉപായങ്ങളെക്കുറിച്ചും വിശദമായി അടുത്തുതന്നെ ചർച്ച ചെയ്യുന്നുണ്ട് എന്നതുകൊണ്ട് ഇവിടെ വിശദമായ ഒരു ചർച്ചക്ക് മുതിരുന്നില്ല.

പ്രപഞ്ചം ആത്മകഥ എഴുതിയാൽ എങ്ങിനെ ഇരിക്കും? അത്തരത്തിൽ എഴുതപ്പെട്ട പ്രപഞ്ചത്തിന്റെ ആത്മകഥയാണ് ശിവസൂത്രം എന്ന് ആലങ്കാരികമായി പറയാം എന്ന് തോന്നുന്നു. ഇത് കടലാസിലെഴുതപ്പെട്ട വെറും വാക്കുകളല്ല മറിച്ച് പ്രപഞ്ചത്തിന്റെ മന്ത്രിപ്പുകൾ വസുഗുപതന്റെ സ്വപ്നത്തിലൂടെ മഷിയിൽ പതിഞ്ഞതാണ്.

ഇതിലെ ഓരോ സൂത്രവും വളരെ സംക്ഷിപ്തമാണെങ്കിലും അവയുടെ ആഴം വളരെ

വലുതാണ്. ഓരോ സൂത്രവും ഓരോ വരിയും സൃഷ്ടിയുടെ മഹത്തായ നൃത്തം മനസ്സിലാക്കുന്നതിനുള്ള, അല്ലെങ്കിൽ പ്രപഞ്ചത്തിന്റെ നിഗൂഢതകൾ അൺലോക്ക് ചെയ്യാനുള്ള ഒരു കോഡാണ്.

ശിവസൂത്രങ്ങൾ ക്രമാനുഗതമായി സ്ഥൂലതലത്തിൽ നിന്ന് സൂക്ഷ്മതലത്തിലേക്ക് പുരോഗമിക്കുകയും അന്വേഷകനെ പടിപടിയായി സാക്ഷാത്കാരത്തിന്റെ പരകോടിയിലേക്ക് കൊണ്ടുപോകുകയും അവസാനം സമ്പൂർണ്ണ ഐക്യത്തിന്റെ വീക്ഷണകോണിൽ നിന്ന് എല്ലാ യോഗപാതകളെയും സമന്വയിപ്പിക്കുകയും ചെയ്യുന്നു.

ശിവസൂത്രം പഠിക്കാനാരംഭിക്കുമ്പോൾ നമ്മൾ ഒരു പാഠപുസ്തകം പഠിക്കുകയല്ല, മറിച്ച് ഒരു യാത്ര തുടങ്ങുകയാണ് ചെയ്യുന്നത്. കാലത്തിലൂടെ, ജ്ഞാനത്തിലൂടെ, അസ്തിത്വത്തിന്റെ ഘടനയിലൂടെയുള്ള ഒരു ആത്മീയ യാത്ര.

കാശ്മീരിലെ പ്രകൃതിദൃശ്യങ്ങൾ പോലെ തന്നെ ശിവസൂത്രങ്ങളും ഒരു നിമിഷം നമ്മെ ധ്യാനനിമഗ്നരാക്കും. വ്യക്തതയ്ക്കപ്പുറത്ത് അവ്യക്തതയിലേക്ക് നോക്കാനും ആഴമേറിയ സത്യങ്ങൾ അന്വേഷിക്കാനും സ്വന്തം സത്തയുമായി ബന്ധപ്പെടാനും അത് നമ്മെ ഉത്തേജിപ്പിക്കും.

ശിവനും ശക്തിയും അല്ലെങ്കിൽ ബോധവും ഊർജ്ജവും തമ്മിലുള്ള പ്രാപഞ്ചിക നൃത്തത്തെക്കുറിച്ച് ശിവസൂത്രങ്ങൾ നമ്മെ ബോധവാന്മാരാക്കുന്നു. പരമ്പരാഗത നൃത്തത്തിന്റെ സമന്വയിപ്പിച്ച ചുവടുകൾ പോലെ, ഓരോ ചലനത്തിനും, ഓരോ ഭാവത്തിനും കൃത്യമായ ലക്ഷ്യമുള്ള ഒരു നൃത്തമാണിതെന്നും നമുക്ക് കാണിച്ചുതരുന്നു.

അതിനാൽ പഠിക്കാനും ചിന്തിക്കാനും ധ്യാനിക്കാനും നമ്മെ ക്ഷണിക്കുന്ന പ്രാപഞ്ചിക വഴികാട്ടിയായ ശിവസൂത്രത്തിലേക്ക് കടക്കുമ്പോൾ, ഒരു പര്യവേക്ഷകന്റെ

ജിജ്ഞാസയോടെയും ഒരു കവിയുടെ ഹൃദയത്തോടെയും ഒരു അന്വേഷകന്റെ ആത്മാവോടെയും അവയെ സമീപിക്കണം. കാരണം കാശ്മീരിലെ ഭൂമിയിൽ മറഞ്ഞിരിക്കുന്ന അമൂല്യ രത്നങ്ങൾ പോലെ ഇതിൽ മറഞ്ഞിരിക്കുന്ന അഗാധമായ ഉൾക്കാഴ്ചകൾ മനസ്സിലാക്കുമ്പോൾ, നാം അറിയുന്നത് നമ്മെത്തന്നെയാണ്.

ശിവസൂത്രത്തെ കുറിച്ച് കഴിഞ്ഞ നൂറ്റാണ്ടിന്റെ തുടക്കത്തിൽ ജെ.സി. ചാറ്റർജി എഴുതി,

""ഇന്ത്യയുടെ വിവിധ ഭാഗങ്ങളിൽ അറിയപ്പെടുന്ന മറ്റ് ശൈവ വിഭാഗങ്ങളിൽ നിന്ന് തികച്ചും വ്യതിരിക്തമായ കാശ്മീരി ശൈവ തന്ത്രത്തിന്റെ തുടക്കം ശിവസൂത്രങ്ങളിൽ നമുക്ക് കണ്ടെത്താം.""

ഇത്രയും കാലത്തിനു ശേഷവും ഭാരതീയ ദർശന ചരിത്രത്തെ ഗൗരവത്തോടെ വിശകലനം ചെയ്യുന്ന എല്ലാവരും മേലുദ്ധരിച്ച പ്രസ്താവന ശരിയാണെന്ന് സമ്മതിക്കും.

• *സ്പന്ദകാരിക*

കാശ്മീര തന്ത്രത്തിലെ പ്രധാന ഗ്രന്ഥമായ സ്പന്ദകാരികയുടെ കർതൃത്വം ഇന്നും ചർച്ചാവിഷയമാണ്. ഭാസ്കരാചാര്യർ, ഭട്ട ഉത്പലാചാര്യർ തുടങ്ങിയ പണ്ഡിതന്മാർ, വസുഗുപ്തന്റെ പ്രധാന ശിഷ്യനായ കല്ലടൻ ആണ് സ്പന്ദകാരികാ കർത്താവ് എന്ന് പറയുന്നു. പക്ഷേ ക്ഷേമരാജൻ, മഹേശ്വരാനന്ദൻ തുടങ്ങിയവർ വസുഗുപ്തൻ തന്നെയാണ് സ്പന്ദകാരിക രചിച്ചതെന്നാണ് അവകാശപ്പെടുന്നത്.

തെളിവുകൾ അവ്യക്തമാണ്. ആത്യന്തികമായി, സ്പന്ദകാരിക എഴുതിയത് ആരെന്ന ചോദ്യത്തിന് ഉത്തരമില്ല.

എന്നിരുന്നാലും, ഏറ്റവും സാധ്യതയുള്ള വിശദീകരണം വസുഗുപ്തൻ ഈ ഗ്രന്ഥം രചിക്കുകയും അത് ശിഷ്യനായ കല്ലടനെ പഠിപ്പിക്കുകയും തുടർന്ന് കല്ലടൻ ഒരു പക്ഷെ വസുഗുപ്തന്റെ കാലശേഷം അത് പ്രസിദ്ധീകരിക്കുകയും ചെയ്തു എന്നതായിരിക്കാം.

• സ്പന്ദകാരികയിലെ സ്പന്ദദർശനം

'സ്പന്ദം' എന്ന പദം കേൾക്കുമ്പോൾ 'ചലനം' എന്ന ഒരു പ്രതീതി നമുക്കുണ്ടായേക്കാം. എന്നാൽ കാശ്മീര തന്ത്രത്തിൽ അതിന്റെ അർത്ഥതലങ്ങൾ കേവലം ഭൗതിക ചലനത്തിനത്തിനപ്പുറമാണ്. സ്പന്ദം എന്ന സങ്കൽപം ബോധത്തിന്റെ നിശ്ചല സ്വഭാവത്തെയും സദാ മാറിക്കൊണ്ടിരിക്കുന്നതും വികസിക്കുന്നതുമായ സ്വഭാവത്തെയും ഒരേസമയം സൂചിപ്പിക്കുന്നു. അവിടെ നിശ്ചലത പോലും ചലനമായി ദൃശ്യമാകും. പരമോന്നത ബോധത്തിന്റെ ദിവ്യപ്രകാശം മാറ്റമില്ലാതെ തുടരുന്നു, എന്നാൽ നമ്മുടെ ധാരണയിൽ അത് നിരന്തരമായ പ്രവാഹത്തിലാണെന്ന് തോന്നുന്നു.

സങ്കൽപ്പിക്കാൻ എളുപ്പത്തിനായി ബോധത്തെ ഒരു വിശാലമായ, തിളങ്ങുന്ന സമുദ്രമായി സങ്കൽപ്പിക്കുക, സാധ്യതകളുടേതായ ഈ ബോധസമുദ്രം പരന്നു കിടക്കുക മാത്രമല്ല; സ്വന്തം താളത്തിനൊത്ത് നൃത്തം ചെയ്യുകയും രൂപാന്തരപ്പെടുകയും ചെയ്യുന്നു എന്നും സങ്കൽപ്പിക്കുക. അതായത് അതിന് ഒരേസമയം സ്വയം രൂപപ്പെടുത്താനും വൈവിധ്യവത്കരിക്കാനും സമയത്തിലും സ്ഥലത്തും വ്യാപിക്കാനും ആകും എന്നർത്ഥം.

ആയിരിക്കുക" അവസ്ഥയിൽ നിന്ന് "ആയിത്തീരുക " എന്ന അവസ്ഥയിലേക്കുള്ള ബോധത്തിന്റെ ഈ മാറ്റത്തിലും

"ആയിരിക്കുക" എന്ന അവസ്ഥക്ക് മാറ്റം വരുന്നില്ല. അതായത് ഇവിടെ "ആയിരിക്കുക" എന്ന അവസ്ഥക്ക് വ്യത്യാസം വന്നിട്ടല്ല "ആയിത്തീരുക" എന്നവസ്ഥ രൂപപ്പെടുന്നത്. മറിച്ച് രണ്ടും ഒരേ സമയം നിലനിൽക്കുന്നതാണ്. മാറാതെയിരിക്കുമ്പോൾ തന്നെ അത് മാറിക്കൊണ്ടിരിക്കുന്നു, മാറിക്കൊണ്ടിരിക്കുമ്പോൾ തന്നെ മാറാതെയുമിരിക്കുന്നു.

അഭിനവഗുപ്താചാര്യൻ പറയുന്നു,

"ഉള്ളിൽ പ്രകാശിക്കുന്നതിനെ അതിന്റെ യഥാർത്ഥ ആന്തരിക സ്വഭാവം നിലനിർത്തിക്കൊണ്ടുതന്നെ ബാഹ്യമായി പ്രകടമാക്കുന്നതാണ് സൃഷ്ടി."

ബോധത്തിന് രണ്ട് മുഖങ്ങളുള്ളതായി ഒന്ന് സങ്കൽപ്പിച്ച് നോക്കൂ. ആന്തരികമായ മുഖം ശുദ്ധവും സമയത്തിന്റെയും സ്ഥലത്തിന്റെയും പരിധിക്കപ്പുറവുമാണ്. ഇത് ശുദ്ധമായ ആത്മനിഷ്ഠതയുടെ മാറാതെയിരിക്കുന്ന ഒരു മേഖലയാണ്. മറുവശത്ത്, പ്രപഞ്ചത്തിന്റെ അസംഖ്യം പ്രകടനങ്ങളെ പ്രതിനിധീകരിക്കുന്ന ബാഹ്യ മുഖം വൈവിധ്യപൂർണ്ണമാണ്, സാദാ മാറിക്കൊണ്ടിരിക്കുന്നതുമാണ്.

സ്പന്ദത്തിന്റെ ഈ വൈരുധ്യ്യാത്മക സ്വഭാവമാണ് അതിനെ കാശ്മീര തന്ത്രത്തിന്റെ കേന്ദ്രമാക്കി മാറ്റുന്നത്. കാശ്മീര തന്ത്രത്തിന്റെ നിഗൂഢ താഴ്വാരങ്ങളിലെ ആത്മീയ ജ്ഞാനത്തിന്റെ തിളങ്ങുന്ന ഒരു രത്നമാണ് ഈ 'സ്പന്ദ' ദർശനം. അവിടെ ഈശ്വരൻ അല്ലെങ്കിൽ ശിവൻ സൃഷ്ടിയെ നിരീക്ഷിക്കുന്ന ഒരു നിശബ്ദ കാവൽക്കാരൻ അല്ല മറിച്ച് ഒരേ സമയം നർത്തകനും പ്രേക്ഷകനും നൃത്തവുമാണ്.

ശിവന്റെ ഈ സ്വർഗ്ഗീയ നൃത്തമാണ്, ദിവ്യ പ്രകമ്പനമാണ് സ്പന്ദമെന്നത്. പുൽക്കൊടി മുതൽ നക്ഷത്രങ്ങളെ വരെ

ജനിപ്പിക്കുന്ന, താരാപഥങ്ങളെ തൊട്ടിലാക്കി അസ്തിത്വത്തിന്റെ രഹസ്യങ്ങൾ മന്ത്രിക്കുന്ന, ഒരു ദ്യവ്യ പ്രകമ്പനം.

സ്പന്ദ ദർശനത്തിന്റെ ആഴത്തിലേക്കിറങ്ങുമ്പോൾ അത് കേവലം ഒരു തത്വശാസ്ത്രമെന്നതിലുപരി പ്രാപഞ്ചികരചനയിലെ മഹത്തായ കവിതയായി അനുഭവപ്പെടും. ഈ കവിത സാക്ഷാൽക്കരിച്ച മഹാഗുരുക്കന്മാർ ശുദ്ധബോധത്തിലും പ്രപഞ്ചത്തിന്റെ താളാത്മകതയിലും ഒരേസമയം അഭിരമിച്ചിരുന്നവരായിരുന്നു എന്നും നമ്മൾ തിരിച്ചറിയും.

ഉദാഹരണമായി അഭിനവഗുപ്താചാര്യൻ പ്രാർത്ഥനാപൂർവ്വം ശിവനോട് പറയുന്നത് കേൾക്കൂ ,

> *"അങ്ങയുടെ പ്രകൃതി വികസിക്കുമ്പോൾ,*
> *അങ്ങും ഞാനും, പ്രപഞ്ചം മുഴുവനും ഉണ്ടാകുന്നു;*
> *അത് പിൻവലിക്കപ്പെടുമ്പോൾ, അങ്ങോ ഞാനോ*
> *പ്രപഞ്ചമോ ഇല്ല. അങ്ങ് ഉണരുമ്പോൾ പ്രപഞ്ചം*
> *ഉണരുകയും അങ്ങ് ഉറങ്ങുമ്പോൾ*
> *നശിപ്പിക്കപ്പെടുകയും ചെയ്യുന്നു. അങ്ങനെ*
> *മുഴുവൻ പ്രപഞ്ചാസ്ഥിത്വവും*
> *അങ്ങയോടൊപ്പമാണ്."*

ചുരുക്കത്തിൽ കാശ്മീര തന്ത്രത്തിന്റെ ഹൃദയത്തിൽ, 'സ്പന്ദം' എന്നത് ഒരു സങ്കൽപ്പത്തേക്കാൾ കൂടുതലായി ഓരോ ആത്മാവിനെയും ശിവന്റെ അതിരുകളില്ലാത്ത സ്വാതന്ത്ര്യവുമായി ബന്ധിപ്പിക്കുന്ന ദിവ്യ താളമാണ്. അതുകൊണ്ടാണാതൊരു ദിവ്യമായ കവിതയാകുന്നത്.

• **പ്രത്യഭിജ്ഞാ ദർശനം**

ദ്ധലം നദിക്ക് മേലെയുള്ള പുരാതന പാലങ്ങൾ പോലെ, അന്വേഷകരെ പ്രപഞ്ചത്തിന്റെ അഗാധമായ സത്യങ്ങളിലേക്ക് ബന്ധിപ്പിക്കുന്ന ആത്മീയ പാലങ്ങൾ സ്ഥാപിച്ച സോമാനന്ദൻ എന്ന ദാർശനികൻ കാശ്മീരിന്റെ ആത്മീയ ആകാശത്തിലെ ശോഭനമായ മറ്റൊരു വാൽനക്ഷത്രമാണ്. അദ്ദേഹം തന്റെ കൃതിയായ ശിവദൃഷ്ടിയിലാണ് ആദ്യമായി പ്രത്യഭിജ്ഞാദർശനം അവതരിപ്പിച്ചത്. അദ്ദേഹത്തിന്റെ ഉജ്ജ്വലമായ കാൽച്ചുവടുകൾ പിന്തുടർന്ന് ഉത്പലദേവൻ ഈശ്വര-പ്രത്യഭിജ്ഞ-കാരിക എന്ന പേരിൽ ആധികാരികമായ ഒരു ഗ്രന്ഥം രചിച്ചു.

അതിസൂക്ഷ്മമായ ആശയങ്ങൾ, ആവിഷ്കാര ശൈലിയുടെ തീവ്രമായ സംക്ഷിപ്തത എന്നിവ കാരണം സോമാനന്ദന്റെ ശിവദൃഷ്ടി പിന്നീടെഴുതപ്പെട്ട ഉത്പലദേവന്റെ പ്രത്യഭിജ്ഞാകാരിക പോലെ ജിജ്ഞാസുക്കൾക്കിടയിലും വിദ്യാർത്ഥികൾക്കിടയിലും പ്രസിദ്ധമായില്ല.

തുടർന്ന്, വൈവിധ്യമാർന്ന ഈണങ്ങളിൽ നിന്ന് ഒരു സിംഫണി നെയ്യുന്ന ഒരു മാസ്റ്ററെപ്പോലെ, അഭിനവഗുപ്തൻ കാശ്മീർ ശൈവമതത്തിന്റെ വിവിധ ഇഴകളെ തന്റെ മഹത്തായ രചനയായ തന്ത്രാലോകത്തിലേക്ക് സമന്വയിപ്പിപ്പോൾ പ്രത്യഭിജ്ഞാ ദർശനവും അതിൽ ഇടം കണ്ടെത്തി. അദ്ദേഹത്തിന്റെ ശിഷ്യനും , പ്രഗത്ഭനുമായ ക്ഷേമരാജൻ ജ്ഞാനത്തിന്റെ ഈ മഹാസമുദ്രത്തെ 'പ്രത്യഭിജ്ഞാഹൃദയം' എന്ന കൊച്ചു ഗ്രന്ഥത്തിലേക്ക് കാച്ചിക്കുറുക്കിയെടുത്തു.

ആത്മസാക്ഷാത്കാരത്തിന്റെ വിശാലാതിയിലേക്ക് ഒരുവനെ നയിക്കുന്ന സംക്ഷിപ്തമായ ഒരു ഭൂപടമാണ് ക്ഷേമരാജന്റെ പ്രത്യഭിജ്ഞാഹൃദയം എന്ന ഗ്രന്ഥം. ആന്തരിക

ലോകത്തിലെ ക്ഷിപ്ത, മുദാവസ്ഥകളിൽ നിന്നും നിന്നും നിരോധാവസ്ഥയിലേക്ക്, അല്ലെങ്കിൽ ദൈവികതയുടെ ദേവാലയത്തിലേക്ക് അത് അന്വേഷകനെ അനായാസമായി നയിക്കുന്നു.

• **എന്താണ് പ്രത്യഭിജ്ഞാ ദർശനം**

പ്രപഞ്ചത്തിന്റെ എല്ലാ കോണുകളും, ദൈവിക സാന്നിധ്യത്താൽ പ്രകാശിക്കുന്നുണ്ടെങ്കിലും നമ്മുടെ വീക്ഷണം പലപ്പോഴും വക്രീകരിക്കപ്പെട്ടതായതുകൊണ്ട് ആ പ്രകാശം നമുക്ക് അനുഭവവേദ്യമാകുന്നില്ല. കാഴ്ചയിൽ നിന്ന് മറഞ്ഞിരിക്കുന്ന ഈ പ്രകാശത്തെ സാക്ഷാൽക്കരിക്കുക എന്നതാണ് നമ്മുടെ ആത്യന്തിക ലക്ഷ്യം എന്നാണ് പ്രത്യഭിജ്ഞാ ദർശനം പറയുന്നത്.

പ്രത്യഭിജ്ഞാ ദർശനത്തിന്റെ സാരാംശം മനസ്സിലാക്കാൻ സാധാരണ പറഞ്ഞുവരാറുള്ള ഒരു കഥയുണ്ട്. തന്റെ യഥാർത്ഥ സ്വത്വം കണ്ടെത്തിയ ഒരു രാജകുമാരന്റെ കഥ.

ചെറുപ്രായത്തിൽ തന്നെ രാജവംശത്തിൽ നിന്ന് വേർപിരിയേണ്ടി വന്ന രാജകുമാരനെ ചില അപരിചിതരാണ് വളർത്തിയത്. യഥാർത്ഥ വ്യക്തിത്വം അറിയാതെ കേവലമൊരു സാധാരണക്കാരനായി അയാൾ വളർന്നു. ചിലപ്പോഴെല്ലാം രാജകീയതയുടെ ചില ലക്ഷണങ്ങൾ അവൻ പ്രകടിപ്പിച്ചെങ്കിലും അവ പലപ്പോഴും അവന്റെ ദത്തെടുത്ത ജീവിതത്തിന്റെ യാഥാർത്ഥ്യങ്ങളിൽ മുങ്ങിമരിച്ചു.

കുറച്ച് വർഷങ്ങൾക്ക് ശേഷം അവൻ ഒരു യുവാവായി വളർന്നതോടെ അവനിൽ പ്രകടമായ ചില രാജകീയ ചിഹ്നങ്ങൾ നിമിത്തം ചില മന്ത്രിമാർ അവനെ നഷ്ടപ്പെട്ട രാജകുമാരനായി തിരിച്ചറിയുകയും അവർ അവനെ രാജാവിന്റെ മുമ്പാകെ ഹാജരാക്കുകയും ചെയ്തു. രാജാവ്

അവനെ തിരിച്ചറിഞ്ഞെങ്കിലും അദ്ദേഹം അവനോടത് അപ്പോൾ വെളിപ്പെടുത്തിയില്ല.

രാജാവിന്റെ ചുമതലകൾ കൃത്യമായി നിർവഹിക്കുന്നതിന് അവനെ നന്നായി പരിശീലിപ്പിക്കുക എന്ന ലക്ഷ്യത്തോടെ അവന്റെ യഥാർത്ഥ വ്യക്തിത്വം വെളിപ്പെടുത്താതെത്തന്നെ ചില ഭാരിച്ച ഉത്തരവാദിത്തങ്ങൾ അവനെ ഏൽപ്പിക്കുകയാണ് രാജാവ് ചെയ്തത്. പിന്നീട് ഉത്തരവാദിത്വ നിർവഹണത്തിൽ പക്വതയാർജിച്ചുവെന്ന് ബോധ്യപ്പെട്ടപ്പോൾ ഉന്നതമായ ഒരു കുടുംബത്തിലാണ് അവന്റെ ജനനമെന്ന് രാജാവാവനെ ബോധ്യപ്പെടുത്തി. അപ്പോഴും അയാൾ രാജകുമാരനാണെന്ന യഥാർത്ഥ ഐഡന്റിറ്റി വെളിപ്പെടുത്തിയില്ല. കാലം കഴിയവേ ആ യുവാവ് പൂർണ്ണമായും രാജാധികാരത്തിന് സജ്ജമായെന്ന് രാജാവിന് ബോധ്യമായതോടെ യഥാർത്ഥ വ്യക്തിത്വം രാജാവാവനെ ബോധ്യപ്പെടുത്തി കൊടുത്തു. അപ്പോഴാണ് താൻ രാജകുമാരനാണെന്ന സത്യം അയാൾ തിരിച്ചറിയുന്നത്. നോക്കൂ, അവൻ അവന്റെ പക്വതയുടെ തോത് കൂടുന്നതിനനുസരിച്ചാണ് തന്റെ യഥാർത്ഥ ഐഡന്റിറ്റി മനസ്സിലാക്കുന്നത്. അതുപോലെ നമ്മളും നമ്മുടെ പക്വതക്കനുസരിച്ചാണ് യഥാർത്ഥ സ്വരൂപം തിരിച്ചറിയുന്നത് എന്നാണ് പ്രത്യഭിജ്ഞാ ദർശനം പറയുന്നത്.

സ്വയം കണ്ടെത്താനുള്ള രാജകുമാരന്റെ യാത്ര ദൈവിക സത്ത തിരിച്ചറിയാനുള്ള നമ്മുടെ അന്വേഷണത്തെ പ്രതിഫലിപ്പിക്കുന്നു. രാജകുമാരനിൽ എല്ലായ്പ്പോഴും രാജരക്തം ഉള്ളതുപോലെ, നമ്മളിലും സദാ ദൈവീകതയുണ്ട്. രാജകുമാരൻ പലരുടെയും സഹായത്തോടെ അല്പല്പമായി തന്റെ ഐഡന്റിറ്റി തിരിച്ചറിഞ്ഞതുപോലെ നമ്മളും പല ഗുരുക്കന്മാരുടെയും സഹായത്തോടെ അല്പല്പമായി നമ്മുടെ യഥാർത്ഥ സ്വത്വം തിരിച്ചറിയും എന്നാണ് പ്രത്യഭിജ്ഞാ

ദർശനം പറയുന്നത്.

4

അഭിനവ ഗുപ്തൻ

പ്രഗത്ഭ ദാർശനികനും കാശ്മീര താന്ത്രിക പാരമ്പര്യത്തിന്റെ തിളങ്ങുന്ന മറ്റൊരു നക്ഷത്രവുമാണ് അഭിനവഗുപ്തൻ. അന്ന് നിലനിന്നിരുന്ന വ്യത്യസ്തങ്ങളായ താന്ത്രിക പാരമ്പര്യങ്ങളുടെ സംയോജനത്തിലൂടെയാണ് അദ്ദേഹം തന്ത്രാലോകമെന്ന തന്റെ ഐതിഹാസിക ഗ്രന്ഥം ഭാവി തലമുറകൾക്ക് വരദാനമായി നൽകിയിട്ടുള്ളത്. അദ്ദേഹത്തെ കാശ്മീര തന്ത്രത്തിന്റെ കേന്ദ്ര നക്ഷത്രമായ സൂര്യനായി നമുക്ക് ഗണിക്കാം. പത്താം നൂറ്റാണ്ടിൽ ജനിച്ച ഈ പ്രതിഭ താന്ത്രിക സാധകരെ അത്ഭുതപ്പെടുത്തുന്ന ധിഷണയുടെ മഹാമേരുവായി ഇന്നും നിലകൊള്ളുന്നു.

കൗളം ക്രമം, പ്രത്യഭിജ്ഞാ സ്പന്ദം തുടങ്ങിയ വ്യത്യസ്ത സമ്പ്രദായങ്ങളെ ചേർത്ത് ത്രികാ എന്ന കാശ്മീര തന്ത്ര ദർശനത്തിന്റെ ഘടനയെയൊരുക്കുന്നതിൽ അഭിനവഗുപ്തൻ വഹിച്ച പങ്ക് വളരെ വലുതാണ്.

അദ്ദേഹത്തിന്റെ രചനകൾ കാശ്മീരിന്റെ പ്രിയങ്കരമായ കുങ്കുമപ്പൂക്കൾ പോലെയാണ്. ഏറെ വിലപിടിപ്പുള്ള കുങ്കുമപ്പൂ എന്തിലെല്ലാം ചേരുന്നുവോ അവക്കെല്ലാം തന്റെ സ്വർണ്ണ നിറം ദാനം ചെയ്തുകൊണ്ടിരിക്കും. അതുപോലെയാണ് അഭിനവഗുപതന്റെ കൃതികളും. ഏത്

ദർശനത്തിനും നിറവും രുചിയും അത് പ്രദാനം ചെയ്യും. കേരളീയ ക്ഷേത്രാരാധന തന്നെ ഏറ്റവും നല്ല ഉദാഹരണം. ഇന്ന് നിലവിലുള്ള ആഗമ താന്ത്രിക രീതിയിലുള്ള ക്ഷേത്രാരാധനാ സമ്പ്രദായങ്ങളിലെല്ലാം അദ്ദേഹത്തിന്റെ സ്വാധീനം ഏറെയുണ്ട് എന്ന് പറഞ്ഞാൽ അതിശയോക്തിയാകില്ല എന്നാണ് എന്റെ ഉറച്ച വിശ്വാസം.

- ജീവിതം

കാശ്മീരിലെ ഒരു ബ്രാഹ്മണ കുടുംബത്തിൽ ക്രിസ്ത്വബ്ദം 950 ൽ ആണ് അഭിനവഗുപ്തൻ ജനിച്ചത്. അദ്ദേഹത്തിന്റെ പൂർവ്വികർ കനൗജിൽ നിന്ന് കുടിയേറിയവരാണ്. അഭിനവഗുപ്തന്റെ ആദ്യകാല ജീവിതം അദ്ദേഹത്തിന്റെ ആത്മീയവും ദാർശനികവുമായ ചായ്വുകളെ ആഴത്തിൽ സ്വാധീനിച്ച സംഭവങ്ങളുടെയും സാഹചര്യങ്ങളുടെയും ഒരു പരമ്പരയായിരുന്നു.

അഭിനവഗുപ്തന് രണ്ടു വയസ്സുള്ളപ്പോൾ അമ്മ വിമലയെ നഷ്ടപ്പെട്ടു. ചെറുപ്രായത്തിൽ തന്നെ അത്തരം അഗാധമായ നഷ്ടം പലപ്പോഴും വ്യക്തികളെ ആത്മീയ ശാന്തി തേടുന്നതിലേക്ക് നയിക്കുമല്ലോ? ജീവിതത്തിന്റെ നശ്വരതയുമായുള്ള ഈ ആദ്യകാല കണ്ടുമുട്ടൽ അദ്ദേഹത്തിൽ ചെറുപ്പത്തിലേ ആത്മീയ അന്വേഷണത്തിന്റെ വിത്തുകൾ പാകിയിരിക്കാം.

പണ്ഡിതനും ചിന്തകനും ആയ പിതാവ് നരസിംഹഗുപ്തൻ തന്നെയാണ് അദ്ദേഹത്തിന്റെ ആദ്യ ഗുരു. കാശ്മീരിലെ ഒരു ബ്രാഹ്മണ കുടുംബത്തിൽ ജനിച്ച അഭിനവഗുപ്തൻ ചെറുപ്പം മുതലേ വേദങ്ങളും ആചാരങ്ങളും പാരമ്പര്യങ്ങളും സ്വാഭാവികമായും ഹൃദിസ്ഥമാക്കിയിരുന്നു. ഈ സമ്പന്നമായ സാംസ്കാരികവും

മതപരവുമായ പശ്ചാത്തലം അദ്ദേഹത്തിന് പ്രാമാണിക ഗ്രന്ഥങ്ങളേയും ആചാരങ്ങളേയും അനുഷ്ഠാനങ്ങളേയും സംബന്ധിച്ചുള്ള വളരെ ഉറച്ച ഒരു ധാരണ ചെറുപ്പത്തിലേ നൽകി. ദാർശനിക ചർച്ചകളും ആത്മീയ ശിക്ഷണങ്ങളും സദാ നടന്നുകൊണ്ടിരുന്ന, ബൗദ്ധികമായി ഉത്തേജിപ്പിക്കുന്ന, ഒരു ചുറ്റുപാടിൽ വളർന്നത് അദ്ദേഹത്തിന്റെ യുവ ധൈഷണിക മനസ്സിനെ വാർത്തെടുക്കുന്നതിൽ നിർണായക പങ്ക് വഹിച്ചു എന്നത് നിസ്സംശയമാണ്.

പിതാവിൽ നിന്ന് നേടിയ അടിസ്ഥാനപരമായ അറിവ് പിന്നീടുള്ള അന്വേഷണങ്ങൾക്ക് പശ്ചാത്തലമൊരുക്കിയിരിക്കാം. അഭിനവഗുപ്തന്റെ കാലത്ത് കാശ്മീർ വിവിധങ്ങളായ ആത്മീയവും ദാർശനികവുമായ പാരമ്പര്യങ്ങളുടെ സംഗമഭൂമിയായിരുന്നു. ആത്മീയ പാരമ്പര്യങ്ങളുടെ സമ്പന്നമായ ഈ വൈവിധ്യങ്ങൾ ധിഷണാശാലിയായിരുന്ന അഭിനവ ഗുപ്തനെ സംബന്ധിച്ചിടത്തോളം ഒരു അനുഗ്രഹമായിരുന്നു.

പതിനഞ്ചോളം അധ്യാപകരുടെയും ഗുരുക്കന്മാരുടെയും കീഴിൽ പഠിച്ച അദ്ദേഹം അന്ന് പ്രചാരത്തിലുണ്ടായിരുന്ന സമ്പ്രദായങ്ങളിലെല്ലാം ദീക്ഷിതനായിരുന്നു.

വ്യാകരണത്തിൽ പിതാവായ നരസിംഹ ഗുപ്തൻ തന്നെയായിരുന്നു അദ്ദേഹത്തിന്റെ ഗുരു. ദ്വൈത തന്ത്രത്തിൽ വാമനാഥനും ബ്രഹ്മവിദ്യയിൽ ഭൂതിരാജനും കൗളമാർഗ്ഗത്തിൽ ശംഭുരാജനും ക്രമ സമ്പ്രദായത്തിൽ ഹേലരാജനും പ്രത്യഭിജ്ഞാ ദർശനത്തിൽ ലക്ഷ്മണ ഗുപ്തനും സ്പന്ദ ദർശനത്തിൽ ഭട്ടേന്ദു രാജനും ആയിരുന്നു അദ്ദേഹത്തിന്റെ ഗുരുക്കന്മാർ.

വൈവിധ്യമാർന്ന ദർശനങ്ങളോടും തത്ത്വചിന്തകളോടും ഉള്ള ഈ എക്സ്പോഷർ [exposure] അദ്ദേഹത്തിന്റെ അറിവിനെ സമ്പന്നമാക്കുകയും വിവിധ തത്ത്വചിന്തകളെ

സമന്വയിപ്പിച്ച് സമഗ്രമായ ഒരു ദർശനം അവതരിപ്പിക്കുന്നതിലേക്ക് അദ്ദേഹത്തെ നയിക്കുകയും ചെയ്തു എന്നുവേണം അനുമാനിക്കാൻ.

• **അദ്ദേഹത്തിന്റെ പ്രധാന കൃതികൾ**

അദ്ദേഹത്തിന്റെ 35-ലധികം കൃതികളിൽ ഏറ്റവും പ്രശസ്തമായത് കാശ്മീര തന്ത്ര ദർശനത്തിന്റെ തത്ത്വശാസ്ത്രപരവും പ്രായോഗികവുമായ വശങ്ങളെക്കുറിച്ച് സമഗ്രമായി പ്രതിപാദിക്കുന്ന "തന്ത്രാലോകം" എന്ന ബൃഹത് ഗ്രന്ഥമാണ്. മഹത്തായ ആ രചന താന്ത്രിക പാരമ്പര്യത്തിന്റെ തിളങ്ങുന്ന ഒരു വഴിവിളക്കായി ഇന്നും നിലകൊള്ളുന്നു. ആ ഗ്രന്ഥത്തിലെ ഓരോ പേജിലും, അഭിനവഗുപ്തന്റെ അഗാധമായ പാണ്ഡിത്യവും ജ്ഞാനവും, വിവിധ സമ്പ്രദായങ്ങളിലെ താന്ത്രിക ആചാരങ്ങളെക്കുറിച്ചുള്ള സൂക്ഷ്മമായ അറിവും പ്രതിഫലിക്കുന്നുണ്ട് എന്നാണ് പണ്ഡിതമതം. കാശ്മീര തന്ത്രത്തെ ആഴത്തിൽ മനസ്സിലാക്കാൻ ആഗ്രഹിക്കുന്നവർക്ക് ഈ ഗ്രന്ഥം ഇന്നും ഒരു വഴികാട്ടിയാണ്.

അദ്ദേഹത്തിന്റെ പ്രധാനപ്പെട്ട മറ്റു കൃതികൾ പരാത്രിംശികാ വിവരണം, തന്ത്രസാരം, ധ്വന്യാലോക ലോചനം, അഭിനവ ഭാരതി, ഭഗവത്ഗീതാർത്ഥ സംഗ്രഹം, ഈശ്വരപ്രത്യഭിജ്ഞാ വിമർശിനി, ഈശ്വരപ്രത്യഭിജ്ഞാ വിവൃത്തി വിമർശിനി തുടങ്ങിയവയാണ്.

അഭിനവഗുപ്തന്റെ ദർശനങ്ങളുടെ കാതൽ കാശ്മീര തന്ത്രത്തിന്റെ അദ്വൈതമാണ്. വ്യക്തി ആത്മാവും (ജീവൻ) പരമമായ യാഥാർത്ഥ്യവും (ശിവൻ) അടിസ്ഥാനപരമായി ഒന്നാണെന്ന് അദ്ദേഹം വാദിച്ചു. ഇത് ബൗദ്ധികമായി മനസ്സിലാക്കേണ്ട ഒരു ആശയമല്ല മറിച്ച് ഏവരും

സാക്ഷാൽക്കരിക്കേണ്ട ഒരു ആത്മീയ സത്യമാണ് എന്നതായിരുന്നു അദ്ദേഹത്തിന്റെ നിലപാട്. "തിരിച്ചറിയൽ" (പ്രത്യഭിജ്ഞ) എന്ന ആശയത്തിലുള്ള അദ്ദേഹത്തിന്റെ ഊന്നൽ വ്യക്തികൾ അവരുടെ അന്തർലീനമായ ദൈവികതയിലേക്ക് ഉണരേണ്ടതിന്റെ ആവശ്യകത കൃത്യമായും വ്യക്തമാക്കുന്നതാണ്.

ആത്മീയ സാക്ഷാത്കാരത്തിലേക്കുള്ള പാതയിൽ ആചാരങ്ങൾ, അനുഷ്ഠാനങ്ങൾ, അച്ചടക്കങ്ങൾ എന്നിവയുടെ പ്രാധാന്യം അദ്ദേഹത്തിനറിയാമായിരുന്നു. സംഗീതം, നൃത്തം, നാടകം തുടങ്ങിയ കലാപരവും സൗന്ദര്യാത്മകവുമായ ഘടകങ്ങൾക്കൊപ്പമുള്ള ആചരണങ്ങൾ ഭൗതികയേയും ദാർശനികതയേയും സൗന്ദര്യാത്മകതയേയും ആത്മീയതയേയും തമ്മിൽ മൂർത്തമായി ബന്ധിപ്പിക്കുന്ന ഒരു പാലമായി വർത്തിക്കുമെന്ന് അദ്ദേഹം തിരിച്ചറിഞ്ഞിരുന്നു.

- ## അഭിനവ ഗുപ്തന്റെ തന്ത്രാലോകം

അഭിനവഗുപ്തൻറെ തന്ത്രാലോകം എന്ന ഗ്രന്ഥം നിരവധി താന്ത്രിക ധാരകളുടെ ഉൾക്കാഴ്ചകളെ സമന്വയിപ്പിക്കുന്ന അഗാധവും വിശാലവുമായ ഒരു ജ്ഞാന സമുദ്രമാണ്.

അദ്ദേഹത്തിന്റെ കൃതികളായ ഈശ്വരപ്രത്യഭിജ്ഞാ വിമർശിനിയും ഈശ്വരപ്രത്യഭിജ്ഞാ വിവൃത്തി വിമർശിനിയും പ്രത്യഭിജ്ഞാ ദർശനത്തെ എടുത്തു കാണിക്കുന്നതാണെങ്കിൽ പരാത്രിംശികാ വിവരണം കൗള ദർശനത്തെ ആണ് എടുത്തുകാണിക്കുന്നത്. എന്നാൽ തന്ത്രാലോകത്തിൽ എത്തുമ്പോൾ അദ്ദേഹത്തിന് ദീക്ഷ ലഭിച്ചതും അദ്ദേഹം പരിശീലിച്ചിരുന്നതുമായ സ്പന്ദം, പ്രത്യഭിജ്ഞാ, ക്രമം, കൗളം തുടങ്ങിയ എല്ലാ ദർശനങ്ങളെയും

യോജിപ്പിച്ചുകൊണ്ട് കാശ്മീര തന്ത്രത്തിന് പുതിയൊരു മാനം നൽകാനാണ് അദ്ദേഹം ശ്രമിച്ചത്.

തന്ത്രാലോകത്തിൽ ആകെ 37 അധ്യായങ്ങൾ അടങ്ങിയിരിക്കുന്നു. ഇതിലെ ഓരോ അദ്ധ്യായവും ഒരു കപ്പൽ യാത്രയിലെ ട്രാൻസിറ്റ് തുറമുഖങ്ങൾ പോലെയാണ് നമുക്കനുഭവപ്പെടുന്നത്. ഒരു കപ്പൽ യാത്രയിൽ നമ്മൾ കാണുന്ന ഓരോ തുറമുഖവും വ്യത്യസ്തങ്ങളായ തുറമുഖക്കാഴ്ച്ചകളെ പ്രദാനം ചെയ്യുന്നതുപോലെ ഇവിടെ ഒരു അദ്ധ്യായവും തന്ത്രത്തിന്റെ പുതിയ പുതിയ ദൃശ്യങ്ങൾ വെളിപ്പെടുത്തുന്നു.

പക്ഷേ സമ്പൂർണ്ണമായ പ്രതിബദ്ധത, ആത്മീയ പ്രവാഹങ്ങളുടെ ആഴങ്ങളിലേക്ക് ആഴ്ന്നിറങ്ങാനുള്ള സന്നദ്ധത, നിഗൂഢമായ സത്യങ്ങളുടെ ചുഴലിക്കാറ്റിലൂടെ സഞ്ചരിക്കാനുള്ള ധൈര്യം എന്നിവ ഉള്ളവർക്ക് മാത്രം വിജയിക്കാവുന്ന ഒരു യാത്രയാണ് തന്ത്രാലോകം ചാർട് ചെയ്ത് വെച്ചിട്ടുള്ളത്.

സത്താ വിജ്ഞാനീയത്തിൽ നിന്ന് തുടങ്ങി അജ്ഞാനത്തെക്കുറിച്ചും മായയെക്കുറിച്ചും ചർച്ചചെയ്ത് ദീക്ഷ, യോഗം, ധ്യാനം, മറ്റനുഷ്ടാനങ്ങൾ തുടങ്ങിയ വിഷയങ്ങളിലൂടെ ഓരോ അദ്ധ്യായവും മുന്നോട്ടു പോകുന്നു.

ഒരു എംബ്രോയിഡറിയിൽ വ്യത്യസ്തങ്ങളായ നൂലുകളെന്നപോലെ അന്ന് നിലനിന്നിരുന്ന വ്യത്യസ്തങ്ങളായ താന്ത്രിക രീതികളെ വിദഗ്ധനായ ഒരു നെയ്ത്തുകാരനെപോലെ തുന്നിച്ചേർത്ത് താന്ത്രിക ദർശനത്തിന്റെ അതിമഹത്തായ ഒരു ചിത്രകംബളം ഒരുക്കുകയാണ് തന്ത്രാലോകത്തിലൂടെ അഭിനവഗുപ്തൻ ചെയ്തിട്ടുള്ളത്. അതുകൊണ്ടുതന്നെ തന്ത്രാലോകത്തിലെ ഓരോ പേജും ഈ പഴയ സമ്പ്രദായങ്ങളുടെയെല്ലാം (കൗള സമ്പ്രദായം മുതൽ പ്രത്യഭിജ്ഞാ സമ്പ്രദായം വരെയുള്ള)

പ്രയയോക്താക്കളായ ഋഷിമാരുമായുള്ള ഹൃദയം തുറന്ന സത്സംഗമായി ഒരു സാധകന് തോന്നും.

വേദാന്ത ദർശനത്തിന്റെ സ്വാധീനത്താൽ അഭിനവ ഗുപ്തന് തൊട്ട് മുമ്പുള്ള താന്ത്രികാചാര്യർ സാമൂഹികവും ധാർമ്മികവും വൈദീകവും ആയ മാനദണ്ഡങ്ങൾക്ക് അനുസരിച്ചല്ലാത്ത താന്ത്രിക ക്രിയകളെ മുഴുവൻ അവരുടെ കൃതികളിൽ നിന്നും അകറ്റി നിർത്താൻ ശ്രമിച്ചിരുന്നു. എന്നാൽ തിളക്കം നഷ്ടപ്പെട്ടിരുന്ന ഇത്തരം താന്ത്രികാചാരങ്ങളും അനുഷ്ടാനങ്ങളും തികച്ചും അദ്വൈതപരവും വൈദീകവുമായ ആടയാഭരണങ്ങളോടെ വീണ്ടും തിരിച്ചുവരുന്ന കാഴ്ചയാണ് നാം തന്ത്രലോകത്തിൽ കാണുന്നത്.

അതുപോലെതന്നെ അനാസക്തിയോടെയാണെങ്കിൽ ഇന്ദ്രിയാസ്വാദനങ്ങൾ പോലും ആത്മീയോന്നതിയിലേക്ക് നയിക്കും എന്ന് ഉൽഘോഷിച്ചുകൊണ്ട് ലൗകികതയും ആത്മീയതയും തമ്മിൽ നിലനിന്നിരുന്ന വിടവിനെ അദ്ദേഹം ഈ ഗ്രന്ഥത്തിലൂടെ ഇല്ലാതാക്കി.

ഈ ഗ്രന്ഥത്തിന്റെ ഉമ്മറപ്പടിയിൽ എത്തുമ്പോൾ മറഞ്ഞിരിക്കുന്ന ക്ഷേത്രത്തിന്റെ പവിത്രമായ പടികൾ കയറുന്ന ഒരു തീർത്ഥാടകനെപ്പോലെയാണ് ഒരു സാധകൻ. ഓരോ വരിയും നമുക്കറിയാത്ത ആഴത്തിലുള്ള ഒരു രഹസ്യം അനാവരണം ചെയ്യുന്നു, ഓരോ അധ്യായവും നമ്മെ ത്രിക ദർശനത്തിന്റെ ശ്രീകോവിലിലേക്ക് ഒരു പടി കൂടി അടുത്ത് എത്തിക്കുന്നു.

തന്ത്രാലോകം നമ്മെ എത്തിക്കുന്നത് തന്ത്രത്തിന്റെ അതിവിശാലമായ ദർശനസീമയിലാണ്. പരിമിതികളാൽ ബന്ധിതമല്ലാത്ത നമ്മുടെ ബോധം ദ്വന്ദ്വത്തിന്റെ വിഭജനങ്ങളിൽ നിന്ന് മുക്തമായി, തീരങ്ങളില്ലാതെ ഒരു സമുദ്രംപോലെ പരന്നുകിടക്കുന്നത് അവിടെ നാം

തിരിച്ചറിയും.

• അഭിനവ ഗുപ്തന്റെ സൗന്ദര്യ ദർശനം

ദാർശനിക സമസ്യകളെ കുറിച്ച് മാത്രമല്ല കലയെ കുറിച്ചും അതിന്റെ സൗന്ദര്യശാസ്ത്രത്തെക്കുറിച്ചും അഭിനവ ഗുപ്തൻ കാര്യമായി ചിന്തിച്ചിരുന്നു.

നാട്യശാസ്ത്രത്തിന്റെ വ്യാഖ്യാനമായ "അഭിനവഭാരതി" സൗന്ദര്യശാസ്ത്രത്തെക്കുറിച്ചുള്ള അദ്ദേഹത്തിന്റെ ആഴത്തിലുള്ള ധാരണയുടെ തെളിവായി നിലകൊള്ളുന്നു. അഭിനവ ഗുപ്തന്റെ സൗന്ദര്യശാസ്ത്രത്തിന്റെ കേന്ദ്രബിന്ദു രസ സിദ്ധാന്തമാണ്. നാട്യശാസ്ത്രകാരൻ വികസിപ്പിച്ചെടുത്ത രസ സിദ്ധാന്തത്തെ അടിസ്ഥാനമാക്കിത്തന്നെയാണ് അഭിനവഗുപ്തനും തന്റെ രസ സിന്ദ്ധാന്തം വികസിപ്പിച്ചത്. എന്നാൽ രസം എന്ന ആശയം കേവലം കലാപരമായ ഒന്നായിട്ടല്ല, മറിച്ച് ആത്മീയമായ ഒരനുഭവമായിട്ടാണ് അദ്ദേഹം ആ ഗ്രന്ഥത്തിൽ അവതരിപ്പിച്ചത്. അദ്ദേഹത്തെ സംബന്ധിച്ചിടത്തോളം, കലയിലും നാടകത്തിലും രസത്തിന്റെ സൗന്ദര്യാത്മക അനുഭവം ആത്മീയമായ അതീന്ദ്രിയാനുഭവത്തിന് സമാനമാണ്.

മറ്റൊരുവിധത്തിൽ പറഞ്ഞാൽ ഭാരതമുനിയുടെ രസ സിദ്ധാന്തത്തിന് ഒരു ആത്മീയതലം നൽകുകയാണ് അഭിനവഗുപ്തൻ ചെയ്തതെന്ന് വളരെ സരളമായി പറയാം. എന്താണ് രസ സിദ്ധാന്തം? അല്പ്പ അതിലളിതവൽക്കരിച്ചാണെങ്കിലും ഇവിടെ വിശദീകരിക്കാൻ ശ്രമിക്കാം.

നിങ്ങൾ രജനീകാന്തിന്റെ ഒരു സിനിമ കാണുന്നുവെന്ന് സങ്കൽപ്പിക്കുക. രജനീകാന്തിന്റെ അതിമാനുഷത്വം വെളിപ്പെടുത്തുന്ന ആദ്യത്തെ ഏതാനും സീനുകൾ

കാണുമ്പോൾ നിങ്ങൾ വിസ്മയഭരിതരാകുന്നു. (അത്ഭുത രസം), അല്പം കഴിയുമ്പോൾ വടിവേലു രംഗപ്രവേശം ചെയ്യുകയും അദ്ദേഹത്തിന്റെ തമാശകൾ കേട്ട് നിങ്ങൾ പൊട്ടിച്ചിരിക്കുകയും ചെയ്യുന്നു (ഹാസ്യം). പിന്നീട് നായകൻ അപകടത്തിൽ പെടുന്ന ഒരു സീൻ വരുമ്പോൾ നിങ്ങൾ നഖം കടിക്കുകയും നിങ്ങളുടെ ഹൃദയമിടിപ്പ് കൂടുകയും ചെയ്യുന്നു (ഭയാനകം), അവസാനം കൊടുങ്കാറ്റുകളെല്ലാം തീർന്ന് സമാധാനം പുനഃസ്ഥാപിക്കുമ്പോൾ സമാധാനത്തോടെ നിങ്ങൾ തീയ്യറ്ററിന്റെ പുറത്തുകടക്കുന്നു, (ശാന്തം)

ഒരു സിനിമ കാണുമ്പോൾ, അഭിനേതാക്കളും കഥയും നമ്മുടെ ഉള്ളിൽ വ്യത്യസ്ത വികാരങ്ങളെ ഇളക്കിവിടുന്നതുകൊണ്ടാണ് മേല്പറഞ്ഞതുപോലെ നമ്മൾ ചിരിക്കുകയോ കരയുകയോ സീറ്റിൽ നിന്ന് ചാടുകയോ ഒക്കെ ചെയ്യുന്നത്.

മനോഹരമായ ഒരു കലാപ്രകടനത്തിന്റെ അനന്തര ഫലമായി ജനിക്കുന്നതാണ് രസം എന്നാണ് നാട്യശാസ്ത്രത്തിൽ പറയുന്നത്. ആംഗ്യങ്ങൾ, വാക്കുകൾ, വികാരങ്ങൾ, സംഗീതം തുടങ്ങിയ വിവിധ ഘടകങ്ങൾ സമന്വയത്തോടെ സമ്മേളിക്കുമ്പോൾ രസം ജനിക്കുന്നു.

ഇന്ത്യൻ സൗന്ദര്യശാസ്ത്രത്തിലെ കേന്ദ്രബിന്ദുവാണ് 'രസ സിദ്ധാന്തം '. ഭരത മുനിയുടെ "നാട്യശാസ്ത്ര"ത്തിൽ ആണ് ഈ സിദ്ധാന്തത്തിന്റെ ഗൗരവപൂർണമായ വിശദീകരണം ആദ്യം പ്രത്യക്ഷപ്പെട്ടതെങ്കിലും പിന്നീട് മമ്മടൻ, ജഗന്നാഥ പണ്ഡിതൻ, ഭോജരാജൻ തുടങ്ങി പലരും അതിനെകുറിച്ച് കാര്യമായി ചിന്തിച്ചിരുന്നു. വൈവിധ്യമാർന്ന വികാരങ്ങൾ കൊണ്ട് അല്ലെങ്കിൽ 'ഭാവങ്ങൾ' കൊണ്ട് സമ്പുഷ്ടമായ ഒരു പ്രകടനം പ്രേക്ഷകരിൽ ഒരു പ്രത്യേക രസത്തെ ജ്വലിപ്പിക്കുന്നുവെന്നാണ് ഭരതമുനി നാട്യശാസ്ത്രത്തിൽ സൂചിപ്പിച്ചത്

പരമ്പരാഗതമായി, ഇന്ത്യൻ സൗന്ദര്യശാസ്ത്രം ശൃംഗാരം, ഹാസ്യം, കരുണം, രൗദ്രം, വീരം, ഭയാനകം, ഭീഭൽസം, അത്ഭുതം, ശാന്തം എന്നിങ്ങനെ ഒമ്പത് രസങ്ങളെ കുറിച്ച് പറയുന്നുണ്ട്.

ഈ രസങ്ങൾ ഓരോന്നും കലയിൽ മാത്രമല്ല ആത്മീയമായ പശ്ചാത്തലത്തിലും അനുഭവിച്ചറിയാൻ കഴിയും എന്നാണ് അഭിനവ ഗുപ്തൻ സവിശേഷമായി പറയുന്ന ഒരു പ്രത്യേകത. ഉദാഹരണത്തിന്, ശാന്തമായ ലാൻഡ്സ്കേപ്പ് പെയിന്റിംഗ് കാണുമ്പോൾ നമുക്കനുഭവപ്പെടുന്ന ശാന്തത അഗാധമായ ആത്മീയ ശാന്തിയുടെ കൊച്ചു പതിപ്പാണ് എന്നത്രേ താന്ത്രിക മതം.

നമ്മൾ ഹാംലെറ്റ് നാടകം കാണുന്നുവെന്ന് കരുതുക. അതിലെ ഓരോ കഥാപാത്രത്തിന്റെ വികാരവും പ്രേക്ഷകനിൽ അതിനനുസൃതമായ ഭാവം ജനിപ്പിക്കുന്നുണ്ട്. ഈ ഭാവങ്ങൾ ആത്മാവിന്റെ പ്രതികരണമാണ് എന്നാണ് അഭിനവഗുപ്തൻ പറയുന്നത്. ആത്മാവിന്റെ ഈ പ്രതികരണമാണ് അല്ലെങ്കിൽ ഈ ആത്മീയാനുഭൂതിയാണ് ഇവിടെ രസം എന്ന പദം കൊണ്ട് സൂചിതമാകുന്നത്.

രസം യഥാർത്ഥത്തിൽ മൂർത്തവും അമൂർത്തവും തമ്മിലുള്ള ഒരു പാലമായി വർത്തിക്കുന്നു. കലാസൃഷ്ടി ഭൗതികമാണെങ്കിലും, അത് ഉണർത്തുന്ന രസം ഭൗതിക മേഖലയെ മറികടക്കുന്നു. അത് നിരീക്ഷകനെ അടിസ്ഥാനപരമായ ആത്മീയ സത്തയുമായി ബന്ധിപ്പിക്കുന്നു, എല്ലാറ്റിലും ഉള്ള ദൈവിക സാന്നിധ്യത്തെക്കുറിച്ച് അവരെ ബോധവാന്മാരാക്കുന്നു.

ഒരു തണുത്ത പ്രഭാതത്തിൽ ഒരു കപ്പ് കാശ്മീരി കാപ്പി കുടിക്കുന്നത് സങ്കൽപ്പിക്കുക. സുഗന്ധവ്യഞ്ജനങ്ങളുടെ സമൃദ്ധമായ മിശ്രിതം, കുങ്കുമപ്പൂവിന്റെ നനുത്ത മധുരം, ബ്രൂവിന്റെ ഊഷ്മളത – അവിടെ കാപ്പിയുടെ ഓരോ സിപ്പും

നൽകുന്നത് തണുത്തുറഞ്ഞ ആ പ്രഭാതത്തെ മുഴുവൻ മാറ്റി തീർക്കുന്ന ഒരു അനുഭൂതിയാണ്. അതുപോലെയാണ് കലാസ്വാദനത്തിൽ നിന്നുണ്ടാകുന്ന രസം ജീവിതത്തെ മുഴുവൻ സ്വാധീനിക്കുന്ന അനുഭൂതിയാകുന്നത്. അതായത് സാഹിത്യ സംഗീതാദി കലകൾ നൽകുന്നത് ഇക്കിളിപ്പെടുത്തുന്ന താൽക്കാലികമായ ഒരു ഇന്ദ്രിയ സുഖമല്ല, മറിച്ച് ആഴത്തിലുള്ള ആത്മീയമായ ആനന്ദാനുഭൂതിയാണ് എന്നർത്ഥം.

അതുകൊണ്ട് അഭിനവ ഗുപ്തന്റെ അഭിപ്രായത്തിൽ കല ദൈവത്തിലേക്കുള്ള വഴിയാണ്. മഹത്തായ ഒരു കലാസൃഷ്ടി കലാകാരനും നിരീക്ഷകനും ഒരുപോലെ ദൈവികമായ അനുഭവം നൽകുന്ന ഒരു മാധ്യമമമാണെന്നും കലാനുഭവം എന്നത് ഒരു ധ്യാന പരിശീലനത്തിന് സമാനമാമാണെന്നും അദ്ദേഹം പറയുന്നു. കലയിൽ നിന്ന് ലഭിക്കുന്ന സൗന്ദര്യാത്മകമായ ആനന്ദം പരമമായ ബ്രഹ്മാനന്ദത്തിന്റെ ഒരു നേർക്കാഴ്ചയാണ്. അതുകൊണ്ടാണ് കല ദൈവീകതയെ സ്പർശിക്കാനുള്ള ഉപാധിയാകുന്നത് എന്നാണ് അഭിനവഗുപ്തൻ പറയുന്നത്.

രസമെന്ന സങ്കൽപ്പത്തെ കേവലം നാടകത്തിനപ്പുറം വിപുലീകരിച്ചു എന്നതാണ് കലാരംഗത്ത് അഭിനവഗുപ്തൻ നൽകിയ സംഭാവന. വിവിധ കലാരൂപങ്ങളിലും നിത്യജീവിതത്തിലെ ലൗകിക നിമിഷങ്ങളിലും പോലും രസ സാന്നിദ്ധ്യമുണ്ട് എന്ന് അദ്ദേഹം പ്രസ്താവിച്ചു. വികാരങ്ങളുടേയും അനുഭവങ്ങളുടേയും നിറവുള്ള ഈ പ്രപഞ്ചത്തെ അദ്ദേഹം രസത്തിന്റെ ഒരു മഹത്തായ തിയേറ്ററായി ആണ് കണ്ടത്. ഇലകളുടെ ആന്ദോളനം, നദിയുടെ ഗർജ്ജനം, തുടങ്ങി ജീവിതത്തിലെ ഓരോ നിമിഷവും രസം അനുഭവിക്കാനുള്ള അവസരം നൽകുന്നുണ്ട്.

കാശ്മീര തന്ത്രത്തിലെ രസാസ്വാദനം ഒരു ജീവിതരീതി കൂടിയാണ്.

അതിനാൽ, അടുത്ത തവണ നിങ്ങൾ ഒരു കപ്പ് കാശ്മീരി കവ കുടിക്കുമ്പോഴോ മനോഹരമായ ഒരു ഗാനത്തിൽ സ്വയം അലിയുമ്പോഴോ ദാരുണമായ ഒരു രംഗം കണ്ട് ഉള്ളിൽ കരുണരസം ഉണരുമ്പോഴോ ഓർക്കുക; നിങ്ങൾ അനുഭവിക്കുന്നത് കേവലം ഒരു ഇന്ദ്രിയ സംവേദനം മാത്രമല്ല; മൂർത്തവും അമൂർത്തവും തമ്മിലുള്ള വിടവിനെ ഇല്ലാതാക്കുന്ന ദൈവീക രസമാണ്.

5

അസ്തിത്വത്തിന്റെ മൂന്ന് തൂണുകൾ

നമ്മൾ ഇനി കാശ്മീര തന്ത്രമെന്ന ഗൃഹത്തിന്റെ അകത്തളങ്ങളിലേക്ക് പ്രവേശിക്കുകയാണ്.

ലഡാക്കിലെ സിന്ധു-സൻസ്കർ നദികളുടെ സംഗമ സ്ഥാനം നയനമനോഹരമായ ഒരു ദൃശ്യമാണണല്ലോ. അവിടെ രണ്ട് വ്യത്യസ്ത നദികൾ കൂടിച്ചേർന്ന് അതിന്റെ ഭാഗങ്ങളുടെ ആകെത്തുകയേക്കാൾ എത്രയോ മഹത്തായ ഒരു കാഴ്ചയാണ് സൃഷ്ടിക്കുന്നത്. അതുപോലെയാണ് മൂന്ന് ത്രിത്വങ്ങൾ കൂടിച്ചേർന്ന് കാശ്മീരി തന്ത്രത്തിലെ ത്രികാ തത്വശാസ്ത്രം മനോഹരമായ ഒരു ആത്മീയ വിരുന്നൊരുക്കുന്നത്.

"ത്രിക" എന്ന പദം "മൂന്ന്" അല്ലെങ്കിൽ "ത്രയം" എന്നുള്ള സംസ്കൃത പദത്തിൽ നിന്നാണ് ഉരുത്തിരിഞ്ഞത്. ശിവൻ, ശക്തി, നരൻ തുടങ്ങിയ മൂന്ന് ത്രിത്വങ്ങളുടെ മനോഹരമായ സംയോജനമായതുകൊണ്ടാണ് ത്രിക തത്വശാസ്ത്രത്തിന് ആ പേര് ലഭിച്ചത്.

കെ.സി. പാണ്ഡെ തന്റെ 'കാശ്മീര ശൈവിസം: ദ സെൻട്രൽ ഫിലോസഫി ഓഫ് തന്ത്രിസ'ത്തിൽ ഇങ്ങനെ നിരീക്ഷിക്കുന്നു,

"കാശ്മീരിലെ താന്ത്രിക പാരമ്പര്യത്തിന്റെ ദാർശനിക നട്ടെല്ലാണ് സാർവത്രികവും വൈയ്യക്തികവുമായ തലങ്ങളെയും അവയുടെ പരസ്പര ബന്ധത്തേയും വ്യവസ്ഥാപിതമായി അവതരിപ്പിക്കുന്ന ത്രിക ദർശനം".

ഈ ത്രിത്വം എന്തെല്ലാമാണെന്ന് ആദ്യം നോക്കാം.

ത്രിത്വത്തിൽ ആദ്യത്തേതാണ് ശിവൻ. ശിവൻ പരമമായ യാഥാർത്ഥ്യമാണ്, അത് ശുദ്ധമായ അവബോധത്തെ പ്രതിനിധീകരിക്കുന്നു. എല്ലാം ഉത്ഭവിക്കുന്നതും എല്ലാം മടങ്ങിവരുന്നതുമായ ആത്യന്തിക ഉറവിടമാണ് ശിവൻ. കാശ്മീർ താഴ്വരയിൽ നിന്നും ദൃശ്യമാകുന്ന ഗംഭീരമായ ഹിമാലയ പർവ്വതം പോലെ എക്കാലവും നിലനിൽക്കുന്നതും മാറ്റമില്ലാത്തതും മറ്റെല്ലാറ്റിനും മീതെ ഉയർന്നതും ആയ പരമസത്യം.

നിങ്ങൾ എപ്പോഴെങ്കിലും ഗുൽമാർഗ് ഗോണ്ടോളക്ക് മുകളിലിരുന്ന് വിശാലമായി പരന്നുകിടക്കുന്ന അനന്തമായ വിസ്തൃതിയിലേക്ക് നോക്കിയിട്ടുണ്ടോ? ആ വിശാലത, ആ അനന്തത, ശിവ സ്വരൂപത്തിന്റെ ഒരു നേർക്കാഴ്ചയാണ് എന്ന് രൂപകാത്മകമായി പറയാം.

ഡോ. ബി.എൻ. പണ്ഡിറ്റ് കാശ്മീർ ശൈവിസത്തെ കുറിച്ചുള്ള തന്റെ ഗ്രനഥ്ത്തിൽ പ്രസ്താവിക്കുന്നതുപോലെ

"ശിവൻ മാറാത്ത ബോധമാണ്, ശാശ്വതവും അതീന്ദ്രിയവുമായ തത്ത്വമാണ് അത്"

ശക്തി: ദൈവിക ഊർജ്ജം എന്ന് വിളിക്കപ്പെടുന്ന ശക്തി, ശിവന്റെ ചലനാത്മക ഭാവമാണ്. അതായത് ശിവൻ പ്രകടിപ്പിക്കുന്ന ശക്തിയാണത്. പ്രപഞ്ചത്തെ അസ്തിത്വത്തിലേക്ക് കൊണ്ടുവരികയും അതിന്റെ വിവിധ

പ്രക്രിയകളെ നയിക്കുകയും നിയന്ത്രിക്കുകയും ചെയ്യുന്ന സജീവ തത്വമാണ് അവൾ. എല്ലാത്തിനും ജീവൻ നൽകുന്ന പ്രാപഞ്ചിക ഊർജ്ജമാണ് ശക്തി. അവളാണ് താളം, ചലനം, സ്പന്ദനം, എല്ലാം. നടരാജ നൃത്തത്തിലെ നടനോർജ്ജവും ഭൂമി മുഴുവൻ പ്രകമ്പനം കൊള്ളിക്കുന്ന ഇടിമിന്നലിലെ സംഹാരോർജ്ജവും അവൾ തന്നെ. അവളില്ലെങ്കിൽ പ്രപഞ്ചം നിറങ്ങളില്ലാത്ത ഒരു പെയിന്റിംഗ് പോലെ നിശ്ചലവും നിർജീവവും ആയിരിക്കും. നിശ്ശബ്ദനായ ശിവന്റെ ഈണമാണവൾ. കശ്മീരിലെ ഉയർന്ന കൊടുമുടികൾക്കിടയിലൂടെ താഴ്വാരത്തെ മുഴുവൻ ഉർവ്വരമാക്കികൊണ്ട് താളാത്മകമായി ഒഴുകുന്ന ഗംഗാപ്രവാഹമാണവൾ. "ശിവസൂത്ര"ത്തിൽ ജയദേവ സിംഗ് സൂചിപ്പിക്കുന്നത് പോലെ,

> *"ശിവൻ പ്രപഞ്ചത്തെ പ്രകടമാക്കുന്ന മാർഗ്ഗമാണ് ശക്തി. അവളില്ലെങ്കിൽ അവൻ നിദ്രയിലാണ്ടിരിക്കുന്നു".*

നരൻ : കർമ്മ നിയമങ്ങൾക്കും ചാക്രിക അസ്തിത്വത്തിനും വിധേയമായി സ്വയം ബന്ധിക്കപ്പെട്ട വൈയ്യക്തിക ആത്മാവിനെയാണ് നരൻ പ്രതിനിധീകരിക്കുന്നത്. കാശ്മീർ താഴ്വരയിലെ ഒരു സഞ്ചാരിയെപോലെയാണയാൾ. മഹത്തായ പർവതക്കാഴ്ചകളാൽ വിസ്മയം പൂണ്ട്, നദികളിൽ ആറാടി ഉന്മേഷവാനായി നിരന്തരം സ്വയം നവീകരിക്കപ്പെട്ടുകൊണ്ട് അവൻ സ്വന്തം സ്വത്വവും തേടി യാത്ര ചെയ്യുകയാണ്. അനുഭവങ്ങളും പരിണാമങ്ങളും നിറഞ്ഞ തന്റെ യാത്രയുടെ അവസാനം ശിവന്റെ കൃപയും ശക്തിയുടെ ഇടപെടലും നിമിത്തം നരന് തന്റെ യഥാർത്ഥ സ്വഭാവം തിരിച്ചറിയാൻ കഴിയുകയും ശിവനുമായുള്ള പരമമായ ഐക്യം നേടുകയും ചെയ്യുന്നുവത്രേ.

പുറമെനിന്ന് നോക്കുന്ന ഒരു പ്രേക്ഷകനെ സംബന്ധിച്ചിടത്തോളം ദാൽ തടാകത്തിന് നടുവിലായി ഒരു ബിന്ദുവിനോളം വലിപ്പത്തിൽ കാണപ്പെടുന്ന ഷിക്കാര പോലെയാണ് ഈ നരൻ. തടാകത്തിലെ ഷിക്കാര ഒരേ സമയം തടാകത്തിന്റെ ഭാഗവും എന്നാൽ അതിൽ നിന്നും വേർപെട്ടതുമാണ്. അതുപോലെ നരൻ ഒരേ സമയം പ്രപഞ്ചനാടകത്തിന്റെ ഭാഗവും എന്നാൽ അതിൽ നിന്നും വേർപെട്ടതുമാണ്.

വിജ്ഞാന ഭൈരവ തന്ത്രത്തെക്കുറിച്ചുള്ള തന്റെ വ്യാഖ്യാനത്തിൽ സ്വാമി ലക്ഷ്മൺ ജൂ പരാമർശിക്കുന്നതുപോലെ,

"നരൻ എന്നത് കേവലതയും അപേക്ഷികതയും തമ്മിൽ അല്ലെങ്കിൽ സമ്പൂർണതയും ആപേക്ഷികതയും തമ്മിൽ ഉള്ള ബന്ധമാണ്".

ത്രിക ദർശനത്തിന്റെ യഥാർത്ഥ സൗന്ദര്യം ശിവൻ ശക്തി നരൻ എന്നിവരുടെ കൂട്ടായ നൃത്തത്തിലാണ്. ഈ പ്രാപഞ്ചിക നൃത്തം മനസ്സിലാക്കുന്നതാണ് യഥാർത്ഥ ത്രികാ തത്വശാസ്ത്ര പഠനം. ഒരു സന്തൂരിന്റെ യോജിപ്പുള്ള സ്വരങ്ങൾ പോലെ ഓരോ സ്ട്രിംഗും അതിന്റെ പങ്ക് വഹിക്കുകയും എന്നിട്ട് അവ ഒരുമിച്ച് അതിമനോഹരമായ ഒരു മെലഡി സൃഷ്ടിക്കുകയും ചെയ്യുന്നു. അതുപോലെ ഇവിടെ ശിവൻ വേദിയൊരുക്കുകയും ശക്തി നൃത്തം ചെയ്യുകയും ചെയ്യുന്നു. ഓരോ ചുവടും ഓരോ ചലനവും ഓരോ നിമിഷവും മികച്ചതാക്കാൻ ശ്രമിച്ചുകൊണ്ട് നരനും അതിൽ ഭാഗഭാക്കാവുന്നു.

മറ്റൊരു ഉദാഹരണമെടുത്താൽ കാശ്മീരിന്റെ മാറിക്കൊണ്ടിരിക്കുന്ന ഋതുക്കൾ പോലെയാണ് ഇവ മൂന്നും. ശീതകാല തണുപ്പ് (ശിവൻ) വസന്തത്തിന് (ശക്തി) വഴി

മാറുമ്പോൾ അതിലെ നിവാസികൾ (നരൻ) വസന്തകാലത്തെ പുഷ്പിതാവസ്ഥ അനുഭവിക്കുകയും ആഘോഷിക്കുകയും ചെയ്യുന്നു.

കാതലായ ദൈവിക നൃത്തത്തിൽ നിന്ന് നാം വേർപെട്ടവരല്ലെന്ന് തിരിച്ചറിയാനാണ് ത്രികാ തത്ത്വശാസ്ത്രം അല്ലെങ്കിൽ കാശ്മീര തന്ത്രം നമ്മോടാവശ്യപ്പെടുന്നത്.

അതിനാൽ, ത്രികാ ദർശനത്തിലൂടെയുള്ള ഈ യാത്രയിൽ ഗംഭീരങ്ങളായ ആശയങ്ങൾ ബൗദ്ധികമായി മനസിലാക്കുക എന്നതുമാത്രമല്ല ലക്ഷ്യം അവ വൈയ്യക്തികമായി അനുഭവിക്കുക എന്നതുകൂടിയാണ്. അതുകൊണ്ട് വരൂ നമുക്ക് ശിവന്റെ നിശ്ശബ്ദത അനുഭവിച്ച്, ശക്തിയുടെ ഉർജ്ജത്തിൽ നൃത്തം ചെയ്ത്, നരനായി നമ്മുടെ സ്വന്തം ദിവ്യഭാവം തിരിച്ചറിയാം.

6

ശിവനെ ജീവനാക്കുന്ന മൂന്ന് മലങ്ങൾ

ശിവൻ തന്റെ യഥാർത്ഥ അവസ്ഥയായ സർവ്വശക്തൻ , സർവ്വജ്ഞൻ , സർവ്വവ്യാപി എന്ന തലത്തിൽ നിന്ന് പരിമിതമായ തലം മാത്രമുള്ള ജീവൻ എന്ന അവസ്ഥയിലേക്ക് മാറുമ്പോൾ ഗഹനവും സങ്കീർണ്ണവുമായ ഒരു രൂപാന്തരണം അവിടെ നടക്കുന്നു എന്ന പ്രതീതി ജനിക്കുന്നുണ്ട്. ഇടതൂർന്ന മൂടൽമഞ്ഞിന്റെ വ്യത്യസ്തങ്ങളായ പാളികളാൽ മറഞ്ഞിരിക്കുന്ന ഹിമാലയത്തെ സങ്കൽപ്പിക്കുക, ഓരോ പാളിയും പർവതത്തിന്റെ യഥാർത്ഥ മഹത്വത്തിൽ നിന്ന് കൂടുതൽ വ്യതിചലിക്കുകയും പർവതങ്ങളുടെ ചെറു കഷണങ്ങൾ എന്ന പ്രതീതി ജനിപ്പിക്കുകയും ചെയ്യുന്നു. അതുപോലെയാണ്, ശിവൻ തന്റെ യഥാർത്ഥ അവസ്ഥയെ മറച്ചുകൊണ്ട് അജ്ഞതയുടെ മഞ്ഞുപാളികളാൽ മൂടപ്പെട്ടുകൊണ്ട് എണ്ണമറ്റ ജീവനുകളുടെ പ്രതീതി ജനിപ്പിക്കുന്നത്.

തുടക്കത്തിൽ, ശിവൻ വ്യക്തിത്വത്തിന്റെ മൂടുപടത്താൽ സ്വയം പൊതിയപ്പെടുന്നു. അത് ശിവന്റെ വിശാല ബോധത്തെ പരിമിതമായ ഒരു വ്യക്തി ബോധത്തിലേക്ക് ചുരുക്കുന്നു. ഒരു കാലിഡോസ്കോപ്പിന്റെ നിയന്ത്രിത

ലെൻസിലൂടെ വിശാലമായ ആകാശം വീക്ഷിക്കുന്നത് സങ്കല്പിച്ചുനോക്കൂ. അവിടെ ചിതറിത്തെറിച്ച കഷണങ്ങളായി മാത്രമേ ആകാശത്തെ കാണാനാകൂ. അതുപോലെയാണിവിടേയും സംഭവിക്കുന്നത്. ശിവന്റെ വിസ്തൃതിയുടെ ചിതറിത്തെറിച്ച കഷണങ്ങൾ എണ്ണമറ്റ ജീവനുകളും ലോകങ്ങളുമായി പ്രതിഫലിക്കുന്നു. ആദ്യത്തെ ഈ ചുരുങ്ങലിനെയാണ് കാശ്മീര തന്ത്രത്തിൽ ആണവ മലം എന്ന് വിളിക്കുന്നത്.

തുടർന്ന്, അവൻ മായയെന്ന ചിത്രാങ്കിത പുതപ്പിനാൽ സ്വയം ആവരണം ചെയ്യപ്പെടുന്നു. ഈ പുതപ്പിന്റെ സങ്കീർണ്ണമായ നെയ്ത്ത് അനന്തമായ സ്വരൂപത്തെ പരിമിതപ്പെടുത്തുന്നു. ഉറവിടത്തിൽ നിന്ന് കടലിലേക്ക് ഒഴുകുന്ന ഒരു നദി എണ്ണമറ്റ കൈവഴികളിലൂടെ പിരിഞ്ഞൊഴുകുമ്പോൾ ഓരോ കൈവഴിയും നദിയുടെ യഥാർത്ഥ, അവിഭാജ്യ ഗതിയെ മറക്കുന്നതുപോലെ അപരിമിതനായ ശിവൻ പരിമിതനായ ജീവനുകളായി പ്രതിഫലിക്കുമ്പോൾ തന്റെ സ്വരൂപമായ വിശാലതയെ അത് മറക്കുന്നു. രണ്ടാമതായി വരുന്ന ഈ മറവിനെ മായാ മലം എന്നാണ് കാശ്മീര തന്ത്രം നാമകരണം ചെയ്യുന്നത്.

അവസാനം, അപരിമിതനായ ശിവൻ പരിമിതനായ ജീവനാകുന്നതോടെ കർമ്മത്തിന്റെ അനന്തമായ ചുഴലിയിലേക്ക് എടുത്തെറിയപ്പെടുന്നു. അതോടെ ജനനം, ജീവിതം, മരണം എന്നിവയുടെ സംസാരചക്രത്തിൽ ബന്ധിക്കപ്പെട്ട ഒരു സഞ്ചാരിയായി അവൻ മാറുന്നു. അവൻ വെക്കുന്ന ഓരോ ചുവടും സംസാരചക്രമെന്ന സിംഫണിയിലെ വേറിട്ട ഒരു സ്വരം മാത്രമായി തോന്നിക്കുന്നു. സ്വതന്ത്രമായി വീശിയടിക്കുന്ന കാറ്റ് ഗുഹകൾക്കുള്ളിൽ കുടുങ്ങിപ്പോയാൽ അത് ഗുഹക്കുള്ളിൽ കുടുങ്ങിപ്പോയ കാറ്റായി മാറുന്നത് പോലെയാണത്. ഒരിക്കലും

തടസ്സമില്ലാതിരുന്ന അതിന്റെ യാത്ര ഇപ്പോൾ ഭൂതകാലത്തിന്റെ ചുമരുകളും ഭാവിയുടെ മേൽക്കൂരയുമുള്ള ഒരു ഗുഹയിൽ മാത്രമായി ചുരുങ്ങുന്നു എന്ന് ചുരുക്കം. ഈ ആവരണത്തെ കർമ്മ മലം എന്നാണ് കാശ്മീര തന്ത്രം വിളിക്കുന്നത്.

ഇനി നമുക്ക് ഓരോ മലത്തേയും വെവ്വേറെ നോക്കിക്കണ്ടാലോ?

• ആണവമലം:   കശ്മീരി   ശൈവിസത്തിലെ വ്യക്തിത്വത്തിന്റെ മൂടുപടം

അപരിമേയമായ   ശിവനെ   മൂടുന്ന   ആദ്യത്തെ മൂടുപടമാണിത്. ഇവിടെ പരിമിതി ആണവ മലത്തിന്റെ രൂപമെടുക്കുന്നു. അതായത് ഈ മൂടുപടം അസ്തിത്വത്തിന്റെ അനന്തമായ   സ്വഭാവത്തെ   മറയ്ക്കുകയും   പ്രകൃതിയിൽ പരിമിതികളുണ്ടെന്ന് ജീവനെ ചിന്തിപ്പിക്കുകയും ചെയ്യുന്നു. സമ്പൂർണ്ണ ബോധമായി സ്വയം കാണുന്നതിനുപകരം ചെറിയ വ്യക്തിത്വമായി അവൻ സ്വയം കാണാൻ തുടങ്ങുന്നു.

കാശ്മീര തന്ത്രത്തിൽ ആണവ മലം എന്നത് ആത്മാവിന്റെ യഥാർത്ഥ   സത്തയെ   മറയ്ക്കുന്ന   അതിലോലമായ മഞ്ഞുപാളിയാണ്.   സാർവത്രിക   ബോധത്തിന്റെ അതിരുകളില്ലാത്ത ആകാശമായ ശിവനിൽ നിന്ന് ജീവനെ വേർതിരിക്കുന്ന 'ഞാൻ' എന്ന വൈയക്തിക ബോധത്തിന്റെ ഉദയം.

ഈ ആണവമലമാണ് ജീവനെ വ്യതിരിക്തതയിലേക്കും, ഒറ്റപ്പെടലിലേക്കും   തള്ളിവിടുന്നതും   നമ്മുടെ അന്തരാളങ്ങളിൽ അപൂർണ്ണതയുടെ പ്രതിധ്വനിയായി സദാ മുഴങ്ങിക്കൊണ്ടിരിക്കുന്നതും.   ഈ   പ്രാകൃതികമായ അജ്ഞതയാണ് ജീവിതത്തിന്റെ അസംഖ്യം രൂപങ്ങളുടെയും പ്രതിഭാസങ്ങളുടെയും റ്റേപിസ്റ്ററിയിലൂടെ നൃത്തം ചെയ്യുന്ന

'വ്യക്തിത്വം' എന്ന അഹംഭാവത്തിന്റെ രൂപീകരണത്തിന് നിദാനമാകുന്നതും.

ആണവ മലം നമ്മുടെ എല്ലാ ബോധാവസ്ഥകളിലും നിലനിൽക്കുന്നു. ദൈനംദിന ജീവിതത്തിന്റെ തിരക്കേറിയ ജാഗ്രദവസ്ഥ , സ്വപ്നങ്ങൾ നിറഞ്ഞ ഉറക്കം, സ്വപ്നങ്ങളൊഴിഞ്ഞ ഗാഢനിദ്ര തുടങ്ങി ബോധത്തിന്റെ എല്ലാ തലങ്ങളിലും കാശ്മീരി ഐവിയുടെ ദൃഢതയോടെ ഈ മലം ആത്മാവിനോട് പറ്റി നിൽക്കുന്നു.

ബുദ്ധിയുടെ മൂർച്ചകൊണ്ടോ അതിവിശാലമായ അറിവ് കൊണ്ടോ ഇല്ലാതാക്കാൻ കഴിയാത്തതാണ് ആണവമലമെന്ന ഈ സമസ്യ. ഇച്ഛാശക്തിയുടെ പ്രയത്നത്തിലൂടെയും ഇത് പരിഹരിക്കാനാവില്ല. ശിവനെന്ന തന്റെ യഥാർത്ഥ സ്വത്വത്തെ നേരിട്ടും അനുഭവപരമായും തിരിച്ചറിയുന്നതിലൂടെ മാത്രമാണ് മൗലികമായ ഈ അശുദ്ധി ഇല്ലാതാകുന്നത്.

അങ്ങിനെ ഈ അശുദ്ധി ഇല്ലാതാകുമ്പോൾ ക്ഷീണിപ്പിക്കുന്ന ഒരു യാത്ര കഴിഞ്ഞു സ്വന്തം വീട്ടിൽ തിരിച്ചെത്തുന്ന ഒരു യാത്രികനെപോലെ നാം സ്വത്വത്തിലേക്ക്, ഒരിക്കലും നശിപ്പിക്കപ്പെടാത്തതായ യഥാർത്ഥ അവസ്ഥയിലേക്ക്, തിരിച്ചെത്തുന്നു.

ഇരുട്ടിന്റെ നീണ്ട രാത്രിക്ക് ശേഷം സൂര്യൻ ഉദിക്കുന്നത് പോലെയാണ് ഈ തിരിച്ചറിവിന്റെ പ്രഭാതം പൊട്ടിവിടരുന്നത്. അതോടെ സർവ്വജ്ഞൻ, സർവവ്യാപി, സർവശക്തൻ എന്നിങ്ങനെയുള്ള തന്റെ സഹജാവസ്ഥയിലേക്ക് ആത്മാവ് ഉണർത്തപ്പെടുന്നു.

ആത്മീയയാത്രയുടെ അവസാനം മാത്രമാണ് ഒരുവന് ആണവ മലം ഒഴിവാക്കാനാകുന്നത്. ആണവ മലം കൊഴിഞ്ഞു പോവുക എന്നുവെച്ചാൽ പൂന്തോട്ടങ്ങളിൽ ശരത്കാല ഇലകൾ കൊഴിയുന്നത് പോലെയാണ്. യഥാർത്ഥ സത്തയുടെ ശുദ്ധവും തിളക്കവുമുള്ള നിറങ്ങൾ മാത്രം

അവശേഷിപ്പിച്ച് യാഥാർത്ഥമല്ലാത്തതെല്ലാം കൊഴിഞ്ഞുപോകും. അത് ആത്മീയമായ തിരച്ചിലിന്റെ അവസാനം മാത്രമാണ് സംഭവിക്കുന്നത്.

ആണവ മലം നീക്കം ചെയ്യപ്പെടുന്നതോടെ, സാധകന്റെ അന്തക്കരണം പരിമിതമായ അഹംഭാവവുമായയല്ല മറിച്ച് എല്ലാം ഉൾക്കൊള്ളുന്ന സർവ്വവ്യാപിയായ പരമബോധമായ ശിവനുമായാണ് താദാത്മ്യപ്പെടുന്നത്. അതോടെ ആത്മാവും ശിവനും തമ്മിൽ വേർതിരിവ് ഇല്ലെന്നും, അവ എന്നും ഒന്നായിരുന്നെന്നും ഉള്ള തിരിച്ചറിയൽ സംഭവിക്കുന്നു.

ഈ സാക്ഷാത്കാരത്തിൽ ലോകം അപ്രത്യക്ഷമാകുന്നില്ല; മറിച്ച്, പ്രപഞ്ചത്തെ ശിവന്റെ സൃഷ്ടിപരമായ ശക്തിയുടെ പ്രകടനമായ ഒരു ദിവ്യ നാടകമായി തിരിച്ചറിയുകയാണ് ചെയ്യുന്നത്. അങ്ങിനെ സാക്ഷാത്കൃതനായ ഒരുവൻ കൃപയോടെയും അനായാസതയോടെയും ഈ ലോകത്തിലൂടെ സഞ്ചരിക്കുന്നു, പൂർണ്ണമായി വ്യാപൃതനായിട്ടും ലോകവ്യാപാരങ്ങളിൽ കുടുങ്ങിപ്പോകാതെ, ദൈവിക സ്വഭാവത്തിന്റെ അചഞ്ചലമായ സത്യത്തിൽ നങ്കൂരമിട്ടുകൊണ്ട് അവർ ജീവിതത്തിന്റെ ദിവ്യലീലകളിൽ നിറഞ്ഞാടുന്നു.

• **മായാ മലം: കാശ്മീര തന്ത്രത്തിലെ പ്രാപഞ്ചിക വികല്പം**

ജീവൻ കൂടുതൽ ബന്ധിതനാകുന്നതോടെ ആണവമലത്തേക്കാൾ ശക്തമായ മായാ മലം അവനെ ആവരണം ചെയ്യുന്നു. മായയിൽ നിന്ന് ഉണ്ടാകുന്ന അഞ്ച് ആവരണങ്ങളാണ് അല്ലെങ്കിൽ കഞ്ചുകങ്ങളാണ് മായാ മലത്തിന് കാരണമാകുന്നത്. അതോടെ ജീവൻ ഭൗതികപ്രപഞ്ചത്തിന്റെ എല്ലാ പരിധികൾക്കും പരിമിതികൾക്കും വിധേയമായിത്തീരുന്നു.

36 തത്വങ്ങളിൽ വരുന്നതാണ് ഈ കഞ്ചുകങ്ങൾ എന്നതുകൊണ്ട് തത്വങ്ങളെ കുറിച്ച് പ്രതിപാദിക്കുന്ന അവസരത്തിൽ കല, വിദ്യ, രാഗം, കാലം, നിയതി തുടങ്ങിയ അഞ്ച് കഞ്ചുകങ്ങളെ കുറിച്ച് വിശദമായി വിവരിക്കുന്നുണ്ട്. എന്നാൽ ഇവയെ കുറിച്ച് ചെറുതായൊന്ന് സൂചിപ്പിക്കാതെ എന്താണ് മായാ മലം എന്ന് വിശദീകരിക്കാൻ കഴിയാത്തതുകൊണ്ട് സംക്ഷിപ്തമായി അവ എന്താണെന്ന് സൂചിപ്പിക്കാം.

കല: ഈ കഞ്ചുകം ആവരണം ചെയ്യുന്നതോടെ ശിവന്റെ സർവകർത്തൃത്വം പരിമിതപ്പെടുന്നു. സർവ്വശക്തൻ എന്ന തന്റെ യഥാർത്ഥ അവസ്ഥയെ മറക്കുകയും തന്റെ ശക്തിയുടെ പരിമിതിയിലുള്ള വിശ്വാസം ഏറ്റെടുക്കുകയും ചെയ്യുന്നു.

വിദ്യ: വിദ്യാതത്വം ആവരണം ചെയ്യുന്നതോടെ ശിവന്റെ സർവ്വജ്ഞത്വം ജീവന്റെ പരിമിതവും അപൂർണ്ണവുമായ അറിവിലേക്ക് സങ്കോചിക്കപ്പെടുന്നു.

രാഗം: രാഗതത്വം ആവരണം ചെയ്യുന്നതോടെ ശിവന്റെ പൂർണത്വം ജീവന്റെ പൂർണ്ണതക്കുള്ള പരിമിതമായ ആഗ്രഹങ്ങളായി ചുരുങ്ങുന്നു.

കാലം: കാലതത്വം ആവരണം ചെയ്യുന്നതോടെ ശിവന്റെ നിത്യത്വം ജീവന്റെ പരിമിതമായ സമയബോധമായി ചുരുങ്ങുന്നു.

നിയതി: നിയതീതത്വം ആവരണം ചെയ്യുന്നതോടെ ശിവന്റെ വ്യാപകത്വം ജീവന്റെ സ്ഥലപരമായ പരിമിതിയായി മാറുന്നു. നിയതീതത്വം സർവ്വവ്യാപിയുടെ അവസ്ഥയെ (എ)ല്ലായിടത്തും ഒരേസമയം ഉണ്ടായിരിക്കാനുള്ള കഴിവ്) പരിമിതിയുടെ തലത്തിലേക്ക് കുറയ്ക്കുന്നു.

ഈ അഞ്ച് കഞ്ചുകങ്ങൾ ജീവനെ മൂടുന്നതോടെ അനന്തമായത് ജീവന് പരിമിതമായി മാറുകയും ബാക്കിയുള്ള സൃഷ്ടികളിൽ നിന്ന് താൻ വ്യത്യസ്തമാണെന്ന് തോന്നുകയും

ചെയ്യുന്നു.

ഇവ ദ്വന്ദ്വത്തിന്റെയും നാനാത്വത്തിന്റെയും മിഥ്യയെ രൂപപ്പെടുത്തുകയും പ്രപഞ്ചത്തിന്റെ ഏകവചനമായ സാരാംശം രൂപങ്ങളുടെ സമ്പന്നമായ വൈവിധ്യമായി അനുഭവപ്പെടുന്ന ഒരു ലീല മായാമലബാധിതന് മുന്നിൽ അനാവരണം ചെയ്യപ്പെടുകയും ചെയ്യുന്നു.. ഇത് സംസാരത്തിന്റെ അനന്തമായ ലൂപ്പിലേക്കും ജനനത്തിന്റെയും പുനർജന്മത്തിന്റെയും ചക്രത്തിലേക്കും ജീവനെ നയിക്കുന്നു.

നിരവധി വർഷങ്ങളുടെയും ചിലപ്പോൾ ജന്മങ്ങളുടെയും സാധനകൾക്ക് ശേഷം കാലക്രമേണ ഈ മൂടുപടങ്ങൾ ആത്മീയയാത്രയെ തടയുന്ന മതിലുകളല്ല മറിച്ച് സത്യദർശനത്തിലേക്ക് തുറക്കുന്ന ജാലകങ്ങളാണെന്ന് സത്യാന്വേഷിയായ ജീവൻ തിരിച്ചറിയുന്നു. താൻ ഭൗതിക പ്രപഞ്ചത്തിന്റെ തടവുകാരനല്ലെന്നും അതിലൂടെയുള്ള ഒരു സഞ്ചാരി മാത്രമാണെന്നും അവൻ മനസ്സിലാക്കുന്നു.

അതുകൊണ്ട് ആത്യന്തികമായി നോക്കുകയാണെങ്കിൽ ഒരു ആത്മാന്വേഷിയെ സംബന്ധിച്ചിടത്തോളം അഞ്ച് കഞ്ചുകങ്ങളടങ്ങിയ മായാമലം സത്യ സാക്ഷാൽക്കാരത്തിലേക്കുള്ള യാത്രയിലെ ചവിട്ടുപടികളാണ്. ജീവൻ ഈ ചവിട്ടുപടികൾ കയറുന്നതോടൊപ്പം ജ്ഞാനത്തിന്റെ മുത്തുകൾ ശേഖരിക്കുന്നുണ്ട് എന്നതുകൊണ്ട് ഈ കഞ്ചുകങ്ങളോരോന്നും ജീവനെ ദ്വന്ദതയുടെ ചുഴിയിൽനിന്ന് ഏകത്വത്തിന്റെ വിശാലതയിലേക്ക് നയിക്കുന്ന അദ്ധ്യാപകരായി വർത്തിക്കുന്നു എന്ന് കരുതാം.

• **കർമ്മമലം : കശ്മീര തന്ത്രത്തിലെ പ്രവർത്തന-**
  പ്രതിപ്രവർത്തന ചക്രം

കർമ്മമലം എന്നത് ഓരോ ആത്മാവും ജീവിതകാലം മുഴുവൻ നെയ്തെടുക്കുന്ന പ്രവർത്തനങ്ങളുടെയും അവയുടെ അനന്തരഫലങ്ങളുടെയും സങ്കീർണ്ണമായ വലയാണ്. ഓരോ പ്രവർത്തനവും വിളവെടുക്കേണ്ട ഫലം വിതയ്ക്കുന്നുവെന്ന് ഉറപ്പാക്കുന്ന കാര്യ കാരണ ബന്ധത്തിന്റെ തത്വമാണ് അത്. ഇവിടെ ഓരോ ജീവനും സ്വന്തം വിളവെടുപ്പിന്റെ തോട്ടക്കാരനാണ്.

കാശ്മീര തന്ത്രത്തിലെ കർമ്മമല സങ്കല്പത്തിന്റെ കാതൽ ഹിന്ദു കർമ്മ സങ്കൽപ്പം തന്നെയാണ്. ഒരു ജീവന്റെ നല്ലതും ചീത്തയുമായ കർമ്മങ്ങളുടെ സഞ്ചിത ലെഡ്ജറാണ് കർമ്മ മലമെന്നത്. ജീവനെ ജനനം, മരണം, പുനർജന്മം എന്നിവയുടെ സംസാര ചക്രവുമായി ബന്ധിപ്പിക്കുന്നത് ഈ കർമ്മമലമാണ്.

ഋണാത്മകമായി വീക്ഷിക്കുകയാണെങ്കിൽ ഇതിനെ ഇങ്ങനെ ചിത്രീകരിക്കാം. വലിയ ഒരു ചുരത്തിന് സമീപം മഞ്ഞുകാല മഞ്ഞുവീഴ്ചയിൽ കുടുങ്ങിപ്പോകുന്നത് പോലെയാണ് കർമ്മമലത്തിന്റെ മാലിന്യങ്ങളാൽ ഒരു ജീവന്റെ മനസ്സ് കുടുങ്ങിപോകുന്നത്. നടപ്പാതകളെ മൂടിയ മഞ്ഞ് പോലെ ആത്മീയമായ അജ്ഞത അവന്റെ ആന്തരിക ഭൂപ്രദേശത്തെ ആകമാനം മൂടുന്നു. അതോടെ ക്ഷണികമായ പ്രതിഭാസങ്ങളോടുള്ള അറ്റാച്ച്മെന്റുകൾ (atachments) മഞ്ഞുപാളികൾ പോലെ ബോധത്തെ മറക്കുകയും സന്തോഷത്തിന്റെ ഒരു തീപ്പൊരി തേടി മനസ്സ് ഒരു അനുഭവത്തിൽ നിന്ന് മറ്റൊന്നിലേക്ക് കുതിക്കുകയും ചെയ്യുന്നു.

ധനാത്മകമായി ഇതിനെ വീക്ഷിക്കുകയാണെങ്കിൽ നമ്മുടെ ജീവിതാനുഭവങ്ങളിലെ വൈവിധ്യങ്ങളുടെ ശില്പി ഈ കർമ്മമലമാണ് എന്ന് പറയാം. ഓരോ ആത്മാവും അതുല്യമായ സാഹചര്യങ്ങളും വെല്ലുവിളികളും

അവസരങ്ങളും അഭിമുഖീകരിക്കുന്നതിന്റെ കാരണം ഈ കർമ്മമലമാണ്. ഒരുവന്റെ ആർജ്ജിത കർമ്മങ്ങളുടെ അകത്തുകയായ കർമ്മമലം ആ വ്യക്തിയുടെ ജീവിതപ്പാതയെ ഒരു കുശവൻ കളിമണ്ണിൽ നിന്നും രൂപങ്ങളെന്നപോലെ ഉണ്ടാക്കിയെടുക്കുന്നു. എന്ന് മാത്രമല്ല ആ ജീവൻ ഒരു ജന്മത്തിൽ പഠിക്കേണ്ട പാഠങ്ങൾക്കും ജീവന്റെ വളർച്ചയ്ക്ക് വിധേയമാകേണ്ട അനുഭവങ്ങൾക്കും അത് രൂപം നൽകുന്നു.

കർമ്മമലത്തിലൂടെയുള്ള ഒരു ജീവന്റെ യാത്ര സാധ്യതകളുടെ യാത്രയാണ്. ഓരോ പ്രവൃത്തിയിലൂടെയും, ഒന്നുകിൽ ബന്ധനത്തിന്റെ കെട്ടുകൾ മുറുക്കാനോ അയക്കാനോ ഉള്ള അവസരം ജീവനുണ്ട്. അവൻ കർമ്മമലത്തിന്റെ കെട്ടുകൾ അറുക്കാനുള്ള ദൃഢവ്രതത്തിൽ ഏർപ്പെടുകയാണെങ്കിൽ ആന്തരിക ശാന്തിയിൽ നിന്നും ഉടലെടുക്കുന്ന ബോധപൂർവമായ കർമ്മങ്ങൾ കർമ്മമലത്തെ കാലക്രമേണ അലിയിച്ചുകളയും.

വിദഗ്ധനായ ഒരു തോണിക്കാരന് തണുത്തുറഞ്ഞ തടാകങ്ങളിലൂടെ എളുപ്പത്തിൽ തോണി തുഴയാനാകുന്നതുപോലെ പ്രബുദ്ധനായ ഒരു ഗുരുവിന് ശിഷ്യനെ അവന്റെ കർമ്മമലത്തിന്റെ ബന്ധനത്തിൽ നിന്നും എളുപ്പം മോചിപ്പിക്കാനാകും. ജ്ഞാനത്തിന്റെ സൂര്യാഗ്നി ഉപയോഗിച്ച് ഗുരു ശിഷ്യന്റെ അജ്ഞതയുടെ മഞ്ഞ്പാളികളെ ഉരുക്കിക്കൊണ്ടാണ് അത് സാധിതമാകുന്നത്.

പുലർവെളിച്ചം പോലെ ഉയർന്ന അവബോധം ബോധത്തിന്റെ ആകാശത്തിൽ ഉയരാൻ തുടങ്ങുമ്പോൾ, സ്വാതന്ത്ര്യത്തിനായുള്ള ആഗ്രഹം തീവ്രമാകുന്നു. അതോടെ ഓരോ ഇന്ദ്രിയ സംവേദനത്തെയും വിവേചനബുദ്ധിയോടെ ജീവൻ വീക്ഷിക്കാൻ തുടങ്ങുന്നു. പകൽ രൂപപ്പെടുന്ന മഞ്ഞു ക്രിസ്റ്റലുകൾ വൈകുന്നേരത്തോട ഉരുകുന്നതുപോലെ പ്രകൃതിയിലെ ഓരോ പ്രതിഭാസവും രൂപപ്പെടുകയും

പ്രകൃതിയിലേക്ക് തന്നെ ഉരുകിച്ചേരുകയും ചെയ്യുന്നതായി അവൻ തിരിച്ചറിയാൻ തുടങ്ങുന്നു.

കർമ്മമലത്തെ മറികടക്കുന്നത് പരുക്കൻ ഹിമാലയൻ പാതകളിലൂടെ സഞ്ചരിക്കുന്നതിന് തുല്യമാണ്. ഓരോ ചുവടും ശ്രദ്ധപർവ്വമാകണം, ഓരോ ശ്വാസവും പരിവർത്തനത്തിലേക്കുള്ളതായിരിക്കണം. അഹന്തയുടെ അവകാശവാദങ്ങളില്ലാതെ, ദൈവികതയ്ക്കുള്ള ആദരാഞ്ജലികളായി അവൻ കർമ്മങ്ങൾ സമർപ്പിക്കാൻ തുടങ്ങുമ്പോൾ വെള്ളത്തിന് താമരയിലയെ ബാധിക്കാനാകാത്തതുപോലെ ജീവന്റെ കർമങ്ങളും അവനെ സ്പർശിക്കാതെ കടന്നുപോകും.

എല്ലാ സാഹചര്യങ്ങളിലും ഒരുപോലെ സ്ഥിതിചെയ്യാനുള്ള സ്ഥിതപ്രജ്ഞത്വം നേടുന്നതോടെ പഴയ കർമ്മ സംസ്കാരത്തിന്റെ ചാലുകൾ പതിയെ വറ്റാൻ തൂങ്ങുന്നു. പരിചയസമ്പന്നരായ സ്ത്രീകൾ ചാക്കുകെട്ടുകളേന്തി നീർചാലുകളിലെ ഘനീഭവിച്ച മഞ്ഞുപാളികളിലൂടെ അനായാസം നടക്കുന്നതുപോലെ സ്ഥിതപ്രജ്ഞത്വം സ്ഥായീഭാവമായ ഒരുവന് ജീവിതത്തിന്റെ ഘനീഭവിച്ച അനുഭവപാളികളിലൂടെ അനായാസം നടന്നു മുന്നേറാനാകുന്നു.

കർമ്മമലം ഒരു ശില്പിയുടെ കൈകളിലെ ഉളിപോലെയാണ്. ശില്പി ഉളി ഉപയോഗിച്ച് മാർബിളിലെ അനാവശ്യഭാഗങ്ങളെല്ലാം ചെത്തിക്കളഞ്ഞു യഥാർത്ഥ ശില്പത്തിലെത്തുന്നതുപോലെ ജീവൻ കർമമുപയോഗിച്ച് തന്നെ തന്റെ ആവരണങ്ങളെല്ലാം ചെത്തിക്കളഞ്ഞു യഥാർത്ഥ സ്വത്വമായ ശിവസ്വരൂപത്തിലെത്തിച്ചേരുന്നു.

7

ഉപായങ്ങൾ

മലങ്ങൾ എന്നത് രോഗമാണെന്ന് സങ്കല്പിക്കുകയാണെങ്കിൽ രോഗശമനത്തിനുള്ള മരുന്നാണ് ഉപായങ്ങൾ.

കാശ്മീര തന്ത്രത്തിൽ നിർദ്ദേശിച്ചിട്ടുള്ള നാല് ഉപായങ്ങൾ സഹജാവബോധത്തിലെത്താനുള്ള നാല് വഴികളാണ്. അതിൽ ആദ്യത്തേതാണ് അണുപായം. ഡിസ്കോവ്സ്കിയുടെ അഭിപ്രായത്തിൽ അണുപായത്തിന് രണ്ട് തലങ്ങളുണ്ട്. ഉയർന്ന തലം ജനിക്കുമ്പോൾ തന്നെ പ്രബുദ്ധവസ്ഥയിലുള്ളവർക്കാണ്. അതുകൊണ്ടുതന്നെ ഒരു തരത്തിലുള്ള ആത്മീയ സാധനയും അവർക്കാവശ്യമില്ല. ഈ വ്യക്തികൾ ശുദ്ധബോധത്തിൽ തന്നെ സാദാ സ്ഥിതിചെയ്യുകയും മറ്റുള്ളവർക്ക് വഴി കാണിക്കാൻ വേണ്ടി മാത്രം ലോകത്ത് പ്രത്യക്ഷപ്പെട്ടവരുമാണ്. രണ്ടാം തലം ഇതിനല്പം താഴെയാണ്. അവർ പ്രബുദ്ധവസ്ഥയിലല്ല ജനിക്കുന്നതെങ്കിലും അവർക്കും ഒരു പ്രബുദ്ധനായ ഗുരുവിന്റെ ഒരു നോട്ടം, ഒരു സ്പർശം, ഒരു വാക്ക് മാത്രം മതി സാക്ഷാൽക്കാരം ലഭിക്കാൻ. അതോടെ അവർ പരമോന്നതമായ ആനന്ദാവസ്ഥയിൽ സദാ മുഴുകാനാരംഭിക്കുന്നു. ഈ ഉപായം വിവരണാതീതമായതുകൊണ്ടുതന്നെ കാശ്മീര തന്ത്രം

ഇതിനെകുറിച്ച് കാര്യമായി ഒന്നും പറയുന്നില്ല. വിവരണാതീതമായതുകൊണ്ടുതന്നെ ഈ ഗ്രന്ഥത്തിലും ഞാൻ ആ സാഹസത്തിന് മുതിരുന്നില്ല.

● **മൂന്ന് ഉപായങ്ങൾ**

ആണവമലം, മായാമലം, കർമ്മമലം തുടങ്ങിയ മൂന്ന് മലങ്ങൾക്ക് പരിഹാരങ്ങളായാണ് യഥാക്രമത്തിൽ ശാംഭവോപായം, ശാക്തോപായം, ആണവോപായം തുടങ്ങിയ മൂന്ന് ഉപായങ്ങൾ വരുന്നത്. മലങ്ങൾ മൂലമുണ്ടാകുന്ന നമ്മുടെ അജ്ഞത പരിഹരിക്കാനുള്ള മാർഗ്ഗമാണ് ഉപായങ്ങൾ എന്ന് ലളിതമായി പറയാം. രണ്ട് ദിശകളുള്ള ഒരേ റോഡാണ് മലങ്ങളും ഉപായങ്ങളും. മലങ്ങളുടെ ദിശ സങ്കോചത്തിലേക്കും ഉപായങ്ങളുടെ ദിശ വികാസത്തിലേക്കും ഒരുവനെ നയിക്കുന്നു.

മലങ്ങൾ സ്ഥൂല, സൂക്ഷ്മ കാരണ ശരീരങ്ങളുമായും ബന്ധപ്പെട്ടിരിക്കുന്നുണ്ട്. കർമ്മമലം സ്ഥൂലശരീരവുമായും മായാമലം സൂക്ഷ്മ ശരീരവുമായും ആണവമലം കാരണശരീരവുമായും ആണ് ബന്ധപ്പെട്ടിരിക്കുന്നത്. അതുകൊണ്ടുതന്നെ തത്തുല്യ ഉപായങ്ങളായ ആണവോപായം സ്ഥൂലശരീരത്തിലും ശാക്തോപായം സൂക്ഷ്മശരീരത്തിലും ശാംഭവോപായം കാരണശരീരത്തിലും ആണ് പ്രധാനമായും മാറ്റമുണ്ടാക്കുന്നത് എന്ന് ഊഹിക്കാം.

ഈ ഉപായങ്ങളെ സ്വാമി ശങ്കരാനന്ദ മനോഹരമായി സംഗ്രഹിക്കുന്നതെങ്ങിനെയെന്ന് നോക്കൂ:

""സാധകന്റെ ധാരണയനുസരിച്ച് ഉപായങ്ങളെ തരംതിരിക്കാം. ഉദാഹരണത്തിന് നിങ്ങളുടെ ധ്യാനത്തിന്റെ ലക്ഷ്യം ശുദ്ധബോധം തന്നെയാണെങ്കിൽ നിങ്ങൾ

ശംഭവോപായത്തിലാണ്. മനസിന്റെയും ചിന്തയുടെയും നിയന്ത്രണമാണ് ലക്ഷ്യമെങ്കിൽ നിങ്ങൾ ശാക്തോപയത്തിലാണ്. ധ്യാനത്തിന്റെ ലക്ഷ്യം ശരീരത്തിനകത്തോ ശരീരത്തിന് പുറത്തുള്ളതോ ആയ എന്തെങ്കിലുമാണെങ്കിൽ നിങ്ങൾ ആണവോപായത്തിലാണ്. ഉപായങ്ങളെ നിർണ്ണയിക്കുന്നത് ധ്യാനത്തിന്റെ ലക്ഷ്യമായിരിക്കണം."”

ഈ മൂന്ന് മലങ്ങളെയും ഉപായങ്ങളെയും അവ തമ്മിലുള്ള ബന്ധത്തേയും കുറിച്ച് ഇങ്ങനെയാണ് അദ്ദേഹം പറയുന്നത്

“കർമ്മ മലം പറയുന്നു, 'ഞാൻ ശരീരമാണ്' എന്ന്. ആണവോപായം ഇതിനെ പ്രതിരോധിക്കുന്നത് "ഞാൻ സ്വതന്ത്രനാണ്" എന്ന് പറഞ്ഞുകൊണ്ടാണ്. അതുകൊണ്ട് ആണവോപായം ശരീരത്തിന്റെ സാധനയാണ്. മായാമലം പറയുന്നു, 'ഞാൻ മനസ്സാണ്' എന്ന്. ശാക്തോപായം ഇതിനെ പ്രതിരോധിക്കുന്നത് 'ഞാൻ ശക്തിയാണ്' എന്ന് പറഞ്ഞുകൊണ്ടാണ്. അതുകൊണ്ട് ശാക്തോപായം മനസ്സിന്റെ സാധനയാണ്. ആണവമലം പറയുന്നു, 'ഞാനൊരു വ്യക്തിയാണ്, ജീവനാണ്' എന്ന്. ശാംഭാവോപായം ഇതിനെ മറികടക്കുന്നത് 'ഞാൻ ശിവനാണ്' എന്ന് പറഞ്ഞുകൊണ്ടാണ്."”

നമുക്ക് ഏറ്റവും ഉയർന്ന ഉപായമായ ശാംഭാവോപായത്തിൽ നിന്ന് തന്നെ തുടങ്ങിയാലോ?

• ശാംഭവോപായം

കാശ്മീര തന്ത്രത്തിൽ ജ്ഞാനോദയത്തിനായുള്ള അന്വേഷണമെന്നത് ഒരാളുടെ യഥാർത്ഥ സ്വത്വത്തിലേക്കുള്ള യാത്രയാണ്. ആ യാത്രയിൽ ആത്മീയമായി ഏറ്റവും ഉയർന്ന നിലയിലുള്ള അന്വേഷകർക്കായി അല്ലെങ്കിൽ സാധകർക്കായി ഉള്ള ഉപായമാണ് ശാംഭവോപായം.

ആത്മസാക്ഷാൽക്കാരത്തിന് തൊട്ടടുത്ത് നിൽക്കുന്നവരും ആണവമലത്തിന്റെ നേർത്ത ഒരു സിൽക്ക് പാളിയാൽ മാത്രം സത്യം മറഞ്ഞിരിക്കുന്നവരും ആയ സാധകർക്കുള്ള പാതയാണിത്.

'ബോധത്തിന്റെ പാത' അല്ലെങ്കിൽ 'ശിവന്റെ പാത' എന്ന് വിളിക്കപ്പെടുന്ന ഈ വഴി കാശ്മീരിന്റെ ഉയർന്ന പ്രദേശങ്ങളിലെ പരിചയസമ്പന്നരായ ഇടയന്മാരെപ്പോലെ ധ്യാനത്തിന്റെ ആന്തരിക ഭൂപ്രദേശങ്ങളിൽ അനായാസമായി സഞ്ചരിക്കുന്നവർക്കുള്ളതാണ്. ആത്യന്തികമായ ഉണർവിന്റെ കൊടുമുടിക്കരികിൽ നിൽക്കുന്ന നിർഭയരായ സാധകർക്കായി കരുതിവച്ചിരിക്കുന്ന പാതയാണ് ശാംഭവോപായമെന്ന് ആലങ്കാരികമായി പറയാം.

ഈ മാർഗ്ഗത്തിൽ സാധന എന്ന പ്രക്രിയയിലുപരി ദൈവീക കൃപയിലൂടെയാണ് അർഹരായവരിൽ സാക്ഷാൽക്കാരം ഉദിക്കുന്നത് എന്ന ഒരു പ്രത്യേകതയുമുണ്ട്. മുന്നറിയിപ്പില്ലാതെ അപ്രതീക്ഷിതമായി പ്രകാശിക്കുന്ന സൂര്യനു സമാനമാണ് ദ്വന്ദ്വത്തിന്റെ മിഥ്യാബോധം ഇല്ലാതാവുകയും ഏകതാബോധം പ്രകാശിക്കുകയും ചെയ്യുന്ന ഈ സാക്ഷാൽക്കാരോദയം.

മനസ്സിനും വാക്കിനും അതീതമായ ബോധോദയമാണ് ശാംഭാവോപായമെന്നത്. ഇത് ഏറ്റവും ഋജുവായ പാതയാണ്, എന്നാൽ അവിടെയെത്താനായി ഇപ്പോൾ നമ്മുടേതെന്ന് നാം കരുതുന്ന എല്ലാ സുഖസൗകര്യങ്ങളേയും വ്യക്തിത്വങ്ങളെയും

ത്യജിക്കേണ്ടതുണ്ട്. ശൈത്യകാലത്തിനൊടുവിൽ ദാൽ തടാകത്തിലെ മഞ്ഞുപാളികളോരോന്നായി അലിഞ്ഞു ദാൽ തടാകത്തിലെ വെള്ളമായിത്തീരുന്നതുപോലെ നമ്മുടെ വ്യക്തിത്വത്തിന്റെ എല്ലാ അംശങ്ങളും അലിഞ്ഞ് ശുദ്ധബോധമായി തീരേണ്ടതുണ്ട്.

അതിനുവേണ്ടി നാം ചെയ്യേണ്ടത് തീവ്രമായ വൈരാഗ്യം പരിശീലിക്കുക എന്നതാണ്. . അങ്ങിനെ, അലങ്കരിച്ച നെയ്ത്തുപണികൾ പോലെ യാഥാർത്ഥ്യത്തെ മൂടികിടക്കുന്ന മിഥ്യാധാരണകളുടെ വലയെ മറികടക്കുക, എല്ലാ പ്രതിഭാസങ്ങളുടെയും പശ്ചാത്തലമായി വർത്തിക്കുന്ന അവബോധത്തിന്റെ ഏക നൂലിനെ തിരിച്ചറിയുക. അതാണ് ശാംഭാവോപായം നമ്മോടാവശ്യപ്പെടുന്നത്.

ശാംഭാവോപായത്തിലെ ഏറ്റവും ഉയർന്ന രൂപത്തിലുള്ള സാധനകൾ എന്തൊക്കെയാണെന്ന് അതിന്റെ നിഗൂഢ സ്വഭാവം കാരണമായിരിക്കാം അഭിനവഗുപ്തൻ വിശദമായി ചർച്ച ചെയ്തിട്ടില്ല. തന്ത്രാലോകത്തിന്റെയും തന്ത്രസാരത്തിന്റെയും രണ്ടാം അധ്യായത്തിൽ ഈ പരിശീലനത്തിന്റെ ചില വശങ്ങളെക്കുറിച്ച് അദ്ദേഹം സൂചന നല്കിയിട്ടേ ഉള്ളൂ.

ആ ചെറിയ വിവരണത്തിൽ നിന്ന് തന്നെ നമുക്കൂഹിക്കാം ശാംഭാവോപായം എന്നത് കാശ്മീരിലെ ഏറ്റവും ഉയരമുള്ള കൊടുമുടിയിലേക്കുള്ള ട്രെക്കിംഗ് പോലെയാണ് എന്ന്. സത്യസാക്ഷാൽക്കാരത്തിന്റെ ഉച്ചിയിലേക്ക് ഏറ്റവും നേരിട്ടുള്ള വഴിയാണെങ്കിലും വളരെയധികം വൈദഗ്ധ്യവും ധൈര്യവും സ്ഥിരോത്സാഹവും ആവശ്യപ്പെടുന്ന ഒരു വഴിയാണത്.

ശാംഭാവോപായത്തിലെ സത്യാന്വേഷണമെന്നത് ചെങ്കുത്തായ ഒരു മലകയറ്റമാണ്. ചുറുചുറുക്കോടെ മലകയറ്റക്കാരൻ അല്ലെങ്കിൽ സത്യാന്വേഷി

സുപ്രഭാതത്തിലെ മൂടൽമഞ്ഞ് ഉയരുന്നതിന് മുമ്പ് തന്റെ സത്യാന്വേഷണയാത്ര ആരംഭിക്കുന്നു. കെട്ടഴിച്ച നൂലുകൾ പോലെ ഒഴുകുന്ന ക്ലേശങ്ങളുടെ അരുവികൾ മുറിച്ചുകടന്ന് സാധനയുടെ കുത്തനെയുള്ള പാതയിലൂടെയാണ് അയാൾ കയറുന്നത്. പ്രതിബന്ധങ്ങളുടെ ശക്തിയായ കാറ്റ് മുഖത്തടിക്കുന്നതോ ശ്രദ്ധാശൈഥില്യങ്ങൾ ഒരു തടസ്സമായി വായുവിൽ ഒഴുകി നടക്കുന്നതോ അയാൾ ശ്രദ്ധിക്കുന്നില്ല.

സത്യത്തോടടുക്കുംതോറും താഴെയുള്ള ലൗകിക ലോകത്തിന്റെ സാന്ദ്രത ഉരുകിപ്പോകുന്നതായി അയാൾക്ക് അനുഭവപ്പെടുന്നു. അയാൾ താഴെ ലൗകികലോകത്ത് നിൽക്കുമ്പോൾ കടും ചുവപ്പ് നിറത്തിലുള്ള പൂക്കളും വെളുത്ത അരുവികളും ഗ്രാമങ്ങളും ശാശ്വതമായി കാണപ്പെട്ടിരുന്നു. എന്നാൽ ഇപ്പോൾ ക്ഷണികമായ ഒരു മായക്കാഴ്ചപോലെയാണ് അയാൾക്ക് ഇവയെല്ലാം അനുഭവപ്പെടുന്നത്. ഹിമപാർവ്വതങ്ങളുടെ ഉച്ചിയിൽ സൂര്യപ്രകാശം പ്രസക്തമല്ലാതാകുന്നതുപോലെ ഇവിടെ തന്റെ ഭൗമികമായ ഭാരങ്ങളും ചുമടുകളുമെല്ലാം അപ്രസക്തമാണെന്ന് അയാൾ തിരിച്ചറിയുന്നു.

ശാശ്വതവും അനന്തവുമായ സത്യത്തിന്റെ കൊടുമുടി മാത്രമാണ് ഇപ്പോൾ യഥാർത്ഥമായി അനുഭവപ്പെടുന്നത്. താൻ ചെയ്തിരുന്ന സാധനകളെല്ലാം പൊഴിയുന്ന ശരത്കാല ഇലകൾ പോലെ തന്നിൽ നിന്നും കൊഴിഞ്ഞുവീഴുന്നതായി അയാൾ അറിയുന്നു. അതോടെ ശ്രദ്ധ പൂർണ്ണമായും അകത്തേക്ക് തിരിയുന്നു.

പതിയെ അന്തരാളത്തിലെ ആകാശത്തിന്റെ ആഴങ്ങളിൽ നിന്ന് ദൈവീക കൃപപോലെ സ്വരലയത്തോടെ സത്യ ദർശനങ്ങൾ വളരെ സ്വാഭാവികമായി ഉയർന്നുവരുന്നതായി അയാൾ കാണുന്നു. അതോടെ തുടർന്നുള്ള കയറ്റം ആഹ്ലാദകരമായ ഒരു നൃത്തമായി മാറുന്നു, കണ്ണുകൾ

കൂടുതൽ തെളിഞ്ഞതും സുതാര്യവുമായിതീരുന്നു.

തളർന്ന ഇന്ദ്രിയങ്ങൾ ആത്മാവിന്റെ അകത്തളങ്ങളിലേക്ക് പിൻവാങ്ങി സ്വത്വത്തോട് ചേർന്ന് നിൽക്കാനാരംഭിക്കുകയും ശുദ്ധബോധത്തിന്റെ തീക്ഷ്ണപ്രകാശം ഒരു പഷ്മിന ഷാൾ പോലെ സത്തയെ പൊതിയുകയും ചെയ്യുന്നു.

രാത്രിയുടെ നിശ്ശബ്ദതയിലേക്ക് അലിഞ്ഞില്ലാതാവുന്ന ഒരു രാപ്പാടിയുടെ സായാഹ്ന ഗാനം പോലെ വൈയക്തിക അഹങ്കാരം ശുദ്ധബോധത്തിന്റെ തീക്ഷ്ണപ്രകാശത്തിലേക്ക് അലിഞ്ഞു ചേരാനാരംഭിക്കുന്നു. യുദ്ധമുഖത്ത് അപ്രതീക്ഷിതമായുണ്ടാകുന്ന ഒരു മഞ്ഞുവീഴ്ചയിൽ പട്ടാളക്കാർ അപ്രത്യക്ഷമാകുന്നതുപോലെ ലോകത്തെക്കുറിച്ചുള്ള എല്ലാ സങ്കൽപ്പങ്ങളും ഒന്നൊന്നായി വളരെ വേഗത്തിൽ അപ്രത്യക്ഷമാകുന്നതായി അയാൾ അറിയുന്നു.

ഇപ്പോൾ വായു പൂർണ്ണമായും ജ്ഞാനത്തിന്റെ സൂര്യപ്രകാശത്തിൽ തിളങ്ങുകയാണ്. അനന്തമായ ആകാശം അതിന്റെ തേജസ്സാർന്ന വിശാലതയെ അനാവരണം ചെയ്യുകയാണ്. ഈ അനന്താകാശവും നൃത്തം ചെയ്യുന്ന പ്രകാശവർഷവും താൻ തന്നെയാണെന്നും താൻ തന്നെയായിരുന്നുവെന്നും പതിയെ ഈ ആത്മീയ പർവ്വതാരോഹകൻ കണ്ടെത്തുന്നു.

അതോടെ അയാളുടെ എല്ലാ സാധനകളും അവസാനിക്കുകയും താൻ ഇത്രയും കാലം തീവ്രതയോടെ അഭ്യസിച്ച സാധനകളും പിന്തുടർന്ന വഴികളുമെല്ലാം തീക്കനലില്ലാത്ത അടുപ്പുപോലെ ഉപയോഗശൂന്യമായതായി തിരിച്ചറിയുകയും ചെയ്യുന്നു.

ദീർഘനാളായി ആഗ്രഹിച്ച ലക്ഷ്യസ്ഥാനത്ത് എത്തുന്നതിന് കൂടുതലൊന്നും ആവശ്യമില്ലെന്നും താൻ തേടിയതെന്തോ അത് തന്നിൽ തന്നെയാണെന്നും താൻ

തുടക്കം മുതലേ ഈ പർവതത്തിന്റെ ഉച്ചിയിലായിരുന്നുവെന്നും താഴെ കണ്ടിരുന്ന ഭൂമിയും പർവതത്തിന്റെ ഉച്ചിയും വേറെ വേറെയല്ലെന്നും അത് തിരിച്ചറിയാലാണ് ഈ മലകയറ്റമെന്നും അയാൾ തിരിച്ചറിയുന്നു.

നെൽ വയലുകളുടെ പച്ചപ്പുകൾക്ക് മുകളിൽ വേനൽ മഴക്ക് ശേഷം വ്യത്യസ്ത നിറങ്ങൾ വിരിയിച്ചുകൊണ്ട് പ്രത്യക്ഷപ്പെടുന്ന മഴവില്ലുകളുടെ മായാക്കാഴ്ച പോലെയായിരുന്നു താൻ ഇക്കാലമത്രയും അനുഭവിച്ചതൊക്കെയും എന്നും അയാൾ അറിയുന്നു.

അങ്ങിനെ ശാംഭാവോപായത്തിലൂടെ സത്യത്തിലേക്ക് ഉണർന്ന സാധകൻ വർഷങ്ങളുടെ അലച്ചിലിനു ശേഷം സ്വന്തം വീട്ടിലേക്ക് തിരിച്ചെത്തിയ ഒരാളുടെ ചിത്രമാണ് നമ്മുടെ മനസ്സിലുയർത്തുന്നത്. . അയാളെ സംബന്ധിച്ചിടത്തോളം ബോധത്തിന്റെ തിരശ്ശീലയ്ക്കെതിരെ ഉയർന്നുവരുന്നതും കടന്നുപോകുന്നതും ആയ എല്ലാ മായാക്കാഴ്ചകളും ഓരോ ആഘോഷമാണ്. അയാളുടെ ഓരോ നിമിഷവും ഒരു പ്രാദേശിക വിളവെടുപ്പ് ഉത്സവം പോലെ ചിരിയും ഊഷ്മളതയും നിറഞ്ഞതാണ്.

സത്യസാക്ഷാൽക്കാരം ലഭിച്ച ഒരുവനെ സംബന്ധിച്ചിടത്തോളം മുറ്റം തൂത്തുവാരുന്നത് മുതലുള്ള എല്ലാ ദൈനംദിന കൃത്യ നിർവഹണങ്ങളും ആരാധനയാണ്, പൂജയാണ്. ജീവിതത്തിന്റെ സമസ്ത ഭാവങ്ങളും താനെന്ന ശിവന്റെ സ്പന്ദനമായി തിരിച്ചറിയുമ്പോൾ ജീവിതം ഒരു ലീലയായി മാറുന്നു. നിശ്ചലതയും ചലനവും അടക്കമുള്ള എല്ലാ വിപരീതങ്ങളും ഒരുപോലെ ആ ലീലയുടെ ഭാഗവുമാകുന്നു.

ശാംഭാവോപായത്തിലൂടെ സത്യദർശനം സിദ്ധിച്ച ഒരുവനെകുറിച്ച് അഭിനവഗുപ്തചാര്യൻ തന്ത്രാലോകത്തിൽ

പറയുന്നു,

"ഒരു മിന്നാം മിനുങ്ങ് തനിക്കുവേണ്ടി മാത്രം പ്രകാശിക്കുന്നു, ആഭരണങ്ങളാകട്ടെ തങ്ങൾക്ക് മാത്രമല്ല, മറ്റു ചിലർക്കായി പ്രകാശിക്കുന്നു, നക്ഷത്രങ്ങൾ കൂടുതൽ പേർക്ക് വേണ്ടി പ്രകാശിക്കുന്നു, ചന്ദ്രൻ അതിൽ കൂടുതലായി പ്രകാശിക്കുന്നു, സൂര്യൻ പ്രപഞ്ചം മുഴുവൻ പ്രകാശം വിതറുന്നു. അതുപോലെയാണ് ശാംഭവോപായാവസ്ഥയിൽ സ്ഥാപിതമായവൻ പ്രഭാത സൂര്യനെപ്പോലെ പ്രപഞ്ചം മുഴുവൻ പ്രകാശം വിതറുന്നത്."

- **ശാക്തോപായം**

ശാംഭാവോപായം ശിവനെ സംബന്ധിക്കുന്നതാണെങ്കിൽ ശാക്തോപായം ശക്തിയെ സംബന്ധിക്കുന്നതാണ് എന്നാണ് സ്വാമി ലക്ഷ്മൺ ജൂ പറയുന്നത്.

ശാംഭവോപായത്തിന് അർഹത നേടാത്തവരും ആണവമലത്താലും മായാമലത്താലും ആവരണം ചെയ്യപ്പെട്ടവരും എന്നാൽ ആത്മീയ ഉണർവിന്റെ പാതയിൽ ഏറെ സഞ്ചരിച്ചവരും ആയ അന്വേഷകർക്ക് അനുയോജ്യമായ മദ്ധ്യമാർഗമാണ് ശാക്തോപായം.

തന്ത്രാലോകത്തിൽ അഭിനവ ഗുപ്തൻ പറയുന്നു,

"സത്യത്തെക്കുറിച്ചുള്ള ശരിയായ സൈദ്ധാന്തിക പരിജ്ഞാനമില്ലാത്ത സാധകർക്ക് മായ സൃഷ്ടിച്ച പരിമിതമായ വ്യക്തിഗത ആശയക്കുഴപ്പങ്ങളുടെ മാനസിക ശീലങ്ങളിൽ നിന്ന് അവരുടെ ധാരണകളെ മോചിപ്പിക്കാൻ കഴിയാത്തതുകൊണ്ട്

അന്തിമ വിമോചനം നേടുന്നതിൽ
വിജയിച്ചേക്കില്ല."

അതുകൊണ്ട് മനസ്സിനെ നിയന്ത്രിക്കേണ്ടത് ആവശ്യമാണ്.

വസന്തകാലത്ത് മഞ്ഞുരുകുന്ന ദാൽ തടാകം പോലെ അനിശ്ചിതമാണ് ഒരു സാധകന്റെ മനസ്സ്. തെളിഞ്ഞ വെള്ളമാണെന്ന് കരുതി ദാൽ തടാകത്തിലൂടെ ബോട്ടെടുക്കുമ്പോഴാണ് അറിയുന്നത് അവയുടെ അടിയിലെല്ലാം മഞ്ഞുപാളികളുടെ കൂട്ടമാണെന്ന്. അതുപോലെ ചിന്തയുടെ ദ്രവാവസ്ഥയാണെന്ന് കരുതി മനസ്സിലേക്ക് നോക്കുമ്പോഴാണറിയുന്നത് രജോരൂപത്തിലും തമോരൂപത്തിലുള്ള എണ്ണമറ്റ ചിന്തകൾ ഘനീഭവിച്ച് മുന്നോട്ടുള്ള വഴി അടക്കുന്ന ഒരു വന്മതിലാണ് മനസ് എന്നത് എന്ന്. അതുകൊണ്ടുതന്നെ ദാൽ തടാകം കടക്കാനായി ഷിക്കാര ബോട്ട് ഓടിക്കാൻ പഠിക്കുന്നത് പോലെ വേണം മനോനിയന്ത്രണത്തിനായി സാധനകൾ അനുഷ്ഠിക്കുന്നത്. കലങ്ങി മറയുന്ന നദിയിലെ പ്രക്ഷുബ്ധമായ ഒഴുക്കിലൂടെ സഞ്ചരിക്കുന്ന വിദഗ്ധരായ ബോട്ടുകാരെപ്പോലെ തന്റെ ഊർജ്ജം മുഴുവൻ ഉപയോഗിച്ചാൽ മാത്രമേ ഘനീഭവിച്ച ചിന്തകളുടെ നടുവിലൂടെ വഴികണ്ടെത്തി മുന്നോട്ട് നീങ്ങാൻ കഴിയു എന്ന് ഓരോ സാധകനും തിരിച്ചറിയുന്നു.

പക്ഷേ മനസ്സിനെ നിയന്ത്രിക്കുക എന്നത് ഒരു കാട്ടു കുതിരയെ പരിശീലിപ്പിക്കുന്നതുപോലെ ശ്രമകരമാണ്. ആ കുതിരയെ മർദ്ദിച്ച് അവശനാക്കുന്നതിലല്ല മറിച്ച് അതിന്റെ ശക്തിയെ മുഴുവൻ തന്റെ നിയന്ത്രണത്തിലാക്കുന്നതിലാണ് പരിശീലകന്റെ കഴിവ് കിടക്കുന്നത്. അതുപോലെ ഈ കാട്ടുകുതിരയുടെ അവസ്ഥയിലുള്ള മനസ്സിന്റെ അപാരമായ കഴിവിനെ നിയന്ത്രിച്ച് നമ്മുടെ വരുതിയിലാക്കുന്നതിനാണ് അസാമാന്യമായ പരിശീലനം വേണ്ടത്.

മന്ത്രജപം പോലെ തലമുറകളിലൂടെ കൈമാറ്റം ചെയ്യപ്പെട്ട അച്ചടക്കങ്ങളിലൂടെ ചിന്തയുടെ തിരമാലകളെ നിയന്ത്രിക്കാനാവുമെന്ന് സാധകൻ ഇവിടെ തിരിച്ചറിയുകയാണ്. ഇവിടെ മന്ത്രജപം എന്നതുകൊണ്ട് ഉദ്ദേശിക്കുന്നത് സംസ്കൃതത്തിലുള്ള ഏതെങ്കിലും ഒരു വരിയുടെ യാന്ത്രികമായ ആവർത്തനം എന്നതല്ല.

പരമർത്ഥസാരത്തിൽ അഭിനവഗുപ്തൻ പറയുന്നു,

"മന്ത്രസാധനയിലേർപ്പെട്ടവൻ ഭുവനങ്ങളുടെയും തത്വങ്ങളുടെയും വിവിധ ഇന്ദ്രിയങ്ങളെയും മുഴുവൻ ശ്രേണിയെയും ആന്തരിക ദർശനമാക്കി മാറ്റുന്നു. ഇതിനെയാണ് ജപം എന്ന് വിളിക്കുന്നത്."

അതായത് ചിന്തകളെ ദൃശ്യമാക്കി മാറ്റുന്നുവെന്നർത്ഥം. ഓഡിയോ ട്രാക്ക് മാത്രമുള്ളിടത്ത് അതിനോടൊപ്പം ചില ചിത്രങ്ങൾ ചേർത്ത് ഒരു വീഡിയോ അല്ലെങ്കിൽ സിനിമ ആക്കി മാറ്റുന്നതുപോലെ മനസ്സിനകത്തെ ഒരു എഡിറ്റിങ്ങ് പ്രക്രിയയാണത്.

ബാഹ്യമായി തിരിയുമ്പോൾ മനസ്സിന് സങ്കല്പരൂപമാണ്. എന്നാൽ ഇതേ മനസ്സ് ആന്തരികമായി തിരിയുമ്പോൾ മനസ്സ് മന്ത്രരൂപമാകുന്നു. അതുകൊണ്ടാണ് ശിവസൂത്രം പറയുന്നത്, 'മന്ത്രമാണ് മനസ്സ്' എന്ന്. സങ്കല്പരൂപത്തിലിരിക്കുന്ന മനസ്സിനെ അതായത് ബാഹ്യമായി തിരിഞ്ഞ മനസ്സിനെ മന്ത്രരൂപമാക്കുന്നതാണ് ശാക്തോപായങ്ങൾ എന്ന് ചുരുക്കത്തിൽ പറയാം.

അതുകൊണ്ടുതന്നെ മന്ത്രങ്ങളുടെ സമൃദ്ധമായ ഉപയോഗമാണ് ശാക്തോപായത്തിന്റെ ഒരു പ്രത്യേകത. സാധകനെ സംബന്ധിച്ചിടത്തോളം ഈ മന്ത്രങ്ങൾ കേവലം വാക്കുകളല്ല, മറിച്ച് അന്വേഷകന്റെ അന്തർഭാഗത്തെ

അനാവശ്യ ഭാഗങ്ങൾ ചെത്തിക്കളഞ്ഞ് അതിനെ മനോഹരമായ ഒരു ശില്പമാക്കി മാറ്റുന്ന പണിയായുധങ്ങളാണ്.

ശാക്തോപായത്തിലെ ശക്തമായ മറ്റൊരു ഉപകരണമാണ് ഭാവന (Visualization). ഇവിടെ അന്വേഷകൻ ദൈവീകതയുടെ വിവിധ തരത്തിലുള്ള ബിംബങ്ങളും ചിഹ്നങ്ങളും സങ്കല്പിച്ചുകൊണ്ട് മനസ്സിന്റെ തിരശീലയിൽ ദൈവികതയുടെ ഒരു ആന്തരിക വാസസ്ഥലം രൂപപ്പെടുത്തുകയാണ് ആദ്യം ചെയ്യുന്നത്. പിന്നീട് മനസ്സിന്റെ ആന്തരികമായ ആ ക്യാൻവാസിൽ ഭാവന, ധ്യാനം എന്നിവയിലൂടെ ദൈവീക ഭാവങ്ങളുടെ മനോഹരവും പ്രതീകാത്മകവുമായ ചിത്രങ്ങൾ വരക്കുന്നു.

ഇത്തരം ദൈവീക ഭാവങ്ങളിൽ ധാരണ ഉറപ്പിച്ചുകൊണ്ട് സാധകൻ അദൃശ്യമായയതിനെ കാഴ്ചയുടെ മണ്ഡലത്തിലേക്ക് കൊണ്ടു വരികയും അമൂർത്തമായയതിന് മൂർത്തതയുടെ രൂപം കൊടുക്കുകയുമാണ് ചെയ്യുന്നത്. അതോടെ ശ്രീനഗറിലെ പൂന്തോട്ടങ്ങൾ പോലെ മനോഹരമായ ദൈവീക ഭൂപ്രദേശം അന്വേഷകന്റെ അന്തരാളത്തിൽ രൂപപ്പെടുന്നതായ ഒരു അത്ഭുതം സംഭവിക്കുന്നു.

അത്തരമൊരു ധ്യാനമാണ് മാതൃകാചക്ര ധ്യാനവും മലിനീചക്ര ധ്യാനവും. ഇതിൽ മാതൃകാചക്ര ധ്യാനം കേരളീയ ക്ഷേത്ര പദ്ധതിയുമായി ബന്ധപ്പെട്ടതായയതുകൊണ്ട് മറ്റൊരിടത്ത് വിശദമായി ചർച്ച ചെയ്യുന്നുണ്ട്.

മനസ്സിനകത്തെ വിഡിയോ നിർമ്മാണത്തിന് വളരെ പ്രയോജനകരമാണ് മാതൃകാ ചക്ര ധ്യാനം പോലുള്ള പദ്ധതികൾ. ഇരുണ്ട വെള്ളത്തിലൂടെ തുഴയുന്ന തോണികളെ നിലാവെളിച്ചം ഏറെ സഹായിക്കുന്നതുപോലെ ഇത്തരത്തിലുള്ള ധ്യാനങ്ങൾ ബോധത്തിന്റെ ആഴങ്ങളിലൂടെ വ്യക്തമായി തുഴഞ്ഞുപോകാൻ സാധകനെ സഹായിക്കുന്നു.

പയ്യെ പയ്യെ ശരത്കാല കാറ്റിൽ വീണുകിടക്കുന്ന ചിനാർ ഇലകൾ പോലെ ശക്തി കുറഞ്ഞൊഴുകുന്ന ഇന്ദ്രിയ ഭ്രമങ്ങളെ മറികടന്ന് സാധകൻ മനസ്സിന്റെ നിഗൂഢ തലത്തിലേക്ക് പ്രവേശിക്കാനാരംഭിക്കുന്നു.

ക്രമേണ മനസ്സ് പരമോന്നത ബോധത്തിന്റെ മൂർത്തീസ്വരൂപമായ ശിവ സ്വരൂപത്തിൽ ലയിക്കാനാരംഭിക്കുന്നു. മഞ്ഞുപാളികൾ ഉരുകുന്നതോടെ പർവതത്തിന്റെ യഥാർത്ഥ സ്വരൂപം മെല്ലെ വെളിവാകുന്നതുപോലെ അഹംബോധത്തെ കുറിച്ചുള്ള സങ്കല്പങ്ങൾ ഉരുകുന്നതോടെ തന്റെ സ്വരൂപം സാധകന് ദർശനീയമായിത്തീരുന്നു.

ഇതുവരെ യാഥാർഥ്യമായി തോന്നിയിരുന്നതെല്ലാം കുങ്കുമ പുൽതകിടികൾക്ക് മീതെ പ്രത്യക്ഷപ്പെടുന്ന മഴവില്ലുകളുടെ വർണ്ണ നടനം പോലെയൊരു മിഥ്യാക്കാഴ്ചയാണെന്നും ദർശകൻ, ദൃശ്യം, ദർശനം എന്നിവയെല്ലാം ശുദ്ധമായ ആത്മനിഷ്ടബോധത്തിന്റെ സ്ക്രീനിൽ തെളിഞ്ഞ പ്രോജെക്ഷൻസ് മാത്രമായിരുന്നെന്നും അവൻ തിരിച്ചറിയുന്നു.

സ്വന്തം ബോധമാകുന്ന വെള്ളത്തിലൂടെ ബോധമാകുന്ന ബോട്ടുപയോഗിച്ച് തുഴയുന്ന ബോട്ടുകാരനാണ് താൻ എന്ന് അയാൾ മനസിലാക്കുന്നു. തനിക്ക് എങ്ങും പോകാനില്ലെന്നും താൻ എല്ലായ്പോഴും തന്റെ തന്നെ ഉള്ളിലെ 'ഇവിടെ'യായിരുന്നുവെന്നും തിരിച്ചറിയുമ്പോൾ എല്ലാ ആത്മീയാന്വേഷണങ്ങളും അവസാനിക്കുന്നു.

അതോടെ എല്ലാത്തരം സാധനകളും അനാവശ്യമായിത്തീരുന്നു. പ്രാർത്ഥന അവസാനിക്കുമ്പോൾ ഭക്തൻ പ്രാർത്ഥനക്കുപയോഗിച്ച പായ മടക്കിവെക്കുന്നത് പോലെ സാധകൻ എല്ലാ സാധനകളും താൻ ദർശിച്ച പരമാർത്ഥിക സത്യത്തിൽ തന്നെ സമർപ്പിക്കുന്നു. ഇതുവരെ

അനുഷ്ഠിച്ചുപോന്ന എല്ലാ മന്ത്രങ്ങളും യന്ത്രങ്ങളും ദേവതാ കല്പനകളും അവൻ ജ്ഞാനത്തിന്റെ യാഗാഗ്നിയിലേക്ക് സമർപ്പിക്കുന്നു.

പരാമർത്ഥസാരത്തിൽ അഭിനവഗുപ്തൻ പറയുന്നു, "ആരാധനകൾക്കപ്പുറം കടന്നുപോയ ഈ അവസ്ഥയിൽ അവൻ സ്തുതിയിലും മറ്റും സന്തോഷിക്കുകയില്ല. സ്തുതിയോ വഴിപാടോ അർപ്പിക്കാൻ അവനിൽ നിന്ന് വേറിട്ട് ഒന്നുമില്ലല്ലോ."

മിഥ്യാധാരണയുടെ അവസാന അവശിഷ്ടങ്ങളും ചാരമായി മാറുന്നതോടെ ആത്യന്തിക രഹസ്യം അവന് വെളിപ്പെടുന്നു: താൻ ഇത്രയും കാലം സംസാര സമുദ്രം കടക്കാൻ ഉപയോഗിച്ചിരുന്ന സാധനയുടേതായ ഈ ഉപകരണങ്ങൾ തന്നെയാണ് ശിവനുമായുള്ള തന്റെ ശാശ്വതമായ ഐക്യത്തെ മറച്ചിരുന്നത് എന്ന പരമ രഹസ്യം.

- ആണവോപായം

ശാംഭാവോപായം ശിവനെ സംബന്ധിക്കുന്നതും ശാക്തോപായം ശക്തിയെ സംബന്ധിക്കുന്നതും ആണവോപായം നരനെ സംബന്ധിക്കുന്നതും ആണ് എന്നാണ് സ്വാമി ലക്ഷ്മൺ ജൂ പറയുന്നത്.

ആണവമലത്താലും മായാമലത്താലും മാത്രമല്ല കർമ്മമലത്താലും ആവരണം ചെയ്യപ്പെട്ട് ജനന മരണാദി സംസാരചക്രത്തിൽ കറങ്ങിക്കൊണ്ടിരിക്കുന്ന ഏറ്റവും താഴെയുള്ള സാധാരണക്കാരായ ആത്മീയ സാധകർക്ക് വേണ്ടിയുള്ള ഉപായമാണ് ആണവോപായം.

"വ്യക്തിഗത ആത്മാവിന്റെ പാത" അല്ലെങ്കിൽ "അണുവിന്റെ പാത" എന്നറിയപ്പെടുന്ന ആണവോപായം ശാംഭവോപായത്തിന്റേയോ ശാക്തോപായത്തിന്റേയോ

അമൂർത്തമായ പാതകൾക്ക് അനുയോജ്യരല്ലാത്ത തുടക്കക്കാർക്ക് വേണ്ടിയുള്ളതാണ് എന്നർത്ഥം.

ആണവോപായത്തിലെ സാധനാ സമ്പ്രദായങ്ങൾ മനസ്സിനെയും ശരീരത്തെയും ശുദ്ധീകരിക്കാനും അച്ചടക്കവും ശ്രദ്ധയും ഏകാഗ്രതയും വളർത്തിയെടുക്കാനും ലക്ഷ്യമിടുന്ന സാധനാ പദ്ധതികളാണ്. വിത്ത് നടുന്നതിന് മുമ്പ് തോട്ടക്കാരൻ ഭൂമി തയ്യാറാക്കുന്നതിന് സമാനമാണ് മനസ്സിനെ മെരുക്കിയെടുക്കാനുള്ള ഇതിലെ സാധനാ സമ്പ്രദായങ്ങൾ എന്ന് ആലങ്കാരികമായി പറയാം. തോട്ടക്കാരൻ ആദ്യം കളകൾ നീക്കം ചെയ്യുകയും ഭൂമിയെ ഉഴുതുമറിക്കുകയും ചെയ്യുന്നതുപോലെ സാധകൻ ഇവിടെ മാനസിക വിഭ്രാന്തികൾ നീക്കി ആത്മീയ വളർച്ചയ്ക്ക് വളക്കൂറുള്ള മണ്ണ് മനസ്സിൽ തയ്യാറാക്കുന്നു.

ഒരു നെയ്ത്തുകാരൻ ഷാൾ ഉണ്ടാക്കുമ്പോൾ ഓരോ നൂലും ശ്രദ്ധയോടെയും ബഹുമാനത്തോടെയും നെയ്തെടുക്കുന്നതുപോലെ ഈ പാതയിലെ സാധകൻ ശ്രദ്ധയോടെയും ഭക്തിയോടേയും ഓരോരോ ആചാരാനുഷ്ടാനങ്ങളിൽ ഏർപ്പെടുന്നു. താല്പര്യത്തോടെയുള്ള ഈ ആചാരാനുഷ്ടാനങ്ങൾ അവന്റെ ശ്രദ്ധാലക്ഷ്യങ്ങളെ ഉയർന്ന ബോധത്തിലേക്ക് നയിക്കുന്നതിനുമുള്ള തെളിഞ്ഞ പാതയൊരുക്കുന്നു. മാത്രമല്ല ദിവസേനയുള്ള ആചാരണത്തിലൂടെ സാധകൻ അവന്റെ ദൈനംദിന ജീവിതത്തെ ആത്മീയ തത്വങ്ങളുമായി ഇണക്കുന്ന ഒരു താളം കെട്ടിപ്പടുക്കുകയും ആത്മീയതയെ ദൈനംദിന ജീവിതത്തിന്റെ ഘടനയിലേക്ക് ക്രമേണ നെയ്തെടുക്കുകയും ചെയ്യുന്നു.

തന്ത്രാലോകത്തിൽ ആണവോപായത്തിലെ യോഗ സാധനയെ കുറിച്ച് ചർച്ച ചെയ്യുന്ന അവസരത്തിൽ യമ നിയമ ആസനങ്ങളെ കുറിച്ച് അഭിനവ ഗുപ്തൻ ചർച്ച

ചെയ്യുന്നില്ല. ഒരു പക്ഷെ യമ നിയമ ആസനങ്ങൾ ഉറച്ചവർക്ക് മാത്രമേ അന്നത്തെ കാലത്ത് യഥാർത്ഥ ആത്മീയ സാധന ആരംഭിക്കാനാവൂ എന്നതുകൊണ്ടാവണം അദ്ദേഹം അവയെ കുറിച്ച് പ്രതിപാദിക്കാതിരുന്നത്. എന്നാൽ ഇരുപതാം നൂറ്റാണ്ടാകുമ്പോഴേക്കും സ്ഥിതി മാറിയിരുന്നു. യമ നിയമ ആസനങ്ങൾ ഉറച്ചവർക്ക് മാത്രമേ യഥാർത്ഥ ആത്മീയ സാധന ആരംഭിക്കാനാവൂ എന്ന് വന്നാൽ ഇന്നത്തെ കാലഘട്ടത്തിൽ അർഹത ഉള്ളവർ ആരും ഉണ്ടാകും എന്ന് തോന്നുന്നില്ല. അതുകൊണ്ടാകണം ഈ അടുത്ത കാലത്ത് ജീവിച്ചിരുന്ന കാശ്മീയാചാര്യനായ സ്വാമി ലക്ഷ്മൺ ജൂ ആദ്ധ്യാത്മിക അച്ചടക്കത്തെ കുറിച്ചുള്ള ഒരു പ്രഭാഷണത്തിൽ യമ നിയമ ആസനങ്ങളെ കുറിച്ച് വിശദമായി പ്രതിപാദിക്കുന്നത്.

ഒരാളുടെ പ്രവർത്തനങ്ങളും വാക്കുകളും ചിന്തകളും അയാളുടെ ആത്മീയ യാത്രയിൽ അഗാധമായ സ്വാധീനം ചെലുത്തുന്നതുകൊണ്ട് ആണവോപായത്തിന് യമ നിയമത്തിലധിഷ്ഠിതമായ നൈതികമായ ജീവിതം കാശ്മീരിന് കുങ്കുമപ്പാടങ്ങൾ എന്ന പോലെ അനിവാര്യമാണ്. അഹിംസ, സത്യം, ആസ്തേയം, ബ്രഹ്മചര്യം, അപരിഗ്രഹം തുടങ്ങിയ സദ്ഗുണങ്ങളിൽ വേരൂന്നിയ ധാർമ്മിക ജീവിതം ആത്മീയ വെല്ലുവിളികളുടെ ശൈത്യത്തിൽ നിന്ന് അന്വേഷകനെ രക്ഷിക്കുകയും ഉന്നതമായ ആത്മീയാഭിലാഷങ്ങളുടെ ജ്വാലയെ കെടാതെ നിലനിർത്തുന്ന ഒരു രക്ഷാ കവചമായി വർത്തിക്കുകയും ചെയ്യുന്നു.

ആസന പ്രാണായാമ പരിശീലനങ്ങളും മന്ത്രോച്ചാരണവും ആണ് ആണവോപായത്തിലെ അടുത്ത പരിശീലനങ്ങൾ. ചിട്ടയായ ആസന പ്രാണായാമ പരിശീലനങ്ങൾ നാടോടിയെപോലെ നിരന്തരം അലഞ്ഞുതിരിയാനുള്ള മനസ്സിന്റെ പ്രവണതക്ക് ഒരു പരിധിവരെ കടിഞ്ഞാണിടുന്നു.

ആസനമെന്നാൽ ഭൗതികമായ 'ഇരുപ്പുറക്കൽ' മാത്രമല്ല പ്രാണന്റെ ഉറക്കൽ കൂടി ഉൾപ്പെടുന്നുണ്ട് എന്നാണ് ലക്ഷ്മൺ ജൂ പറയുന്നത്. ഉച്ഛ്വാസത്തിന്റെയും നിശ്വാസത്തിന്റെയും ഇടക്കുള്ള മദ്ധ്യബിന്ദുവിൽ പ്രാണനെ ഉറപ്പിക്കുന്നതാണ് യഥാർത്ഥ 'ആസനം' എന്നാണ് അദ്ദേഹം പറഞ്ഞുവെക്കുന്നത്.

അദ്ദേഹത്തിന്റെ അഭിപ്രായത്തിൽ പ്രാണായാമ പരിശീലനത്തിൽ പ്രധാനമായും ചക്രോദയ പ്രാണായാമവും അജപാ ഗായത്രീ പരിശീലനവുമാണ് ഏറ്റവും പ്രധാനമായത്.

ആവർത്തിച്ചുള്ള അജപാ ഗായത്രീ പരിശീലനം ഏകാഗ്രതയെ ശൂലാഗ്രം പോലെ മുനയുള്ളതും ദൃഢവുമാക്കുന്നു. ശരീരം ഉയർന്ന ആവൃത്തികമ്പനങ്ങൾ ഉൾക്കൊള്ളാൻ തക്കവിധം ദൃഢമാകുന്നതോടെ ശക്തമായ പ്രാണപ്രവാഹം ശരീരത്തിലെ സമസ്ത നാഡികളിലൂടെയും സംഭവിക്കുകയും ശ്വസനം താളാത്മകമായ ഒഴുക്കിനെ പിന്തുടരാൻ ആരംഭിക്കുകയും ചെയ്യുന്നു. ക്രമേണ അശാന്തനായ ഒരു കുരങ്ങനെപോലെ സദാ പെരുമാറിയിരുന്ന മനസ്സ് മെരുക്കപ്പെട്ട പുലിയെപോലെ ശാന്തമായി ഒതുങ്ങി കിടക്കാൻ തുടങ്ങുന്നു.

തുടർച്ചയായ ചക്രോദയ പ്രാണായാമവും അജപാ ഗായത്രീ ജപവും സാധകനെ തുരീയാവസ്ഥയിലെത്തിക്കുന്നു. ഈ അവസ്ഥയിലാണത്രെ ശബ്ദ സ്പർശ രൂപ രസ ഗന്ധ തന്മാത്രകളുടെ സൂക്ഷ്മമായ സാന്നിദ്ധ്യം ഒരുവൻ അറിയുന്നത്. അതിന്റെ വശ്യമായ ആകർഷണം അപ്രതിരോധ്യമാണ് എന്നാണ് സ്വാമി ലക്ഷ്മൺജൂ പറയുന്നത്. ആ ആകർഷണത്തെയും മറികടന്ന് മുന്നേറുമ്പോഴാണ് ഒരുവൻ പ്രത്യാഹാരത്തിലെത്തുന്നത്.

ശ്രദ്ധിക്കേണ്ട ഒരു കാര്യം, സാധകൻ ഇവിടെ സ്കൂൾ വിദ്യാഭ്യാസം കഴിഞ്ഞ് കോളേജിൽ ചേരുന്നപോലെ ഒരു

അഭ്യാസം അവസാനിപ്പിച്ച് അടുത്തത് തുടങ്ങുകയല്ല ചെയ്യുന്നത്. മറിച്ച് ശ്വസനത്തിന്റെ മദ്ധ്യബിന്ദുവിൽ ശ്രദ്ധ തുറക്കുമ്പോൾ അത് ആസനമാകുകയും ആസനമുറക്കുമ്പോൾ അത് പ്രാണായാമമാകുകയും പ്രാണായാമം തുറക്കുമ്പോൾ അത് പ്രത്യാഹാരമാകുകയുമാണ് ചെയ്യുന്നത്.

ആലങ്കാരികമായി പറയുകയാണെങ്കിൽ ശ്വസന നിരീക്ഷണത്തിൽ ധ്യാനമെന്നത് പുലർച്ചെ ദാൽ തടാകത്തിലെ ജലത്തെ വീക്ഷിക്കുന്നതിന് സമാനമാണ്. തുടർച്ചയായി ആഞ്ഞുവീശുന്ന കാറ്റിൽ ജലത്തിലുണ്ടാകുന്ന അലയൊലികളിൽ ആകാശം ക്ഷണങ്ങളായി പ്രതിഫലിക്കുന്നതാണ് ആദ്യം ആ നിരീക്ഷകൻ കാണുക. ഇടതടവില്ലാതെ വീക്ഷിച്ചുകൊണ്ടിരിക്കുകയാണെങ്കിൽ ഇടക്ക് ചെറിയൊരു ഇടവേളയിൽ കാറ്റ് നിശ്ചലമാവുകയും തടാകത്തിലെ ജലം നിശ്ചലമാവുകയും ആ സമയത്ത് ആകാശം അവിച്ഛിന്നമായി പ്രതിഫലിക്കുകയും ചെയ്യും.

അതുപോലെയാണ് തുടക്കകൊരുടെ ധ്യാനം. ചിന്തകളുടെ അലയൊലികളിൽ യാഥാർഥ്യം ക്ഷണങ്ങളായാണ് തുടക്കത്തിൽ അന്തക്കരണത്തിൽ പ്രതിഫലിക്കുന്നത്. വല്ലപ്പോഴുമുണ്ടാകുന്ന നിശ്ശബ്ദതയിൽ മാത്രം യാഥാർഥ്യം അവിച്ഛിന്നമായി പ്രതിഫലിക്കും. അത്തരം നിമിഷങ്ങൾക്കുള്ള തുടർച്ചയായ അന്വേഷണമാണ് യഥാർത്ഥത്തിൽ തുടക്കക്കൊരുടെ ധ്യാനമെന്നത്.

വേനൽമഴയുടെ അവസാനത്തിൽ കുങ്കുമപ്പൂവ് നടുന്നതിന് സമാനമാണ് ആണവോപായത്തിന്റെ പാത. വളരെയധികം ക്ഷമ ആവശ്യമുള്ള ഒന്നാണത്. ഒരു കർഷകൻ മണ്ണിനെയെന്നപോലെ ഇവിടെ സാധകൻ മനസ്സാകുന്ന മണ്ണിനെ പരമാവധി അണുവിമുക്തമാക്കാനും ഫലഭൂയിഷ്ഠമാക്കാനും ശ്രമിക്കുന്നു. വളർച്ചയെ

പോഷിപ്പിക്കാൻ ആവശ്യമായ ഈർപ്പം ആ മണ്ണിൽ ഉണ്ടോ എന്ന് പരിശോധിക്കുന്നു.

ഉയർന്ന നിലയിലുള്ള സാധകർ ഉന്നതമായ ആത്മീയ സാധനകൾ പിന്തുടരുമ്പോൾ, ആണവോപായ സാധകൻ അടിസ്ഥാനപരമായ നിലം തയ്യാറാക്കുന്നതിലും വിത്തൊരുക്കുന്നതിലും മാത്രം ശ്രദ്ധിക്കുന്നു എന്നർത്ഥം.

സാധകൻ സാധനയിൽ മുന്നേറുന്നതോടെ പഴകിയ കർമ്മവാസനകളെല്ലാം ശരൽക്കാലത് ചിനാർ ഇലകലെന്നപോലെ കൊഴിയാൻ തുടങ്ങുന്നു. അബോധത്തിന്റെ ആഴത്തിൽ സംഭരിച്ചുവെച്ചിരിക്കുന്ന പഴയ ഓർമ്മകളും ആഘാതങ്ങളും ഭയങ്ങളും ഉഛ്വാസ വായുവിനൊപ്പം പുറത്തു പോകുകയും മൂലാധാരത്തിന്റെ മണ്ണ് ജ്ഞാനത്തിന്റെ വളർച്ചക്ക് പാകമായിത്തീരുകയും ചെയ്യുന്നു. അതോടെ വസന്തകാലത്ത് ബദാം ഇതളുകളെന്നപോലെ ആരോഗ്യവും ശാന്തിയും ജീവിതത്തിൽ വിരിയാൻ തുടങ്ങുന്നു.

ആണവോപായത്തിലെ സാധകർ തുടക്കകാരായതുകൊണ്ട് ജീവിതത്തിലെ ഋതുമാറ്റങ്ങളിൽ തകർന്നുപോകാതിരിക്കാൻ അവർക്ക് സംരക്ഷണം ആവശ്യമാണ്. ജീവിതച്ചൂടിൽ കരിയാതിരിക്കാനും ഇടക്കുണ്ടാകുന്ന വറുതിയുടെ കൊടുങ്കാറ്റിൽ കടപുഴങ്ങാതിരിക്കാനും ദുരിതത്തിന്റെ വെള്ളപ്പൊക്കത്തിൽ ഒലിച്ചുപോകാതിരിക്കാനും പാകത്തിൽ മതിയായ സംരക്ഷണം ലഭിക്കാതിരിക്കുമ്പോഴാണ് പലരും പാതിവഴിയിൽ ആത്മീയ പാത ഉപേക്ഷിക്കുന്നത്.

പക്ഷെ ശ്രദ്ധാപൂർവം പരിപോഷിക്കുകയും വൈകാരികവും ശാരീരികവുമായ കൊടുങ്കാറ്റുകളിൽ നിന്ന് സംരക്ഷിക്കപ്പെടുകയുമാണെങ്കിൽ കൊച്ചു വൃക്ഷതൈകൾ വളർന്ന് വലിയ വൃക്ഷമാകുന്നതുപോലെ സാധകനും

ക്രമേണ സമചിത്തതയും ഉൾക്കാഴ്ചയും കൈവരികയും ജീവിതത്തിൽ സംഭവിക്കുന്ന സന്തോഷത്തെയും സങ്കടത്തെയും കടന്നുപോകുന്ന ഋതുക്കളെയെന്നപോലെ ഒരുപോലെ, സമചിത്തതയോടെ സമീപിക്കാനുള്ള സ്ഥിതപ്രജ്ഞത്വം മെല്ലെ ആർജ്ജിക്കുകയും ചെയ്യുന്നു.

അഭിനവ ഗുപ്തൻ പരാമർത്ഥസാരത്തിൽ പറയുന്നു,

> "തീയിൽ കരിഞ്ഞുപോയ ഒരു വിത്തിന്
> മുളയ്ക്കാൻ കഴിയാത്തതുപോലെ, യഥാർത്ഥ
> അറിവിന്റെ ജ്വാലയിൽ കത്തിക്കരിഞ്ഞ കർമ്മങ്ങൾ
> പുനർജന്മത്തിന് കാരണമാകില്ല."

ഒരു ആണവോപായ സാധകന് സത്യസാക്ഷാൽക്കാരം വളരെ അകലെയാണെങ്കിലും മറ്റ് പല ആത്മീയ നേട്ടങ്ങളും വളരെ എളുപ്പത്തിൽ സാധിതമാകാറുണ്ട്. സാധനയുടെ തുടക്കത്തിൽ തന്നെ വസന്തകാലത്ത് പൂക്കൾ വിടരുന്നതുപോലെ ശാരീരിക ആരോഗ്യവും മാനസിക ശാന്തിയും ദൃശ്യമായിത്തുടങ്ങുന്നു. വിരുദ്ധങ്ങളായി പ്രത്യക്ഷപ്പെടുന്ന മനസികാവസ്ഥകളെ വിവേചനബുദ്ധിയോടെ ഒരു സാക്ഷിയെപോലെ വീക്ഷിക്കാൻ പഠിക്കുമ്പോൾ ക്രമേണ വൈകാരികമായ സന്തുലിതാവസ്ഥയും സംജാതമാകുന്നു.

ദൃഢമായ തൂണുകൾ വലിയ കെട്ടിടങ്ങളെ അനായാസം താങ്ങി നിർത്താറുണ്ട്. അതുപോലെയാണ് പ്രാഥമികമായ ആണവോപായ സാധനകൾ. ഭാവിയിൽ അനുഷ്ഠിക്കാൻ പോകുന്ന ശാക്തോപായത്തിന്റെയും ശാംഭവോപായത്തിന്റെയും ഉയർന്ന സാധനകൾക്ക് ശക്തമായ താങ്ങായി അവ വർത്തിക്കുന്നു.

8

കാശ്മീര തന്ത്രവും കേരളീയ തന്ത്രവും

• **കാശ്മീര തന്ത്രത്തിലെ പ്രധാന സാധനോപായങ്ങൾ**

കാശ്മീരി തന്ത്രത്തിൽ പ്രത്യേകിച്ച് അതിലെ ആണവോപായത്തിൽ സാധനക്കായി മന്ത്രജപം, ഭാവന (visualization), കുണ്ഡലിനീ ധ്യാനം തുടങ്ങിയ വ്യത്യസ്ത രീതിയിലുള്ള ധ്യാന രീതികൾ തുടങ്ങിയവയെല്ലാം സാധകന്റെ അവസ്ഥക്കും അർഹതക്കും അനുസരിച്ച് ഉപയോഗിക്കാറുണ്ട്. നമുക്കവയെ സംക്ഷിപ്തമായി പരിശോധിക്കാം.

• **മന്ത്രജപം**

ഹൈന്ദവ തത്ത്വചിന്തയുടെ ആത്മീയ ഭൂപ്രകൃതിയെ പരിപോഷിപ്പിച്ച അനുഷ്ടാനങ്ങളിൽ ഏറെ പ്രധാനമാണ് മന്ത്രവും ജപവും.

നിയന്ത്രണാതീതമായി പാഞ്ഞുനടക്കുന്ന ഒരു കാട്ടാനയെപ്പോലെയാണ് സാധാരണക്കാരന്റെ മെരുങ്ങാത്ത

മനസ്സ്. അത്തരമൊരവസ്ഥയിൽ മനസ്സിനെ നിയന്ത്രിക്കാനുള്ള ഒരു കൊളുത്തായി വർത്തിക്കാൻ മന്ത്രജപത്തിനാകും. ഭീമാകാരനായ ഒരു ആനയെ വിദഗ്ധനായ കൊച്ചു പാപ്പാൻ മെരുക്കുന്നതുപോലെ ശക്തമായ മന്ത്രജപത്തിനു ഏത് ഉന്മത്തമായ മനസ്സിനെയും മെരുക്കാനാകും എന്ന് സാരം.

ഗുരുവിൽ നിന്ന് ദീക്ഷയിലൂടെ ലഭിക്കുന്ന ഒരു മന്ത്രം യഥാർത്ഥത്തിൽ ശിഷ്യന്റെ മനസ്സിനെ പിടിക്കാനുള്ള ഒരു ചൂണ്ടയാണത്രെ. ഗുരു മന്ത്രമാകുന്ന ചൂണ്ടയെ മനസ്സിനെ കുടുക്കുന്ന ഒരു കൊളുത്തായി ശിഷ്യന്റെ ബോധജലത്തിലേക്ക് വലിച്ചെറിയുകയാണ് ചെയ്യുന്നത്. നിസ്സഹായമായ ശിഷ്യന്റെ മനസ്സ് ചൂണ്ടയിലേക്ക് ആകർഷിക്കപ്പെടുന്ന മൽസ്യത്തെപ്പോലെ മന്ത്രത്തിലേക്ക് ആകർഷിക്കപ്പെടുന്നു.

- ### ഭാവന (Visualization Meditation)

തന്ത്രസാരം എന്ന ഗ്രന്ഥത്തിൽ അഭിനവ ഗുപ്തൻ എന്താണ് ഭാവന എന്ന് മനോഹരമായി വിശദീകരിക്കുന്നുണ്ട്. മനസ്സിന്റെ സ്വഭാവമാണ് 'വികല്പ' അല്ലെങ്കിൽ ചിന്തകൾ എന്നത്. സദാ സമയവും ചിന്തകൾ വന്ന് മാഞ്ഞുപോകുന്നിടമാണല്ലോ മനസ്സെന്നത്.

എണ്ണമറ്റ ഈ വികല്പങ്ങളെ അല്ലെങ്കിൽ ചിന്തകളെ ഇല്ലാതാക്കാനാണ് സാധാരണ ഒരൊറ്റ വികല്പത്തിൽ മാത്രം ധ്യാനിക്കാനാവശ്യപ്പെടുന്നത്. സാധകൻ ഒരു ശുദ്ധ വികല്പത്തെ അല്ലെങ്കിൽ ഒരു ശുദ്ധ ചിന്തയെ മാത്രം സദാ മനസ്സിൽ ധ്യാനിക്കുകയാണെങ്കിൽ എന്ത് സംഭവിക്കും? അപ്പോൾ മറ്റുള്ള വികല്പങ്ങളെല്ലാം, ചിന്തകളെല്ലാം ഒഴിഞ്ഞുപോകുകയും ഈ ശുദ്ധ വികല്പ മാത്രം ഏക

ചിന്തയായി, യാഥാർഥ്യമായി നിലനിൽക്കുകയും ചെയ്യും. അങ്ങിനെ ശുദ്ധമായ ഒരു വികല്പത്തിൽ മനസ്സിനെ ഉറപ്പിച്ചു നിർത്താനുള്ള ഒരു ഉപായമായാണ് 'ഭാവന'യെ ധ്യാനത്തിൽ ഉപയോഗിക്കുന്നത്.

തഴക്കം വന്ന സാധകന്റെ ശക്തമായ ഭാവനകൾ ഫലഭൂയിഷ്ഠമായ മണ്ണിൽ വിതച്ച ഒരു വിത്ത് പോലെയാണ്. ആന്തരിക ആകാശത്ത് അയാൾ ഭാവനയിലൂടെ നടുന്നതെന്തും മൂർത്തമായ യാഥാർത്ഥ്യമായി മുളപൊട്ടാനാരംഭിക്കുമത്രേ.

അങ്ങിനെയാണ് ഭാവനാധ്യാനത്തിലൂടെ സാധകൻ ദൈവിക രൂപങ്ങൾ വസിക്കുന്ന ആന്തരിക മേഖലകൾ മനസ്സിലും അതിനോടനുബന്ധിച്ച ന്യൂറൽ ബന്ധങ്ങൾ തലച്ചോറിലും രൂപപ്പെടുത്തുന്നത്. മനസ്സ് പവിത്രമായ ദൈവിക രൂപങ്ങളെ മൂർത്തമായി ദർശിക്കാനാരംഭിക്കുമ്പോൾ ജന്മാന്തരങ്ങളായി മനസ്സിൽ അടിഞ്ഞുകൂടിയ ആന്തരിക മാലിന്യങ്ങൾ പൂർണമായും പുറന്തള്ളപ്പെടുകയും അന്തരംഗം ക്രമേണ ശുദ്ധീകരിക്കപ്പെടുകയും ചെയ്യുന്നു. മലിനമായ സ്ഥലത്തേക്കൊഴുകുന്ന ശുദ്ധജലം ആ സ്ഥലത്തെ മുഴുവൻ വൃത്തിയാക്കുന്നതുപോലെ ഇത്തരം അന്തർദർശനത്തോടെ മനസ്സ് പൂർണമായും വൃത്തിയാക്കപ്പെടുന്നു എന്ന് സാരം. ഭാവനാ ധ്യാനത്തിന്റെ ഏറ്റവും നല്ല ഒരു ഉദാഹരണമാണ് കുണ്ഡലിനീ ധ്യാനം.

• കുണ്ഡലിനീ ധ്യാനം

കുണ്ഡലിനീ ധ്യാനത്തിലെ ഭാവനകൾ ശരീരത്തിന്റെ നിയതമായ ചില സൂക്ഷ്മ ചാനലുകളിലൂടെ മാത്രമായി ശരീരത്തിലെ ഊർജ്ജപ്രവാഹത്തെ കേന്ദ്രീകരിക്കുന്നു. തിരഞ്ഞെടുക്കപ്പെട്ട ഈ ചാനലുകളിലൂടെ ഒഴുകുന്ന

ശക്തമായ പ്രാണോർജ്ജം പ്രാണന്റെ സ്വതന്ത്രമായ ഒഴുക്കിനെ തടയുന്ന തടസ്ഥങ്ങളെയെല്ലാം നീക്കുന്നു. കുണ്ഡലിനീ ധ്യാനത്തിലെ മറ്റുചില ഭാവനകൾ ഹൃദയത്തെ ശുദ്ധീകരിക്കാനും ഹൃദയപദ്മം തുറക്കാനും പര്യാപ്തമായ വിധത്തിലുള്ള ഉയർന്ന ഊർജങ്ങളെ ആവാഹിക്കുന്നു.

നിരവധി കാലത്തെ ധ്യാനത്തിനൊടുവിൽ സർപ്പാകൃതിയിലുള്ള കുണ്ഡലിനി ഊർജ്ജം ചെളി നിറഞ്ഞ കുളത്തിന്റെ അടിത്തട്ടിൽ നിന്ന് സൂര്യപ്രകാശത്തിലേക്ക് ഉയരുന്ന താമര പോലെ നട്ടെല്ലിന്റെ അടിയിൽ നിന്നും പതുക്കെ വിടരുന്നു. ഉയരമുള്ള മരത്തിന്റെ സിരകളിലൂടെ ഒഴുകുന്ന സ്രവം പോലെ മൂലാധാരത്തിൽ നിന്നും അവൾ മെല്ലെ ഉയരാൻ തുടങ്ങുന്നു. അവളുടെ സുന്ദരമായ ചലനങ്ങൾ പ്രാണന്റെ പ്രഭയാർന്ന നൃത്തമായി ചാനലുകളിലും നാഡികളിലും ശക്തമായ അലയൊലികൾ സൃഷ്ടിക്കുന്നു.

കുണ്ഡലിനി എന്ന് അറിയപ്പെടുന്ന ഈ പ്രാണോർജ്ജം സർപ്പിളമായി ഉയരുമ്പോൾ, അവൾ കടന്നുപോകുന്ന ഓരോ ചക്രവും പ്രകാശമാനമായ ക്ഷേത്രങ്ങളെന്നപോലെ പ്രകാശിക്കാൻ തുടങ്ങുന്നു. അവൾ നേരെ ശിവാലയമായ സഹസ്രാരത്തിലേക്ക് ആണ് കുതിക്കുന്നത്. ദൈവിക ഐക്യത്തിലേക്ക് നയിക്കുന്ന സഹസ്രാര പദ്മത്തിൽ എത്തുന്നതോടെ യോഗയുടെ അഗ്നിജ്വാലകൾ അവളെ തേജസ്സാർന്ന ഒരു തീജ്വാലയാക്കുന്നു. അവസാനം അവൾ ആ വാതിലിലൂടെ തുളച്ചുകയറുമ്പോൾ ശിവശക്തി ലയനം സംഭവിക്കുകയും വിഷയവും വിഷയിയും ഒന്നാവുകയും എല്ലാ ദ്വന്ദങ്ങളും അതീന്ദ്രിയ സ്നേഹത്തിന്റെ ജ്വാലകളിൽ എരിഞ്ഞില്ലാതാകുകയും ചെയ്യുന്നു.

കുണ്ഡലിനീ ധ്യാനം പോലെ കാവ്യാത്മകവും സൗന്ദര്യാത്മകവുമായ ഒരു സാധനാ പദ്ധതി മറ്റേതെങ്കിലും

ആധ്യാത്മിക സമ്പ്രദായങ്ങളിൽ ഉണ്ടോ എന്ന് സംശയമാണ്.

- **കാശ്മീര തന്ത്രവും കേരളീയ തന്ത്രവും**

ആണവോപായത്തിലും ശാക്തോപായത്തിലും നിരവധി തരത്തിലുള്ള ഭാവനാധ്യാന രീതിയെ കുറിച്ച് പറയുന്നുണ്ടെങ്കിലും കേരളീയ താന്ത്രികസമ്പ്രദായത്തെ സംബന്ധിച്ചിടത്തോളം പ്രധാനപ്പെട്ട ഒന്നാണ് അവിടെ പറയുന്ന ലയഭാവനയും സ്ഥാനകല്പനയും.

ലയഭാവനയെന്നാൽ സ്ഥൂലമായതിനെ സൂക്ഷ്മത്തിലേക്കും പിന്നീട് സൂക്ഷ്മമായതിനെ സൂക്ഷ്മാൽ സൂക്ഷ്മതരമായ കാരണത്തിലേക്കും ലയിപ്പിക്കുന്നതായ ഭാവനയാണെന്ന് സരളമായി പറയാം. സ്വാമി ശങ്കരാനന്ദൻ പറയുന്നു.

"ലയഭാവനയിൽ രണ്ട് പ്രധാന രീതികളുണ്ട്. ഒരൊറ്റ സ്വീപ്പിൽ എല്ലാം ഏറ്റവും ഉയർന്ന തത്വത്തിലേക്ക് ലയിപ്പിക്കുക എന്നതാണ് ആദ്യത്തേത്. 'ഞാൻ ശിവനാണ്' എന്ന് ശിവതത്ത്വത്തെ നേരിട്ട് ധ്യാനിക്കുന്നതിലൂടെ വ്യക്തിത്വം ശിവനിൽ ലയിക്കുന്നു. രണ്ടാമത്തെ രീതി ഘട്ടം ഘട്ടമായി ഓരോ തത്ത്വത്തെയും അതിന് മുമ്പുള്ളതിലേക്ക് അല്ലെങ്കിൽ മുകളിലുള്ളതിലേക്ക് ലയിപ്പിക്കുക എന്നതാണ്, അങ്ങിനെ അവസാനം ശിവനിൽ എത്തുന്നു."

ആദ്യത്തേത് എളുപ്പവഴി ആണെന്ന് തോന്നാമെങ്കിലും ഏറ്റവും കഠിനമാണ്. ധ്യാനത്തിൽ എപ്പോഴും ഉറപ്പുള്ള അടിത്തറയിട്ട് മുന്നോട്ടുപോകുന്നതായിരിക്കും നല്ലത് എന്നതുകൊണ്ട് രണ്ടാമത്തെ മാർഗമാണ് തുടക്കക്കാർക്ക്

അനുയോജ്യമായത്.

കേരളീയ തന്ത്രത്തിൽ ഇന്ന് നിലവിലുള്ള ഭൂത സംഹാരം, സംഹാരതത്വ ഹോമം, ധ്യാന സങ്കോചം, ധ്യാനാധിവാസം തുടങ്ങിയ ഭൂരിഭാഗം ക്രിയകളിലും ഘട്ടം ഘട്ടമായി ഓരോ തത്ത്വത്തെയും അതിന് മുകളിലുള്ളതിലേക്ക് ലയിപ്പിക്കുക എന്ന ലയഭാവനയിലെ രണ്ടാമത്തെ സങ്കല്പ്പ തന്നെയാണ് അടങ്ങിയിട്ടുള്ളത്.

ഇനി സ്ഥാന കല്പനയിലേക്ക് വരികയാണെങ്കിൽ സ്ഥാനം കല്പിക്കുക എന്നാണ് ആ വാക്കുകൊണ്ട് അർത്ഥമാക്കുന്നത്. ശിവൻ പ്രപഞ്ചമാകുമ്പോൾ സംഭവിക്കുന്ന പ്രതിബിംബനം എന്ന പ്രക്രിയയുടെ വിവിധ അവസ്ഥാന്തരങ്ങളെ ആണ് ഇവിടെ പ്രത്യേക സ്ഥാനങ്ങളിൽ കൽപ്പിക്കുകയും ധ്യാനിക്കുകയും ചെയ്യുന്നത്.

കാശ്മീര തന്ത്രത്തിലെ സ്ഥാനകല്പന എന്ന ഈ ധ്യാന പദ്ധതിയിലെ ഷഡധ്വ ധ്യാനമാണ് കേരളീയ താന്ത്രിക പദ്ധതിയിയിലെ വളരെ പ്രധാനപ്പെട്ട ഒരു ക്രിയയായ ഷഡധ്വ ന്യാസമായി അല്പം ചില മാറ്റങ്ങളോടെ ചെയ്തുവരുന്നത്.

ഷഡധ്വ ധ്യാനത്തിലെ ഒരു അദ്ധ്വമാണ് (വഴിയാണ്) തത്വമെന്നത്. ഷഡധ്വത്തെ കുറിച്ച് നമ്മൾ മറ്റൊരിക്കൽ ചർച്ച ചെയ്യുന്നുണ്ടെങ്കിലും അതിൽ കേരളീയ പൂജാവിധാനത്തെ സംബന്ധിച്ച് ഏറെ പ്രധാനമാണ് തത്വങ്ങളെന്നതുകൊണ്ട് നമുക്ക് അവയെ വ്യതിരിക്തമായി എടുത്ത് ആദ്യം തന്നെ ചർച്ച ചെയ്യാം.

ശാക്തോപായത്തിലും ആണവോപായത്തിലും ഉള്ള പല അനുഷ്ടാനങ്ങളിലും ഉള്ളതാണ് പ്രാപഞ്ചിക പ്രതിബിംബനത്തെ പല ഘട്ടങ്ങളായും തത്വങ്ങളായും ഒക്കെ വേർതിരിച്ച് ധ്യാനിക്കുക എന്നത്. ആ പ്രതിബിംബന പ്രക്രിയയുടെ വ്യത്യസ്ത ഘട്ടങ്ങളെയെല്ലാം ശിവമയമായി ധ്യാനിച്ചാണ് അവസാനം ആ സാധകൻ പ്രകാശമായ

ശിവനിലെത്തുന്നത്.

സാംഖ്യദർശനത്തിന്റെ ഇരുപത്തഞ്ച് തത്വങ്ങളുടെ പുറത്താണ് കാശ്മീര തന്ത്രത്തിലെ മുപ്പത്തി ആറ് തത്വങ്ങൾ കെട്ടിപ്പടുത്തിട്ടുള്ളതെങ്കിലും അതിന്റെ ദാർശനിക മികവിനാലും അവതരണ ഭംഗിയാലും ഭാരതീയ തത്ത്വചിന്തയുടെ വൈവിധ്യമാർന്ന ഭൂമികയിലെ അതുല്യമായ ഒരു പ്രകാശഗോപുരമായി ഈ താന്ത്രിക രൂപരേഖ ഇന്നും നിലകൊള്ളുന്നു. ഓരോ തത്വവും അമൂർത്തത്തിൽ നിന്ന് മൂർത്തതയിലേക്ക്, അതിരുകളില്ലാത്ത പ്രപഞ്ച സത്തയിൽ നിന്ന് മൂർത്തമായ ഭൗമിക യാഥാർത്ഥ്യത്തിലേക്ക് മാറുന്ന ചാരുത മറ്റെങ്ങും ദർശിക്കാനാവുകയില്ല.

ഇവിടെ പ്രപഞ്ചത്തിന്റെ ഉത്ഭവം എന്നത് ആന്തരികമായി ചിട്ടപ്പെടുത്തിയ ഒരു സ്വർഗീയ നൃത്തമായി മാറുകയാണ്. തത്വങ്ങൾ ഇവിടെ ജ്ഞാനത്തിന്റെ താമരയായി വിരിയുന്നു. ഓരോ ഇതളുകളും പ്രപഞ്ചത്തിന്റെ ഗംഭീരമായ ഘടന വെളിപ്പെടുത്തുന്ന അസ്തിത്വത്തിന്റെ ഓരോ മേഖലയായി, പ്രപഞ്ചം തന്റെ കഥ സ്വയം വിവരിക്കുന്ന രീതിയിൽ വിടർന്നു വരുന്നു. ഈ ഇതൾ വിരിയലിന്റെ സൗന്ദര്യം അതിന്റെ ആഴത്തിൽ മാത്രമല്ല സങ്കീർണ്ണമായ അതിഭൗതിക സത്യങ്ങളെ വ്യക്തമാക്കുന്ന രീതിയിലെ ലാളിത്യത്തിലും വ്യക്തമാണ്. ഉദാത്തമായ യുക്തിയും സൗന്ദര്യാത്മകതയും കൊണ്ട് അന്വേഷകനെ ആകർഷിക്കുന്ന ഒരു പ്രാപഞ്ചിക വിവരണമാണിത്.

സാംഖ്യ ദർശനം പറയുന്നത് ഈ പ്രപഞ്ചം സംരചിതമാകുന്നത് ഇരുപത്തി അഞ്ച് തലങ്ങളിലാണ് എന്നാണ്. ഈ തലങ്ങളെ അവർ തത്വങ്ങൾ എന്ന് നാമകരണം ചെയ്യുകയും പ്രപഞ്ച രചനയിൽ സംബന്ധിക്കുന്ന ഇരുപത്തിഅഞ്ച് തത്വങ്ങളെ തരംതിരിച്ച്

അടയാളപ്പെടുത്തുകയയും ചെയ്യുന്നു.

വിവിധ തത്ത്വങ്ങളിലൂടെ സംരചിതമാകുന്ന പ്രപഞ്ചം എന്ന ഈ സാംഖ്യകല്പനയാണ് കാശ്മീര തന്ത്രം കടംകൊണ്ടത്. കേരളീയ ക്ഷേത്രാരാധനയെ സംബന്ധിച്ചിടത്തോളം വളരെ പ്രധാനമാണ് ഈ കല്പന.

രൂപാതീതനും ഭാവാതീതനും പ്രപഞ്ചാതീതനുമായ ഈശ്വരീയ ചൈതന്യം രൂപത്തോടെയും ഭാവത്തോടെയും ഉള്ള - ഒരു പരിധിവരെ പ്രാപഞ്ചികനായ - ക്ഷേത്രദേവതയായി ഇറങ്ങിവരുന്നത് ഈ തത്ത്വങ്ങളിലൂടെയാണ് എന്നതാണ് കേരളീയ ക്ഷേത്രാരാധനയുടെ കാതലായ സങ്കൽപം.

കേരളീയ ക്ഷേത്രാരാധനാ പദ്ധതി ഈശ്വരീയതക്ക് ക്ഷേത്രദേവതയായി (അത് ഏത് ദേവതയാണെങ്കിലും) ഇറങ്ങിവരാൻ ചവിട്ടുപടിയൊരുക്കുമ്പോൾ അതിനുപയോഗിക്കുന്ന നിരവധി സങ്കേതങ്ങളിൽ ഏറ്റവും പ്രധാനപ്പെട്ട ഒരു സങ്കേതമാണ് സാംഖ്യ ദർശനത്തിൽ തുടങ്ങി കാശ്മീര തന്ത്രത്തിലൂടെ വന്ന ഈ തത്ത്വകല്പന.

- 36 തത്ത്വങ്ങളിലേക്ക് ഒരു എത്തിനോട്ടം
- ശിവ തത്ത്വം

കാശ്മീര തന്ത്രത്തിലെ 36 തത്ത്വങ്ങളിലെ ആദ്യത്തെ തത്ത്വമാണ് ശിവതത്ത്വം. ചിത് ശക്തിയുമായി ബന്ധപ്പെട്ടിരിക്കുന്ന ഈ തത്ത്വം ശുദ്ധമായ ബോധത്തിന്റെ തത്ത്വമാണ്.

ശിവതത്ത്വം മുതൽ ശുദ്ധവിദ്യാ തത്ത്വം വരെ അഞ്ച് തത്ത്വങ്ങൾ ശുദ്ധ തത്ത്വങ്ങൾ എന്നറിയപ്പെടുന്നു.

ശിവതത്ത്വമെന്നത് മുഴുവൻ സൃഷ്ടിയും പ്രദർശിപ്പിച്ചിരിക്കുന്ന ക്യാൻവാസാണ്. അതായത് അത്

അതീന്ദ്രിയ ബോധമാണ്. നമുക്ക് ഒരു സിനിമയുടെ നിർമ്മാണം എന്ന ഉപമയിലൂടെ ഈ തത്വങ്ങളെല്ലാം മനസ്സിലാക്കാൻ ശ്രമിച്ചാലോ? തത്വങ്ങളുമായി അടുത്ത ബന്ധമുള്ളവർക്ക് ഈ ഉപമാപ്രയോഗം അല്പം അതിലളിതവൽക്കരണമെന്ന് തോന്നിയേക്കാം. വായനക്കാരിൽ നിരവധി പേർ തത്വങ്ങളുമായി പ്രത്യേകിച്ചും ശൈവ തത്വങ്ങളുമായി ബന്ധമില്ലാത്തവരായിരിക്കാൻ സാധ്യതയുള്ളതുകൊണ്ട് ലളിതവൽക്കരണമാണെങ്കിലും ഈ ഉപമയിലൂടെ തത്വങ്ങളെല്ലാം വിശദീകരിക്കാൻ ഞാൻ ശ്രമിക്കുകയാണ്

നിർമ്മിക്കപ്പെടാൻ പോകുന്ന ഒരു സിനിമയുടെ ആശയത്തിന്റെ തുടക്കം ഒന്ന് സങ്കൽപ്പിക്കുക. പ്രചോദനത്തിന്റെ ആദ്യ സ്ഫുരണം നിർമ്മാതാക്കളിൽ ഉണ്ടാകുന്നു. ആ നിർമ്മാതാവ് തന്നെയാണ് തിരക്കഥയും സംവിധാനവും എന്നും സങ്കൽപ്പിക്കുക എല്ലാ സൃഷ്ടികളും ഉത്ഭവിക്കുന്ന പരമമായ യാഥാർത്ഥ്യമോ പരമോന്നത ബോധമോ ആയ ശിവ തത്ത്വത്തിന് സമാനമാണ് അയാൾ. സിനിമയുടെ ആഖ്യാനത്തിന് തുടക്കമിടുന്ന അടിസ്ഥാന സത്തയായി അയാൾ മാറുന്നതുപോലെ അസ്തിത്വത്തിന്റെ മഹത്തായ ആഖ്യാനത്തിന് തുടക്കമിടുന്ന അടിസ്ഥാന സത്തയാണ് ശിവ തത്വം.

- ശക്തി തത്വം

കാശ്മീരി ശൈവമതത്തിലെ 36 തത്വങ്ങളിലെ രണ്ടാമത്തെ തത്വമാണ് ശക്തി തത്വം. ഇത് ശുദ്ധമായ ശക്തിയുടെ തത്വമാണ്. ബോധത്തിന്റെ പ്രവർത്തനപരമായ അല്ലെങ്കിൽ ചലനാത്മക വശമാണ് ശക്തി. പ്രപഞ്ചത്തിന്റെ സൃഷ്ടിപരമായ തത്വം കൂടിയാണ് അത്. എല്ലാറ്റിനെയും

അസ്തിത്വത്തിലേക്ക് കൊണ്ടുവരുന്നത് ഈ തത്വമാണ്.

ശക്തിയും ശിവനും അഭേദ്യമാണ്. ശിവൻ ബോധത്തിന്റെ ആന്തരിക ഭാവമാണ്, ശക്തി ബാഹ്യ ഭാവമാണ്. അവർ തീയും കത്താനുള്ള കഴിവും പോലെ ഒന്നിച്ചിരിക്കുന്നു.

നമുക്ക് സിനിമയുടെ ഉപമയിലേക്ക് വരാം. സിനിമ എന്ന ആശയം യാഥാർത്ഥ്യമാക്കി മാറ്റാൻ, ഒരു പ്രേരകശക്തി ആവശ്യമാണ്. ഇവിടെ സിനിമാ നിർമാതാവും തിരക്കഥാകൃത്തും സംവിധായകനുമായ ആ വ്യക്തിയുടെ അതിരുകളില്ലാത്ത അഭിനിവേശവും ഊർജ്ജവും ആണ് ആ പ്രേരക ശക്തി. ആ അഭിനിവേശം സിനിമ നിർമ്മിക്കാനുള്ള യാത്രയിലേക്ക് അയാളെ നയിക്കുന്നു. ചുരുളഴിയാൻ പോകുന്ന സിനിമക്ക് വേദിയൊരുക്കിക്കൊണ്ട് നിശ്ചലമായ ആശയത്തിലേക്ക് ജീവൻ ശ്വസിക്കുന്ന ചലനാത്മക ശക്തിയാണ് അയാളുടെ അപ്രതിരോധ്യമായ ഊർജ്ജം. അയാളുടെ അതിരുകളില്ലാത്ത അഭിനിവേശവും ഊർജ്ജവും പോലെയാണ് ശക്തി തത്വം. ശക്തി തത്വമാണ് പ്രപഞ്ചത്തിന്റെ ദൃശ്യവൽക്കരണത്തിന് പിറകിലുള്ള ഊർജ്ജം.

• സദാശിവ തത്വം

കാശ്മീരി ശൈവമതത്തിലെ 36 തത്വങ്ങളിലെ മൂന്നാമത്തെ തത്വമാണ്, അല്ലെങ്കിൽ ശിവൻ നരനാകുന്ന പ്രക്രിയയിലെ മൂന്നാമത്തെ അവസ്ഥയാണ്, സദാശിവ തത്വം. ഇത് ശുദ്ധമായ ഇച്ഛയുടെ തത്വമാണ്. ഈ തലത്തിൽ വസിക്കുന്ന ജീവികളെ അല്ലെങ്കിൽ ഈ തലത്തിലേക്ക് ഇറങ്ങിവന്ന ശിവനെ മന്ത്ര-മഹേശ്വരൻ അല്ലെങ്കിൽ മന്ത്രങ്ങളുടെ മഹാനായ പ്രഭു എന്ന് വിളിക്കുന്നു.

"ഞാൻ ഈ പ്രപഞ്ചമാണ്." എന്നതാണ് സദാശിവ തത്വത്തിന്റെ തലത്തിലേക്ക് ഇറങ്ങിയ ശിവന്റെ പ്രാമാണീകരണം. ഇവിടെ ശിവനും പ്രപഞ്ചവും തമ്മിൽ വേർതിരിവില്ല എങ്കിലും ഞാൻ സമം പ്രപഞ്ചം എന്ന അവസ്ഥയിലാണ്.

സദാശിവ തത്വത്തിൽ, ലോകം ആവിർഭവിച്ചിട്ടില്ല, ലോകം അവ്യക്തമാണ്, "ഞാനെന്ന" അനുഭവത്താൽ ആധിപത്യം പുലർത്തുന്നതുമാണ്. സദാശിവ തത്വം ശുദ്ധമായ ഇച്ഛയുടെ തലമായതുകൊണ്ട് അവിടെ പ്രപഞ്ചം ഒരു യാഥാർഥ്യമായിട്ടല്ല, മറിച്ച് ഒരു സാധ്യതയായി മാത്രമാണ് നിലനിൽക്കുന്നത്.

നമ്മൾ സിനിമ എന്ന ഉപയിലേക്ക് തിരിച്ചുവരികയാണെങ്കിൽ ആശയം ഒരു സ്ക്രിപ്റ്റായി മാറാൻ തുടങ്ങുമ്പോൾ, കഥാ/തിരക്കഥാകൃത്തും സംവിധായകനുമായ നിർമ്മാതാവിന്റെ മനസ്സിൽ കഥാപാത്രങ്ങളുടെയും ഇതിവൃത്തത്തിന്റെയും അവ്യക്തമായ രൂപരേഖകൾ രൂപപ്പെടാൻ തുടങ്ങുന്നു. അയാളുടെ മനസ്സിൽ പൂർണമായും കഥയും കഥാപാത്രങ്ങളും നിറഞ്ഞിരിക്കും.

ഇത് സദാശിവ തത്വം പോലെയാണ് കഥാപാത്രങ്ങൾ രൂപപ്പെടാൻ തുടങ്ങുന്ന സ്ക്രിപ്റ്റിന്റെ ഒരു പരുക്കൻ ഡ്രാഫ്റ്റിന് സമാനമായി, അമൂർത്തത ആവിഷ്കാരം തേടാൻ തുടങ്ങുന്ന ഘട്ടമാണിത്.

• **ഈശ്വര തത്വം**

കാശ്മീരി ശൈവമതത്തിലെ 36 തത്വങ്ങളിൽ നാലാമത്തെ തത്വമാണ് ഈശ്വര തത്വം. ഇത് ശുദ്ധമായ അറിവിന്റെ തത്വമാണ്, ഈ തലത്തിൽ വസിക്കുന്ന ജീവികളെ അല്ലെങ്കിൽ ഈ തലത്തിലേക്ക് ഇറങ്ങിവന്ന ശിവനെ മന്ത്രേശ്വരൻ

അല്ലെങ്കിൽ മന്ത്രത്തിന്റെ അധിപൻ എന്ന് വിളിക്കുന്നു.

ഈശ്വര തത്വത്തിൽ ശിവന്റെ അവസ്ഥ ഇങ്ങനെയാണത്രെ: "ഈ പ്രപഞ്ചം എന്റെ വികാസമാണ്, അത് ഒരു മിഥ്യയല്ല." ഈശ്വര തത്ത്വത്തിൽ, ലോകം വ്യക്തമായി രേഖപ്പെട്ടിട്ടുണ്ടെങ്കിലും സൃഷ്ടി ആരംഭിച്ചിട്ടില്ല. ഈശ്വര തത്വം ശുദ്ധമായ അറിവിന്റെ തലമായതുകൊണ്ട് അവിടേയും പ്രപഞ്ചം ഒരു യാഥാർഥ്യമെന്നതിലുപരി ഒരു സാധ്യതയായി മാത്രം നിലനിൽക്കുകയാണ്.

വീണ്ടും നമ്മൾ സിനിമയുടെ ഉപമയിലേക്ക് തിരിച്ചുവരാം. സിനിമ നിർമ്മാണം പുരോഗമിക്കുമ്പോൾ സ്ക്രിപ്റ്റിന്റെ കൂടുതൽ വികസിതമായ ഒരു ഘടന രൂപപ്പെടും. അതുപോലെയാണ് ഈശ്വരതത്വത്തിലും സംഭവിക്കുന്നത്.

ഇവിടെ നിർമ്മാതാവും സംവിധായകനുമായ തിരക്കഥാകൃത്തിന്റെ മനസ്സിൽ ഈ കഥയും കഥാപാത്രങ്ങളുമാണ് തന്റെ വ്യക്തിത്വം എന്ന ഒരു തരം ആവേശത്തിൽ എത്തും. ഇപ്പോൾ ഓരോ കഥാപാത്രത്തിനും ഒരു പ്രത്യേക വ്യക്തിത്വം ഉണ്ട്, ഇതിവൃത്തം കൂടുതൽ വ്യക്തമാണ്. അതായത് സിനിമ മൂർത്തമായ ഒരു യാഥാർത്ഥ്യത്തിലേക്ക് അടുക്കുകയാണ്. അതുപോലെയാണ് ഈശ്വരതത്വത്തിൽ പ്രാപഞ്ചിക വിധാനം കൂടുതൽ മൂത്തതയിലേക്ക് അടുക്കുന്നത്.

• ശുദ്ധവിദ്യാ തത്വം

കാശ്മീരി ശൈവമതത്തിലെ 36 തത്വങ്ങളിലെ അഞ്ചാമത്തെ തത്വമാണ് ശുദ്ധവിദ്യ തത്വം. ഇത് ശുദ്ധമായ അറിവിന്റെ തത്വമാണ്, വിഷയവും വിഷയിയും ഒരുപോലെ സന്തുലിതമാകുന്ന അവസ്ഥയാണിത്. ശുദ്ധ വിദ്യ തത്വത്തിലേക്ക് ഇറങ്ങിവന്ന ശിവന്റെ അവസ്ഥ ഇതാണ്:

"ഞാൻ ശിവനാണ്, പ്രപഞ്ചം യഥാർത്ഥമാണ്."

സിനിമയുടെ ഉപമയിലേക്ക് തിരിച്ചുവരികയാണെങ്കിൽ ഇപ്പോൾ സ്ക്രിപ്റ്റ് അന്തിമമായി തയ്യാറായിട്ടുണ്ട്, ഓരോ കഥാപാത്രവും പ്ലോട്ട് പോയിന്റും നന്നായി വിശദീകരിക്കപ്പെട്ടിട്ടുണ്ട്. . അവിടെ സിനിമയെക്കുറിച്ചുള്ള വ്യക്തമായ അറിവ് സൃഷ്ടിയുടെ പാതയെ പ്രകാശിപ്പിക്കുകയും സിനിമ ഷൂട്ട് ചെയ്യുന്നതിനുള്ള കൃത്യമായ രൂപരേഖ നൽകുകയും ചെയ്യുന്നു . ഇപ്പോൾ തിരക്കഥാകൃത്തും സംവിധായകനുമായ നിർമ്മാതാവ് കഥയുടെയും കഥാപാത്രങ്ങളുടെയും ആവേശത്തിൽ നിന്നും പുറത്തുവന്ന് കൂടുതൽ പ്രായോഗികമായി കാര്യങ്ങൾ സംഘാടനം ചെയ്യാൻ ആരംഭിച്ചിട്ടുണ്ട്.

ശുദ്ധവിദ്യാ തത്ത്വം ഇതിന് സമാനമാണ്.

● **മായാ തത്ത്വം**

മായ എന്നത് കാശ്മീര ശൈവതന്ത്രത്തിലെ സങ്കീർണ്ണമായ ഒരു ആശയമാണ്, എന്നാൽ അദ്വൈത ദർശനത്തിലെ മായാ സങ്കല്പത്തിൽ നിന്നും ഭിന്നമാണത്. ശൈവ ദർശനമനുസരിച്ച് വ്യക്തി ആത്മാവും (ജീവൻ) പരമോന്നത ബോധമായ ശിവനും തമ്മിലുള്ള വേർപിരിയൽ സൃഷ്ടിക്കപ്പെടുന്നത് മായാശക്തിയാലാണ്. ഇവിടെ പറയുന്ന ഈ മായാ തത്ത്വം മുതൽ ഇനി പറയാൻ പോകുന്ന പുരുഷ തത്ത്വം വരെയുള്ള ഏഴ് തത്ത്വങ്ങൾ ശുദ്ധാശുദ്ധ തത്ത്വങ്ങൾ എന്നറിയപ്പെടുന്നു.

മായ ശിവനിൽ നിന്ന് വേറിട്ടതല്ല. ശിവന്റെ പ്രവർത്തന ഊർജ്ജമായ ആനന്ദ ശക്തിയാണ് മായയെ സൃഷ്ടിക്കുന്നത്. ഈ മായയാണ് ദ്വിലോകത്തിന്റെ സൃഷ്ടിയുടെ കാരണമായി ഭവിക്കുന്നത്. കാശ്മീര തന്ത്രത്തിൽ മായയെ ഒരു നിഷേധാത്മക ശക്തിയായി കാണുന്നില്ല മറിച്ച്

സൃഷ്ടിപരമായ പ്രക്രിയയുടെ അനിവാര്യമായ ഒരു ഘടകമായാണ് കാണുന്നത്. ഈ ലോകം അനുഭവിക്കാനും പഠിക്കാനും വളരാനും ജീവനെ പ്രേരിപ്പിക്കുന്നത് മായയാണ്.

വീണ്ടും നമ്മൾ സിനിമ നിർമ്മാണം എന്ന പ്രക്രിയയിലേക്ക് വരിക. സിനിമാ പ്രോജക്റ്റ് ഓൺ ആകുന്ന സമയം മുതൽ സാമ്പത്തികമായോ സാങ്കേതികമായോ അല്ലെങ്കിൽ വിഭവസംബന്ധിയായോ ഉള്ള പലതരത്തിലുള്ള നിയന്ത്രണങ്ങളും പരിമിതികളും അഭിമുഖീകരിക്കേണ്ടി വരും. സാങ്കേതികവും സാമ്പത്തികവും സമയബന്ധിതവും ആയ ഈ പരിമിതികളാണ് സിനിമാ നിർമ്മാണത്തിന്റെ ചട്ടക്കൂടായി വർത്തിക്കുന്നത്. ഏതെല്ലാം ആശയങ്ങൾ കൊള്ളണം, ഏതെല്ലാം ആശയങ്ങൾ തള്ളണം എന്നെല്ലാം തീരുമാനിക്കുന്നത് ഈ പരിമിതികളാണ്. അതുപോലെയാണ് മായ. മായ ഒരുക്കുന്ന ചട്ടക്കൂടുകളിലൂടെയാണ് സൃഷ്ടി എന്ന പ്രക്രിയ വിവൃതമാകുന്നത്.

- **കഞ്ചുകങ്ങൾ**

കാശ്മീരി ശൈവിസത്തിലെ ശുദ്ധ തത്ത്വങ്ങൾക്കും ഇനി വരൻ പോകുന്ന വസ്തുനിഷ്ഠ തത്ത്വങ്ങൾക്കും ഇടയിൽ ഒരു മധ്യനിര സൃഷ്ടിക്കുന്ന ഫിൽട്ടറുകളാണ് കല, വിദ്യ, രാഗം, കാലം, നിയതി എന്നീ അഞ്ച് കഞ്ചുകങ്ങൾ. മായയോടൊപ്പം ഒരു അവരണമായി മായയുടെ ഭാഗമായ ഈ കഞ്ചുകങ്ങൾ വന്നു വീഴുന്നതോടെ പ്രപഞ്ചാതീതനായ ശിവൻ തികച്ചും പ്രാപഞ്ചികമായ പുരുഷനായി അല്ലെങ്കിൽ ജീവനായി തീരുന്നു.

അഞ്ച് കഞ്ചുകങ്ങൾ ഏതൊക്കെയാണെന്ന് നമുക്ക് നോക്കാം.

കല: ഈ കഞ്ചുകം ആവരണം ചെയ്യുന്നതോടെ ശിവന്റെ സർവകർത്തൃത്വം പരിമിതപ്പെടുന്നു. സർവ്വശക്തൻ എന്ന തന്റെ യഥാർത്ഥ അവസ്ഥയെ മറക്കുകയും തന്റെ ശക്തിയുടെ പരിമിതിയിലുള്ള വിശ്വാസം ഏറ്റെടുക്കുകയും ചെയ്യുന്നു. ഈ തെറ്റായ വിശ്വാസം പുരുഷന്റെ/ജീവന്റെ ആത്മീയ പുരോഗതിയെ പരിമിതപ്പെടുത്തുന്ന ഒരു ചങ്ങലയായി പ്രവർത്തിക്കുന്നു. ഈ അവസ്ഥയിൽ, ജീവന്റെ പ്രവർത്തനങ്ങൾ പരിമിതമാവുകയും അത്തരം കർമ്മങ്ങളുടെ കർതൃത്വം സ്വയം വഹിക്കുകയും കർമ്മഫലം വീണ്ടും വീണ്ടും അനുഭവിക്കുകയും ചെയ്യുന്നു.

സിനിമാ നിർമ്മാണം എന്ന ഉപമ എടുക്കുകയാണെങ്കിൽ സിനിമ നിർമ്മിക്കുന്ന പ്രക്രിയയിൽ, സാമ്പത്തികമായ പരിമിതി കാരണം എല്ലാ ആശയങ്ങളും പ്രവർത്തി പഥത്തിലേക്ക് വിവർത്തനം ചെയ്യാൻ കഴിയാതെ വരാറുണ്ട്. അതുപോലെയാണ് കലാ തത്വം. കലാ തത്വം ആവരണം ചെയ്യുന്നതോടെ ബോധത്തിന്റെ അതിരുകളില്ലാത്ത സാധ്യതകൾ ഭൗതിക മണ്ഡലത്തിലെ നിർദ്ദിഷ്ടമായ ചില പരിമിത പ്രവർത്തനങ്ങളിൽ ഒതുങ്ങുന്നു.

വിദ്യ: വിദ്യ തത്വം ആവരണം ചെയ്യുന്നതോടെ ശിവന്റെ സർവ്വജ്ഞത്വം ജീവന്റെ പരിമിതവും അപൂർണ്ണവുമായ അറിവിലേക്ക് സങ്കോചിക്കപ്പെടുന്നു. ശുദ്ധമായ തത്വങ്ങളുടെ മണ്ഡലത്തിൽ മുഴുവൻ സൃഷ്ടിയും ശിവന്റെ ഉള്ളിൽ അധിവസിക്കുന്നതിനാൽ, എന്ത് വിഷയത്തിലേക്കും ഏത് വിവരത്തിലേക്കും ശിവന് നേരിട്ട് പ്രവേശനമുണ്ട്. ജീവനിലേക്കെത്തുമ്പോൾ അനന്തമായ ബോധത്തിന്റെ സത്തയെ ഓർത്തെടുക്കാൻ കഴിയാത്തതിനാൽ പരിമിതമായ ജ്ഞാനത്തിന്റെ മണ്ഡലത്തിലാണ് ജീവൻ പ്രവർത്തിക്കുന്നത്.

സിനിമാ നിർമ്മാണത്തിലേക്ക് വന്നാൽ സിനിമയേക്കുറിച്ച് ആലോചിക്കുന്ന സമയത്ത് ലോകത്തിലെ ഏത് ക്ലാസ്സിക്

സിനിമയെപോലെയും ആകണം തന്റെ സിനിമ എന്ന് വിഭാവനം ചെയ്യാം. എന്നാൽ പ്രയോഗികതയിലേക്ക് വരുമ്പോൾ ചില മേഖലകളിലെ അറിവിന്റെയോ വൈദഗ്ധ്യത്തിന്റെയോ അഭാവം സിനിമാ ചിത്രീകരണത്തെ പരിമിതപ്പെടുത്തിയേക്കാം. വിദ്യാ തത്വം എന്നത് അറിവിന്റെ ഈ പരിമിതിയെ പ്രതിനിധീകരിക്കുന്നു, അവിടെ ബോധത്തിന്റെ അനന്തമായ അവബോധം വ്യക്തിയുടെ പരിമിതമായ അറിവിലേക്ക് ചുരുങ്ങുന്നു.

രാഗം: രാഗ തത്വം ആവരണം ചെയ്യുന്നതോടെ ശിവന്റെ പൂർണത്വം ജീവന്റെ പൂർണ്ണതക്കുള്ള പരിമിതമായ ആഗ്രഹങ്ങളായി ചുരുങ്ങുന്നു. "സമ്പൂർണമായ പൂർണ്ണതയുടെ" പരിമിതിയാണ് രാഗതത്ത്വം. ഈ ആവരണത്തിന്റെ ഫലമായി ജീവന് എപ്പോഴും അപൂർണ്ണത അനുഭവപ്പെടുകൊണ്ടിരിക്കും. അതിനെ മറികടക്കാനായി ഓരോരോ ആഗ്രഹങ്ങൾ സാദാ ഉണ്ടായിക്കൊണ്ടിരിക്കുകയും ചെയ്യും.

സിനിമാ നിർമ്മാണത്തിലേക്ക് വന്നാൽ, തിരക്കഥ എഴുതുമ്പോൾ ലോകത്തിലെ ഏറ്റവും നല്ല സിനിമയായിരിക്കണം ഇത് എന്ന് കരുതിയിട്ടുണ്ടായിരിക്കും. എന്നാൽ ഷൂട്ടിംഗ് സമയത്ത് വിവിധ ബാഹ്യ ഘടകങ്ങളുടെ സ്വാധീനത്താൽ ഇത്തരം ആഗ്രഹം എപ്പോഴും മാറിക്കൊണ്ടിരിക്കും. ഉദാഹരണത്തിന് അഭിനയിക്കുന്ന സൂപ്പർ സ്റ്റാർ കഥയിൽ ചില മാറ്റങ്ങൾ വരുത്തണമെന്ന് നിർബന്ധിച്ചാൽ ചിലപ്പോൾ മനസ്സില്ലാ മനസ്സോടെ ആണെങ്കിലും മാറ്റേണ്ടി വരും. ഈ സൂപ്പർ സ്റ്റാർ തന്നെ തന്റെ സിനിമയിൽ അഭിനയിക്കണമെന്നും എന്തു വിലകൊടുത്തും അദ്ദേഹത്തെ ഈ സിനിമയിൽ നിർത്തണമെന്നും ഉള്ള ആഗ്രഹം കാരണം ദേശീയ അവാർഡിന് അർഹതയുള്ള ഒരു തിരക്കഥ ആ സൂപ്പർ

സ്റ്റാറിന്റെ നിർദ്ദേശങ്ങൾക്ക് വഴങ്ങി ഒരു സാധാരണ സിനിമ ആയി പോയെന്നും വരും. അതുപോലെയാണ് രാഗതത്വം. ബോധത്തിന്റെ അതിരുകളില്ലാത്ത സാദ്ധ്യതകൾ ജീവന്റെ ഭൗതിക ലോകത്തിലെ പരിമിതമായ ചില ആഗ്രഹങ്ങളിൽ ഒതുങ്ങുന്നു.

കാലം: കാല തത്വം ആവരണം ചെയ്യുന്നതോടെ ശിവന്റെ നിത്യത്വം ജീവന്റെ പരിമിതമായ സമയബോധമായി ചുരുങ്ങുന്നു. കാശ്മീരി ശൈവതന്ത്രത്തിലെ കാല തത്വമെന്നത് പരിമിതപ്പെട്ട കാലത്തിന്റെ തത്വമാണ്. ഈ തത്വമാണ് സമയത്തിന്റെയും പരിമിതമായ ആയുസ്സിന്റെയും അനുഭവം ജീവന് സൃഷ്ടിക്കുന്നത്.

കാല തത്വത്തിന് മൂന്ന് ഭാവങ്ങളുണ്ട്: ഭൂതം, വർത്തമാനം, ഭാവി. എന്നിരുന്നാലും, വർത്തമാനകാലം മാത്രമേ യഥാർത്ഥത്തിൽ അനുഭവിക്കുന്നുള്ളു. ഭൂതകാലം ഒരു ഓർമ്മ മാത്രമാണ്, ഭാവി ഒരു സാധ്യതയാണ്.

കാല തത്വത്തിന്റെ ആവരണം ജനനം, മരണം, പുനർജന്മം, ജീവിതത്തിന്റെ പ്രാപഞ്ചിക ചക്രങ്ങൾ എന്നിവ അനുഭവിക്കാൻ ജീവനെ നിർബന്ധിതമാക്കുന്നു.

സിനിമാ നിർമ്മാണത്തിലേക്ക് വന്നാൽ സമയബന്ധിതമായി പല കാര്യങ്ങളും ചെയ്തുതീർക്കേണ്ടി വരും. ഉദാഹരണത്തിന് ചില സാഹചര്യങ്ങളിൽ പോസ്റ്റ് പ്രൊഡക്ഷൻ ജോലികളെല്ലാം തീരുന്നതിന് മുമ്പ് സിനിമയുടെ റിലീസ് തീയതി പ്രഖ്യാപിക്കേണ്ടി വരും. അത്തരം സാഹചര്യത്തിൽ വളരെ ധൃതി പിടിച്ച് പോസ്റ്റ് പ്രൊഡക്ഷൻ ജോലികളെല്ലാം തീർക്കുമ്പോൾ സിനിമയുടെ ഉത്കൃഷ്ടതയെ ബാധിക്കുന്ന പല വിട്ടുവീഴ്ചകളും ചെയ്യേണ്ടി വന്നേക്കാം. അതുപോലെയാണ് കാലതത്വവും യഥാർത്ഥ ജീവിത ലക്ഷ്യം മറച്ചുകൊണ്ട് പരിമിതമായ ആയുസ്സിന്റെ അനുഭവം സൃഷ്ടിച്ച് സദാ വിട്ടുവീഴ്ചകൾ ചെയ്യിച്ചുകൊണ്ട് ജീവനെ

ജനന മരണ സംസാരചക്രത്തിൽ ഇട്ട് കറക്കുന്നത്.

നിയതി: നിയതി തത്വം ആവരണം ചെയ്യുന്നതോടെ ശിവന്റെ വ്യാപകത്വം ജീവന്റെ സ്ഥലപരമായ പരിമിതിയായി മാറുന്നു. നിയതി തത്വം സർവ്വവ്യാപിയുടെ അവസ്ഥയെ (എല്ലായിടത്തും ഒരേസമയം ഉണ്ടായിരിക്കാനുള്ള കഴിവ്) പരിമിതിയുടെ തലത്തിലേക്ക് കുറയ്ക്കുന്നു. വ്യക്തിഗത ആത്മാവിന് (ജീവൻ) ഒരു സമയം ഒരിടത്ത് മാത്രമേ ആയിരിക്കാൻ കഴിയൂ, അതിന്റെ ശരീരം പരിമിതമാണ്.

സിനിമാ നിർമ്മാണത്തിലേക്ക് വന്നാൽ ഷൂട്ടിങ്ങിന് ലഭിക്കുന്ന സ്ഥലത്തിന്റെ സ്വഭാവത്തിനും പരിമിതിക്കും വിശാലതക്കും അനുസരിച്ച് ചിലപ്പോൾ കഥാ സന്ദർഭങ്ങൾ മാറ്റേണ്ടി വരാറുണ്ട്. "ഇവിടെയൊരു അന്യഗ്രഹ വാസികളുടെ ആവാസ വ്യവസ്ഥ രൂപീകൃതമാകട്ടെ" എന്ന് ആഗ്രഹിക്കുമ്പോഴേക്കും അത്തരമൊരു ആവാസ വ്യവസ്ഥ രൂപീകൃതമാകുമെങ്കിൽ ഷൂട്ടിങ്ങിന് എത്ര സൗകര്യപ്രദമായേനെ. പക്ഷെ അങ്ങിനെ സംഭവിക്കുകയില്ല എന്ന് മാത്രമല്ല, സ്ഥലപരിമിതിക്കനുസരിച്ച് കഥാ സന്ദർഭങ്ങൾ മാറ്റുക എന്നതാണ് പലപ്പോഴും സംഭവിക്കാറുള്ളത്. അതുപോലെയാണ് നിയതി തത്വവും ജീവനെ സ്വാധീനിക്കുന്നത്. നിയതി തത്വം സൃഷ്ടിക്കുന്ന വ്യാപകത്വ പരിമിതിയാണ് ജീവന്റെ വ്യത്യസ്ഥങ്ങളായ ഭൗതിക ആഗ്രഹങ്ങൾക്ക് നിദാനമായി വർത്തിക്കുന്നത്.

• പുരുഷ തത്വം

സാംഖ്യദർശനത്തിലെ പുരുഷ സങ്കല്പവുമായി ശൈവ ദർശനത്തിലെ പുരുഷ സങ്കൽപ്പത്തിന് അല്പം വ്യത്യാസമുണ്ട്. സാംഖ്യ ദർശനത്തിൽ നിന്ന് വ്യത്യസ്ഥമായി മായയാലും അഞ്ച് കഞ്ചുകത്താലും ആവരണം ചെയ്യപ്പെട്ട് ജീവനായി

തോന്നിക്കുന്ന ശിവനാണ് ഇവിടെ പുരുഷൻ.

പരമോന്നത ബോധമായ ശിവൻ സ്വയം ചുരുങ്ങുകയോ മൂടുകയോ ചെയ്യുമ്പോൾ പുരുഷൻ സൃഷ്ടിക്കപ്പെടുന്നു. ശിവൻ പതിയാണ് അതായത് യജമാനൻ ആണ് . പുരുഷനാകട്ടെ ബന്ധിതനായ പശുവാണ്. പശുവായ ജീവനെ ബന്ധിച്ചിരിക്കുന്നത് മായയും അഞ്ച് കഞ്ചുകങ്ങളും ചേർന്ന പാശത്താലാണ്.

മറ്റൊരു വീക്ഷണകോണിൽ, പുരുഷൻ ആണവമലം, മായാമലം എന്നീ മലങ്ങളുടെ സങ്കലനഫലമായി ഉണ്ടാവുന്നതാണ്. ഈ മാലിന്യങ്ങൾ നീക്കം ചെയ്തുകഴിഞ്ഞാൽ, അനന്തവും പരിധിയില്ലാത്തതുമായ ബോധമായ ശിവനായി പുരുഷന് യഥാർത്ഥ സ്വഭാവം തിരിച്ചറിയാൻ കഴിയും എന്നാണ് തന്ത്രം പറയുന്നത്.

നമ്മുടെ സിനിമാ നിർമ്മാണത്തിന്റെ ഉദാഹരണത്തിലേക്ക് തിരിച്ചുവരികയാണെങ്കിൽ പുരുഷനെ ആ സിനിമയിൽ അഭിനയിക്കുന്ന ഒരു അഭിനേതാവായി കരുതുക. ഓരോ നടന്മാരും അവരുടെ സ്വന്തം അഭിരുചികൾ, അനുഭവങ്ങൾ, വികാരങ്ങൾ എന്നിവചേർത്ത് ആ സിനിമയെ അവതരിപ്പിക്കുന്നതുപോലെ ഓരോ ജീവനും/പുരുഷനും അസ്തിത്വത്തിന്റെ മഹത്തായ ആഖ്യാനത്തിനുള്ളിൽ അതിന്റേതായ അതുല്യമായ കാഴ്ചപ്പാടിനെ അടിസ്ഥാനമാക്കി ചുറ്റുമുള്ള ലോകത്തെ മനസ്സിലാക്കുകയും സംവദിക്കുകയും ചെയ്യുന്നു.

ഓരോ അഭിനേതാവും സഹനടന്മാർ, സംവിധായകൻ, തിരക്കഥാകൃത്ത്, ക്യാമറാമാൻ തുടങ്ങി നിരവധി പേരുമായി ഇടപഴകുകയും, അവരുടെയെല്ലാം ആശയത്തിന്റെ അംശങ്ങൾ തന്റെ കഥാപാത്ര അവതരണത്തിൽ ചേർക്കുകയും, അങ്ങിനെ ആ റോളിനെ അവരുടേതായ രീതിയിൽ വ്യാഖ്യാനിച്ചെടുക്കുകയും, ചുരുളഴിയുന്ന കഥയ്ക്ക്

അവരുടേതായ സംഭാവന നൽകുകയും ചെയ്യുന്നു. അതുപോലെതന്നെയാണ് പുരുഷനും.

തിരക്കഥ ഉൾക്കൊണ്ട് സിനിമയുടെ ആഖ്യാനത്തിന് ജീവൻ നൽകുന്നതിന് അഭിനേതാക്കൾ അവിഭാജ്യമായിരിക്കുന്നതുപോലെ, ലോകത്തെ അനുഭവിക്കുന്നതിനും സംവദിക്കുന്നതിനും പുരുഷൻ/ ജീവൻ അവിഭാജ്യ ഘടകമാണ്.

• പ്രകൃതി തത്വം

കാശ്മീര തന്ത്രത്തിൽ പ്രകൃതി എന്നത് വ്യക്തിഗത ലോകത്തെയും അനുഭവങ്ങളെയും സൃഷ്ടിക്കുന്ന അടിസ്ഥാന പ്രവർത്തന ഊർജ്ജം അല്ലെങ്കിൽ ശക്തിയാണ്. ശിവ-ശക്തിയിലെ ശക്തിയുടെ വ്യക്തിഗത പ്രതിരൂപമാണിത്. പ്രകൃതി തത്വം മുതൽ പൃഥ്വീ തത്വം വരെ ഉള്ള ഇരുപത്തിനാല് തത്വങ്ങൾ അശുദ്ധ തത്വങ്ങൾ എന്നറിയപ്പെടുന്നു.

മറ്റൊരു വിധത്തിൽ പറഞ്ഞാൽ, ശക്തി ശിവന്റെ ഊർജ്ജമായിരിക്കുന്നതുപോലെ പ്രകൃതി എന്നത് പുരുഷന്റെ/ ജീവന്റെ സൃഷ്ടിപരമായ ഊർജ്ജമാണ്. വ്യക്തിയുടെ മനസ്സും ശരീരവും ഇന്ദ്രിയങ്ങളും സൃഷ്ടിക്കുന്നതും വ്യക്തിയുടെ ലോകാനുഭവങ്ങൾ സൃഷ്ടിക്കുന്നതും ഈ ഊർജ്ജമാണ്. പുരുഷനുമായി പ്രകൃതി പരസ്പരാശ്രിതമാണ്. പ്രവർത്തിക്കാനും സൃഷ്ടിക്കാനും പുരുഷന് പ്രകൃതി ആവശ്യമായി വരുന്നു. അതേസമയം ബോധവും ദിശയും ലഭിക്കാൻ പ്രകൃതി പുരുഷനെ ആശ്രയിച്ചിരിക്കുന്നു.

പ്രകൃതി തത്വത്തിന് സത്വം, രജസ്സ്, തമസ്സ് എന്നീ ഗുണങ്ങളുണ്ട് സത്വഗുണത്തിൽ നിന്നും ബുദ്ധിയും രാജോ ഗുണത്തിൽ നിന്ന് അഹങ്കാരവും തമോ ഗുണത്തിൽ നിന്ന്

മനസ്സും ഉണ്ടാകുന്നു.

സിനിമാനിർമ്മാണത്തിന്റെ ഉപമയിയിലേക്ക് വന്നാൽ സെറ്റ്, പ്രോപ്പുകൾ, സിനിമയുടെ ചിത്രീകരണത്തിന് ഉപയോഗിക്കുന്ന മറ്റ് ഭൗതിക വസ്തുക്കൾ എന്നിവയോടെല്ലാം പ്രകൃതിയെ ഉപമിക്കാം. സിനിമയുടെ കഥ വികസിക്കുന്നതിന് സെറ്റും പ്രോപ്പുകളും ഭൗതിക അടിത്തറ നൽകുന്നതുപോലെ പ്രപഞ്ച നിർമ്മാണത്തിന് ഭൗതികമായ അടിസ്ഥാനം നൽകിക്കൊണ്ട് സൃഷ്ടിയുടെ വൈവിധ്യമാർന്ന നാടകം വികസിച്ചു വരാൻ പ്രകൃതി സഹായിക്കുന്നു.

- ### ബുദ്ധി തത്വം

പ്രപഞ്ചാതീതനായ ശിവൻ പ്രാപഞ്ചികനായ പുരുഷനായി മാറുമ്പോൾ ജീവസന്ധാരണത്തിന് തിരഞ്ഞെടുപ്പ് ഒരു അവിഭാജ്യഘടകമായി വരും. അതിന് സഹായിക്കുന്ന ഒരു തത്വമാണ് ബുദ്ധിതത്വം.

പ്രകൃതി കഴിഞ്ഞാൽ പിന്നീട് വരുന്ന തത്വമാണ് ഇത്. മൂല്യനിർണ്ണയങ്ങൾ നടത്താനും സാധ്യതകൾ തമ്മിൽ താരതമ്യം ചെയ്ത് തീരുമാനങ്ങൾ എടുക്കാനും ഇത് ഉപയോഗപ്പെടുന്നു. ബുദ്ധി സാത്വികമാണ് എന്നതുകൊണ്ട് അത് അടിസ്ഥാനപരമായി ശുദ്ധവും ജ്ഞാനത്തിന്റെ ഊർജ്ജവുമാണ്. ഇന്ദ്രിയങ്ങളുടെയും മനസ്സിന്റെയും അഹന്തയുടെയും മിഥ്യാധാരണകൾക്കപ്പുറം യാഥാർത്ഥ്യത്തെ കാണാൻ നമ്മെ സഹായിക്കുന്നത് ബുദ്ധിയാണ്. ആത്മീയ വളർച്ചയ്ക്കും വികാസത്തിനും ബുദ്ധി അത്യാവശ്യമാണ്.

ചലച്ചിത്രനിർമ്മാണത്തിന്റെ പശ്ചാത്തലത്തിൽ, സംവിധായകനും വിവിധ അഭിനേതാക്കളും ഒരേ തിരക്കഥയെ പല രീതിയിൽ മനസ്സിലാക്കുകയും വ്യാഖ്യാനിക്കുകയും

ചെയ്യുന്നു. അതുകൊണ്ടാണ് ഒരേ തിരക്കഥ തന്നെ പല രീതിയിൽ ചലച്ചിത്രമാക്കപ്പെടാറുള്ളത്. നിരവധി വഴികൾ അല്ലെങ്കിൽ സാദ്ധ്യതകൾ വരുമ്പോൾ അവസാന തീരുമാനമെടുക്കുന്ന സംവിധായകനെ പോലെയാണ് എണ്ണമറ്റ ഈ സാധ്യതകൾക്കിടയിൽ അവസാന തീരുമാനമെടുക്കുന്ന ബുദ്ധി തത്വം

- **അഹങ്കാര തത്വം**

അഹംകാര തത്വമെന്നത് അഹന്തയുടെ അഥവാ വ്യക്തിത്വത്തിന്റെ തത്വമാണ് അതായത് അനുഭവപരമായ അഹംഭാവമാണ് അഹങ്കാര തത്വം. . "ഞാൻ" എന്ന വികാരമാണ് അതിനെ ഭരിക്കുന്നത്. അഹംകാരമാണ് ഭൗതിക ശരീരത്തിന്റെ ആവശ്യങ്ങളും ആഗ്രഹങ്ങളും തിരിച്ചറിയുന്നത് എന്നതുകൊണ്ടുതന്നെ അഹംകാര തത്വത്താൽ അഹംഭാവം, മത്സരബുദ്ധി, വിദ്വേഷം, അസൂയ തുടങ്ങിയ ക്ലേശങ്ങളുടെ ഒരു പരമ്പരയ്ക്ക് സാധ്യതയുണ്ട്.

സ്വാമി ലക്ഷ്മൺജൂ പറയുന്നത് വസ്തുനിഷ്ഠതയിലേക്ക് തിരിഞ്ഞിരിക്കുന്ന പുരുഷനാണ്/ജീവനാണ് അഹങ്കാരമെന്നാണ്. അതായത് ശിവ തത്വത്തിലേക്ക് തിരിഞ്ഞിരിക്കുമ്പോൾ അത് പുരുഷതത്വമാകുന്നു. എന്നാൽ താഴെയുള്ള തത്വങ്ങളിലേക്ക് തിരിഞ്ഞിരിക്കുമ്പോൾ അത് അഹങ്കാര തത്വമാകുന്നു.

- **മന: തത്വം**

അന്തക്കരണത്തിലെ അവസാനത്തെ തത്വമാണ് മനസ്സ്. മനസ്സ് ചഞ്ചലമാണ്. അത് നിരന്തരം ഇളകുകയും മാറുകയും ചെയ്യുന്നു. ഒരു ചിന്തയിൽ നിന്ന് മറ്റൊന്നിലേക്ക് ചാടുന്ന കുരങ്ങിനെപ്പോലെയാണ് ഇത്.

അഞ്ച് കർമ്മേന്ദ്രിയങ്ങളെയും അഞ്ച് ജ്ഞാനേന്ദ്രിയങ്ങളേയും ബുദ്ധി, അഹങ്കാരം, ജീവൻ തുടങ്ങിയ ഉയർന്ന തത്വങ്ങളുമായി ബന്ധിപ്പിക്കുന്ന കേന്ദ്രമാണ് മനസ്സ്. മനസ്സ് ഇന്ദ്രിയങ്ങളിൽ നിന്ന് വിവരങ്ങൾ സ്വീകരിക്കുകയയും മുമ്പ് ശേഖരിച്ചുവെച്ചിട്ടുള്ള പെരുമാറ്റങ്ങൾ, സഹജവാസനകൾ, ശീലങ്ങൾ എന്നിവയെ അടിസ്ഥാനമാക്കി വിവരങ്ങൾ പ്രോസസ്സ് ചെയ്ത് ലോകത്തിന്റെ ഒരു സംയോജിത ചിത്രം സൃഷ്ടിക്കുകയയും ചെയ്യുന്നു. മനസ്സ് എപ്പോഴും ദ്വന്ദങ്ങളിലൂടെയാണ് ലോകത്തെ കാണുകയും വ്യാഖ്യാനിക്കുകയും ചെയ്യുന്നതുകൊണ്ട് ലോകത്തെക്കുറിച്ചുള്ള മനസ്സിന്റെ ധാരണ ആത്യന്തികമായി വളരെ പരിമിതവും വികലവുമാണ് . അതുകൊണ്ടുതന്നെ അത് എപ്പോഴും ദുഃഖത്തിൽ നിന്ന് അകന്നു നിൽക്കാനും സുഖത്തെ തേടാനും ശ്രമിച്ചുകൊണ്ടിരിക്കുന്നു. .

സിനിമാ നിർമ്മാണ പ്രക്രിയയിൽ ഓരോ സീനും എങ്ങനെ ചിത്രീകരിക്കണം, എവിടെ ചിത്രീകരിക്കണം എന്നതിന്റെ സ്റ്റോറി ബോർഡ് ഉണ്ടാകും . ഓരോ സീനും ആസൂത്രണം ചെയ്യുന്നതിനും ക്യാമറ ആംഗിളുകൾ തീരുമാനിക്കുന്നതിനും ലൈറ്റിംഗ് ചെയ്യുന്നതിനും അഭിനേതാക്കളെയും അണിയറപ്രവർത്തകരെയും ഏകോപിപ്പിക്കുന്നതിനും എല്ലാം സഹായിക്കുന്നത് വിശദമായി തയ്യാറാക്കിയ ഈ സ്റ്റോറി ബോർഡാണ്. ചലച്ചിത്രനിർമ്മാണത്തിലെ ആസൂത്രണ ഘട്ടത്തിലെ സ്റ്റോറിബോർഡ് പോലെ ആശയങ്ങൾ ആവിഷ്കരിക്കുകയും വിലയിരുത്തുകയും അവ നടപ്പിലാക്കുന്നതിന് മുമ്പ് ചിട്ടപ്പെടുത്തുകയും ചെയ്യുന്ന ഇടമാണ് മനസ്സ്.

ഇനിയുള്ള തത്വങ്ങളാണ് യാഥാർത്ഥ്യത്തെക്കുറിച്ചുള്ള നമ്മുടെ ധാരണ രൂപപ്പെടുത്തുന്നതിൽ നിർണായക പങ്ക്

വഹിക്കുന്നത്. ഈ തത്വങ്ങളെ നാല് ഗ്രൂപ്പുകളായി തിരിക്കാം:

ജ്ഞാനേന്ദ്രിയങ്ങൾ (ഇന്ദ്രിയങ്ങൾ),

കർമ്മേന്ദ്രിയങ്ങൾ (പ്രവർത്തന അവയവങ്ങൾ),

തൻമാത്രകൾ (സൂക്ഷ്മ ഘടകങ്ങൾ),

മഹാഭൂതങ്ങൾ (സ്ഥൂല ഘടകങ്ങൾ).

ഈ വിഭാഗങ്ങളിൽ ഓരോന്നും നമുക്ക് ചുറ്റുമുള്ള ലോകവുമായി സാദാ ഇടപെടുകയും സംവേദനങ്ങളെ നമ്മളിലെത്തിക്കുകയും ചെയ്യുന്നു.

- **ജ്ഞാനേന്ദ്രിയങ്ങൾ**

ബാഹ്യലോകത്തെ ഗ്രഹിക്കാൻ നമ്മെ അനുവദിക്കുന്ന അഞ്ച് ഇന്ദ്രിയങ്ങളാണ് ജ്ഞാനേന്ദ്രിയങ്ങൾ.

ചലച്ചിത്രനിർമ്മാണത്തിലേക്ക് വരികയാണെങ്കിൽ കഥയുടെ ദൃശ്യപരമായ സത്തയെ ക്യാമറ പകർത്തുന്നതുപോലെ നമ്മുടെ സെൻസറി അവയവങ്ങൾ നമുക്ക് ചുറ്റുമുള്ള ലോകത്തിന്റെ സാരാംശം പകർത്തുന്നു. ദൃശ്യത്തിന്റെ പ്രത്യേക വശങ്ങൾ പകർത്താൻ രൂപകൽപ്പന ചെയ്തിരിക്കുന്ന വ്യത്യസ്ത ക്യാമറ ലെൻസുകൾ പോലെയാണ് ജ്ഞാനേന്ദ്രിയങ്ങൾ ഓരോന്നും.

ശ്രോത്രം (ചെവി): വിഷയത്തിന്റെ ശബ്ദങ്ങൾ പകർത്തുന്നു.

ത്വക്ക് (ത്വക്ക്): വിഷയത്തിന്റെ സ്പർശന സത്ത പിടിച്ചെടുക്കുന്നു.

ചക്ഷു (കണ്ണ്): വിഷയത്തിന്റെ ദൃശ്യ വിസ്മയത്തെ പകർത്തുന്നു.

ജിഹ്വ (നാവ്): വിഷയത്തിന്റെ രുചി സാരാംശം പിടിച്ചെടുക്കുന്നു.

ഘ്രാണം (മൂക്ക്): വിഷയത്തിന്റെ ഗന്ധം പിടിച്ചെടുക്കുന്നു.

ഈ അവയവങ്ങൾ അസംസ്കൃത ഡാറ്റ പിടിച്ചെടുത്തുകൊണ്ട് മനസ്സ്, അഹങ്കാരം, ബുദ്ധി തുടങ്ങിയ ഉന്നത കേന്ദ്രങ്ങൾക്ക് സമർപ്പിക്കുകയും അവയുടെ വ്യാഖ്യാനത്തിനനുസരിച്ച് നമ്മൾ ലോകത്തെ മനസ്സിലാക്കുകയും ചെയ്യുന്നു.

• **കർമ്മേന്ദ്രിയങ്ങൾ (പ്രവർത്തന അവയവങ്ങൾ) :**

ലോകവുമായി ഇടപഴകാൻ നമ്മെ അനുവദിക്കുന്ന അഞ്ച് പ്രവർത്തന അവയവങ്ങളാണ് ഇവ. ജ്ഞാനേന്ദ്രിയങ്ങളിലൂടെ ലഭിക്കുന്ന വിവരങ്ങളിൽ പ്രവർത്തിക്കാനും ലോകവുമായി അർത്ഥവത്തായ രീതിയിൽ ഇടപഴകാനും ഈ പ്രവർത്തന അവയവങ്ങൾ നമ്മെ പ്രാപ്തരാക്കുന്നു.

സിനിമാ നിർമ്മാണത്തിലേക്ക് വന്നാൽ ചിത്രീകരണത്തെ സുഗമമമാക്കാനായി പലപ്പോഴും ചിത്രീകരണ വിഭാഗം, പാചക വിതരണ വിഭാഗം, ഗതാഗത സംവിധാന വിഭാഗം തുടങ്ങി വിവിധ വിഭാഗങ്ങളായി തിരിഞ്ഞാണ് ക്രൂ പ്രവർത്തിക്കുക. അതുപോലെ, നമുക്ക് ചുറ്റുമുള്ള ലോകവുമായി ഇടപഴകാനും പ്രതികരിക്കാനും ചുമതലപ്പെടുത്തിയിരിക്കുന്ന വിഭാഗങ്ങളാണ് കർമ്മേന്ദ്രിയങ്ങൾ. ഒരു ഫിലിം ക്രൂവിലെ വിവിധ വകുപ്പുകൾ പോലെയാണ് അവ എന്ന് വേണമെങ്കിൽ പറയാം.

വാക് (സംസാരം): ആശയവിനിമയത്തിനും ആവിഷ്കാരത്തിനും സൗകര്യമൊരുക്കുന്നു.

പാണി (കൈ): വസ്തുക്കളെ ഗ്രഹിക്കാനും കൈകാര്യം ചെയ്യാനുമുള്ള കഴിവ് സുഗമമമാക്കുന്നു.

പാദം (പാദം): ചലനം സുഗമമമാക്കുന്നു.

പായു (വിസർജ്ജന അവയവം): മാലിന്യ നിർമാർജനം സുഗമമാക്കുന്നു.

ഉപസ്ഥം (പ്രത്യുൽപാദന അവയവം): പ്രത്യുൽപാദനം സുഗമമാക്കുന്നു.

• തൻമാത്രകൾ (സൂക്ഷ്മ ഘടകങ്ങൾ):

പഞ്ചേന്ദ്രിയങ്ങളുമായി പൊരുത്തപ്പെടുന്ന അഞ്ച് സൂക്ഷ്മ ഘടകങ്ങളെയാണ് ഭാരതീയ ദർശനത്തിൽ തൻമാത്രകളെന്ന് പറയുന്നത്.

ശബ്ദ തൻമാത്ര: ചെവിക്ക് അനുയോജ്യമായ ശബ്ദത്തിന്റെ സൂക്ഷ്മ ഘടകം.

സ്പർശ തൻമാത്ര: ചർമ്മത്തിന് അനുയോജ്യമായ സ്പർശനത്തിന്റെ സൂക്ഷ്മ ഘടകം.

രൂപ തൻമാത്ര: കണ്ണുമായി സംവദിക്കുന്ന രൂപത്തിന്റെ ഘടകം

രസ തൻമാത്ര: നാവുമായി സംവദിക്കുന്ന രുചിയുടെ ഘടകം

ഗന്ധ തൻമാത്ര: മൂക്കുമായി സംവദിക്കുന്ന ഗന്ധത്തിന്റെ സൂക്ഷ്മ ഘടകം.

ഇങ്ങനെ അഞ്ചാണ് തൻമാത്രകൾ.

ഓരോ തൻമാത്രയ്ക്കും ഒരു പ്രത്യേക ആവൃത്തിയുണ്ട്, ഈ ആവൃത്തികൾ നമ്മുടെ ഇന്ദ്രിയങ്ങളുമായി ഇടപഴകുകയും ശബ്ദം, സ്പർശനം, കാഴ്ച, രുചി, മണം എന്നിവയുടെ സംവേദനങ്ങൾ സൃഷ്ടിക്കുകയും ചെയ്യുന്നു.

ഉദാഹരണത്തിന്, ശബ്ദ തരംഗങ്ങൾ വായുവിലെ വൈബ്രേഷനുകളാണ്, അത് നമ്മുടെ ചെവിയിലേക്ക് സഞ്ചരിക്കുകയും നമ്മുടെ കർണപടലങ്ങൾ കമ്പനം ചെയ്യുകയും ചെയ്യുന്നു. ഈ വൈബ്രേഷൻ അകത്തെ

ചെവിയിലേക്ക് കൈമാറ്റം ചെയ്യപ്പെടുന്നു, അവിടെ അത് തലച്ചോറിലേക്ക് അയയ്ക്കുന്ന വൈദ്യുത സിഗ്നലുകളായി പരിവർത്തനം ചെയ്യപ്പെടുന്നു. തലച്ചോറ് ഈ സിഗ്നലുകളെ ശബ്ദമായി വ്യാഖ്യാനിക്കുന്നു.

അതുപോലെ, നമ്മുടെ കണ്ണുകളിലേക്ക് സഞ്ചരിക്കുകയും നമ്മുടെ റെറ്റിനയെ വൈബ്രേറ്റ് ചെയ്യുകയും ചെയ്യുന്ന വൈദ്യുതകാന്തിക സ്പെക്ട്രത്തിലെ വൈബ്രേഷനുകളാണ് പ്രകാശ തരംഗങ്ങൾ. ഈ വൈബ്രേഷൻ ഒപ്റ്റിക് നാഡിയിലേക്ക് കൈമാറ്റം ചെയ്യപ്പെടുന്നു, അവിടെ അത് തലച്ചോറിലേക്ക് അയയ്ക്കുന്ന വൈദ്യുത സിഗ്നലുകളായി പരിവർത്തനം ചെയ്യപ്പെടുന്നു. തലച്ചോറ് ഈ സിഗ്നലുകളെ ചിത്രങ്ങളായി വ്യാഖ്യാനിക്കുന്നു. അതുപോലെ, മറ്റ് തൻമാത്രകൾ സ്പർശനം, രുചി, മണം എന്നിവയുടെ സംവേദനങ്ങൾ ഉൽപ്പാദിപ്പിക്കുന്നതിന് നമ്മുടെ ഇന്ദ്രിയങ്ങളുമായി ഇടപഴകുന്നു.

ഭൗതിക പ്രപഞ്ചത്തിന്റെ അനുഭവത്തിന് കാരണമാകുന്ന ഊർജ്ജത്തിന്റെ അഞ്ച് അടിസ്ഥാന ഗുണങ്ങളായി അവയെ വിശദീകരിക്കാം. മറ്റെല്ലാ നിറങ്ങളും സൃഷ്ടിക്കാൻ കഴിയുന്ന പ്രകാശത്തിന്റെ അഞ്ച് അടിസ്ഥാന നിറങ്ങൾ പോലെയാണ് അവ.

• **മഹാഭൂതങ്ങൾ (മൊത്ത മൂലകങ്ങൾ):**

ആകാശം, വായു, അഗ്നി, ജലം, പൃഥ്വി എന്നീ ഭൂതങ്ങളാണ് ഭൗതിക ലോകത്തെ നിർമ്മിക്കുന്ന അഞ്ച് അടിസ്ഥാന ഘടകങ്ങൾ.

ആകാശം (ഈഥർ): സ്ഥലത്തെയും ശൂന്യതയെയും പ്രതിനിധീകരിക്കുന്നു.

വായു (വായു): ചലനത്തെയും മാറ്റത്തെയും പ്രതിനിധീകരിക്കുന്നു.

തേജസ് (തീ): ചൂടിനെയും പരിവർത്തനത്തെയും പ്രതിനിധീകരിക്കുന്നു.

അപ്പ് (ജലം): ദ്രവത്വത്തെയും യോജിപ്പിനെയും പ്രതിനിധീകരിക്കുന്നു.

പൃഥ്വി (ഭൂമി): ദൃഢതയെയും സ്ഥിരതയെയും പ്രതിനിധീകരിക്കുന്നു.

ഈ സ്ഥൂല ഘടകങ്ങൾ ഭൗതിക ലോകത്തിന്റെ അടിസ്ഥാന ഘടകങ്ങളാണ്, നമ്മുടെ ഇന്ദ്രിയാനുഭവങ്ങൾക്ക് ഭൗതിക അടിസ്ഥാനം നൽകുന്നത് ഈ പഞ്ചഭൂതങ്ങളാണ്.

സിനിമയുടെ ഉദാഹരണത്തിലേക്ക് വരികയാണെങ്കിൽ എല്ലാ പോസ്റ്റ് പ്രൊഡക്ഷൻ ജോലികളും കഴിഞ്ഞ സിനിമ, പ്രേക്ഷകർക്ക് അനുഭവിക്കാനുതകുന്ന രീതിയിൽ തീയ്യറ്ററിൽ പ്രൊജക്റ്റ് ചെയ്ത് പ്രേക്ഷകർക്ക് കഥയെ ജീവസുറ്റതാക്കുന്നത്തിനു സഹായിക്കുന്ന തീയ്യറ്ററിലെ ലൈറ്റ്, സൗണ്ട്, തുടങ്ങിയ സംവിധാനങ്ങളെ പഞ്ചഭൂതങ്ങളോടുപമിക്കാം. ഇവയെല്ലാം ചേർന്നാണ് പ്രേക്ഷകന് ചലച്ചിത്രത്തിന്റെ ദൃശ്യാനുഭവം പ്രദാനം ചെയ്യുന്നത്. അതുപോലെ ഈ പഞ്ചഭൂതങ്ങളെല്ലാം ചേർന്നാണ് നമുക്ക് പ്രപഞ്ചാനുഭവം ഒരുക്കിത്തരുന്നത്.

- സത്യമോ മിഥ്യയോ?

നോക്കൂ, ഒരു സിനിമയുടെ കഥ ആരുടെയോ മനസ്സിൽ ജനിക്കുന്നു. പിന്നീടതൊരു തിരക്കഥയാകുന്നു. ലോകത്തിലെ ഏറ്റവും നല്ല നടീനടന്മാർ അഭിനയിച്ച് ആ കഥയെ മൂർത്തമാക്കുന്നു. ഏറ്റവും ആധുനികമായ ക്യാമറയും ലെൻസുകളും കൃത്യമവെളിച്ചവും എല്ലാം ഒരുക്കി ഇതിനെ

അമ്രപാളിയിലേക്ക് പകർത്തി ചലച്ചിത്രമാക്കുന്നു.

എഡിറ്റിംഗ് ടേബിളിൽ നിരവധി രംഗങ്ങൾ വെട്ടുകയും ചില രംഗങ്ങൾ മൊണ്ടാഷ് പോലെ ചേർക്കുകയും ചെയ്തുകൊണ്ട് യഥാർത്ഥമായ ഒരു ജീവിതകഥയുടെ പ്രതീതി ജനിപ്പിക്കുന്നു.

അവസാനം സിനിമാതീയറ്ററിൽ പ്രോജക്ടറിന്റെയും കൃത്യമ വെളിച്ചത്തിന്റെയും കൃത്യമ ശബ്ദവിന്യാസത്തിന്റെയും സഹായത്തോടെ യഥാർത്ഥമായ ഒരു ജീവിത കഥ എന്ന പ്രതീതി ജനിപ്പിച്ചുകൊണ്ട് സിനിമ സ്ക്രീൻ ചെയ്യപ്പെടുന്നു.

അതുകാണുന്ന പ്രേക്ഷകർ കരയുന്നു, ചിരിക്കുന്നു, ആസ്വദിക്കുന്നു. ചില സിനിമകൾ പ്രേക്ഷകന്റെ പിന്നീടുള്ള ജീവിതത്തെ മുഴുവൻ മാറ്റുന്ന രീതിയിൽ സ്വാധീനിക്കുന്നു.

ഇനി പറയൂ സിനിമ സത്യമാണോ മിഥ്യയാണോ? മിഥ്യയാണെങ്കിൽ എത്രത്തോളമാണ് മിഥ്യ? സിനിമ മിഥ്യയാണെന്ന് പറയുകയാണെങ്കിൽ നിങ്ങളൊരു അദ്വൈതിയാണ്, സിനിമ മിഥ്യയല്ല എന്ന് പറയുകയാണെങ്കിൽ നിങ്ങളൊരു കാശ്മീരി താന്ത്രികനാണ്.

കാശ്മീരി തന്ത്രത്തിൽ വിവരിച്ചിരിക്കുന്ന 36 തത്വങ്ങൾ കേവലം ദാർശനിക നിർമ്മിതികളല്ല. ആത്മസാക്ഷാത്കാരത്തിലേക്കും വിമോചനത്തിലേക്കും അന്വേഷകരെ നയിക്കുന്ന ആത്മീയ യാത്രയുടെ അടയാളങ്ങളാണ്.

തത്ത്വങ്ങളുടെ മുകളിൽ നിന്ന് താഴേക്കുള്ള ശ്രേണീബദ്ധമായ ഘടന ശ്രദ്ധിച്ചു നോക്കൂ, ഏറ്റവും വിശാലവും വ്യതിരിക്തവുമായ അവസ്ഥയിൽ നിന്ന് ഏറ്റവും സങ്കോചിച്ചതും വ്യക്തിഗതവുമായ രൂപത്തിലേക്കുള്ള ബോധപരിണാമത്തിന്റെ ഒരു റോഡ്മാപ്പ് നൽകുന്നു. ഓരോ തത്വവും നമ്മുടെ അസ്തിത്വത്തിന്റെ വിവിധ വശങ്ങളെ

പ്രതിഫലിപ്പിക്കുന്ന ഓരോ കണ്ണാടിയായി വർത്തിക്കുന്നു. ആത്മീയാന്വേഷകർക്കും സാധകർക്കും അവരുടെ നിലവിലെ ബോധാവസ്ഥയെ തിരിച്ചറിയാനും ഉയർന്ന അവസ്ഥകളിലേക്കുള്ള ഒരു കോഴ്സ് ചാർട്ട് ചെയ്യാനും സഹായിക്കുന്നതുകൊണ്ട് ഈ ഭൂപടം വിലമതിക്കാനാവാത്തതാണ്. ഈ തത്വങ്ങൾ വെറും നാഴികക്കല്ലുകളല്ല, അധ്യാപകരാണ്, അവ നമ്മുടെ പാതയെ നയിക്കുന്നു, നമ്മുടെ ധാരണയെ ശുദ്ധീകരിക്കുന്നു.

ഈ തത്വങ്ങളെ മനസ്സിലാക്കുകയും, ധ്യാനിക്കുകയും, സാക്ഷാത്കരിക്കുകയും ചെയ്യുന്നതിലൂടെ, അന്വേഷകർക്ക് അസ്തിത്വത്തിന്റെ സങ്കീർണ്ണതകളിലൂടെ സഞ്ചരിക്കാനും അജ്ഞതയുടെ ആവരണങ്ങളെ ഒഴിവാക്കാനും മനുഷ്യജീവിതത്തിന്റെ ആത്യന്തിക ലക്ഷ്യമായ ആത്മസാക്ഷാൽക്കാരം നേടാനും കഴിയും.

കേരളീയ ക്ഷേത്രാരാധനയിലും രൂപതീതമായ ഈശ്വരീയതയെ ക്ഷേത്രദേവതയാക്കി ഇറക്കികൊണ്ടുവരാൻ കേരളീയ തന്ത്രത്തിലും തത്വങ്ങളുടെ ഈ സ്ഥാനകല്പന വളരെ വിശദമായി ഉപയോഗിക്കുന്നുണ്ട്. അതെങ്ങനെയെന്ന് നോക്കാം.

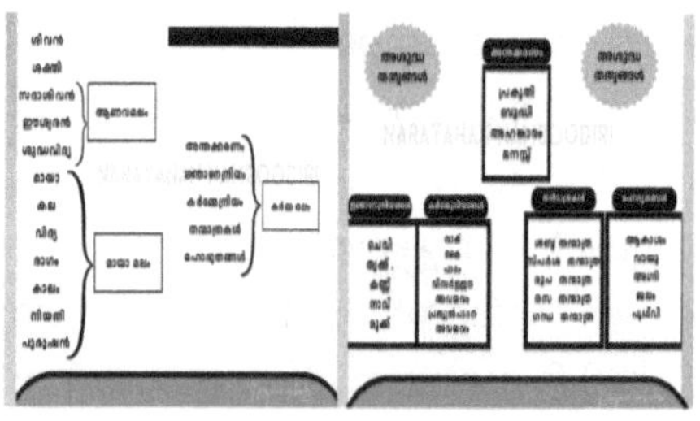

9

സ്ഥാന കല്പനയും ഷഡധ്വവും

- ഷഡധ്വ ധ്യാനം

ആറ് തലങ്ങളായി പ്രപഞ്ചവിധാനത്തെ വിഭാവനം ചെയ്യുന്ന ധ്യാനത്തെയാണ് ഷഡധ്വം എന്ന് പറയുന്നത്. ആണവോപായത്തിലെ സ്ഥാനകല്പന എന്ന ധ്യാനത്തിലാണ് സാധകൻ പ്രപഞ്ച വിധാനത്തെ ആറ് തട്ടുകളായി വിഭാവനം ചെയ്യുകയും അവയെ വ്യത്യസ്ത സ്ഥാനങ്ങളിൽ ധ്യാനിക്കുകയും ചെയ്യുന്ന ഈ പദ്ധതി വരുന്നത്.

'ഷഡ്' എന്നാൽ ആറ് എന്നും 'അധ്വ'മെന്നാൽ വഴി എന്നുമർത്ഥം.

കാശ്മീര തന്ത്രത്തിലെ ഷഡധ്വ ധ്യാനത്തിൽ ഒരു സാധകൻ ഈ ആറുഞൊറി പാതയിലൂടെയാണ് ശിവനിലെത്താൻ ശ്രമിക്കുന്നത് എന്ന് ചുരുക്കം.

{കേരള തന്ത്രത്തിൽ നിരാകരമായ ഈശ്വരീയ ചൈതന്യത്തെ ക്ഷേത്രദേവതയായി ഇറക്കികൊണ്ടുവരുന്നതിന് ഉപയോഗിക്കുന്ന സങ്കേതങ്ങളിൽ ഏറെ പ്രധാനമാണ് അവരോഹണ ക്രമത്തിൽ

ഉപയോഗിക്കുന്ന ഈ ആറു ഞൊറി പാത. കാശ്മീര തന്ത്രത്തിൽ ശിവനെ ധ്യാനിക്കുന്നതിന് ഉപയോഗിക്കുന്ന ഈ സങ്കേതം കേരളീയ താന്ത്രിക പദ്ധതിയിൽ വിഷ്ണു, ദുർഗ്ഗാ തുടങ്ങി എല്ലാ മൂർത്തികളുടെയും ആവാഹനക്ക് ഉപയോഗിക്കുന്നു എന്ന ഒരു പ്രത്യേകത കൂടിയുണ്ട് }

ഇവിടെ സാധകൻ വൈദഗ്ധ്യമുള്ള ഒരു നെയ്ത്തുകാരനെപ്പോലെ പ്രപഞ്ചത്തിൻ്റെ ഇഴകൾ അഴിക്കുകയും വീണ്ടും തുന്നുകയും ചെയ്തുകൊണ്ട് ധ്യാനത്തിന്റെ യാത്ര ആരംഭിക്കുന്നു. ഈ ധ്യാനം ഭൗതികതയെ ആത്മീയതയുമായി ബന്ധിപ്പിക്കുന്നു എന്ന് പറയാം.

ആറ് വഴി പാത യാഥാർത്ഥ്യത്തിൻ്റെ ആറ് ആരോഹണ, അവരോഹണ തലങ്ങൾ ആണ് അനാവരണം ചെയ്യുന്നത്. ഓരോ തലത്തിലും സ്ഥൂലം, സൂക്ഷ്മം, കാരണം എന്നിങ്ങനെ മൂന്ന് ഉപതലങ്ങൾ ഉള്ള ഈ പാത അസ്തിത്വത്തിൻ്റെ സ്വഭാവത്തെക്കുറിച്ചും അതിനുള്ളിലെ നമ്മുടെ സ്ഥാനത്തെക്കുറിച്ചും ആഴത്തിലുള്ള ധാരണ സാധകന് വാഗ്ദാനം ചെയ്യുന്നു.

സാധകൻ ഇവിടെ യാഥാർത്ഥ്യത്തെ ആദ്യം വസ്തുനിഷ്ഠമെന്നും ആത്മനിഷ്ഠമെന്നും രണ്ടായി പിരിക്കുന്നു. വസ്തുനിഷ്ഠ യാഥാർത്ഥ്യം സ്ഥലവുമായി ബന്ധപ്പെട്ടതും ആത്മനിഷ്ഠ യാഥാർത്ഥ്യം ഒരേ സമയം കാലവും ഭാഷയും ആയി ബന്ധപ്പെട്ടതുമാണ്.

ഇവയെ രണ്ടിനെയും സാധകൻ വീണ്ടും സ്ഥൂലം, സൂക്ഷ്മം, സൂക്ഷ്മാൽ സൂക്ഷ്മതരമായ പരം/കാരണം എന്നിങ്ങനെ മൂന്നായി തിരിക്കുന്നു.

സ്ഥലസംബന്ധിയായ വസ്തുനിഷ്ഠയാഥാർത്ഥ്യത്തെ 'വാച്യാദ്ധ്വമെന്നും കാലസംബന്ധിയായ അല്ലെങ്കിൽ ഭാഷാസംബന്ധിയായ (ഭാഷയിലൂടെയാണ് കാലം അനുഭവവേദ്യമാകുന്നത് എന്നതുകൊണ്ട് കാല

സംബന്ധിയായതെല്ലാം ഭാഷാ സംബന്ധിയുമാണ്.) ആത്മനിഷ്ഠ യാഥാർഥ്യത്തെ വാചകാദ്ധ്യമെന്നും കാശ്മീര തന്ത്രം നാമകരണം ചെയ്യുന്നു.

സ്ഥലസംബന്ധിയായ വസ്തുനിഷ്ഠയാഥാർഥ്യത്തിന്റെ സ്ഥൂല, സൂക്ഷ്മ, കാരണ തലങ്ങളായി ഭുവനം, തത്വം, കല എന്നിങ്ങനെയും കാലസംബന്ധി അല്ലെങ്കിൽ ഭാഷാസംബന്ധിയായ യാഥാർഥ്യത്തിന്റെ സ്ഥൂല, സൂക്ഷ്മ, കാരണ തലങ്ങളായി പദം, മന്ത്രം, വർണ്ണം എന്നിങ്ങനെയും വീണ്ടും ഇഴപിരിക്കുന്നു.

(കേരളീയ ക്ഷേത്രാരാധനാ പദ്ധതിയിൽ മന്ത്രം പദം വർണ്ണം എന്നതാണ് ക്രമം.)

അവബോധത്തിന്റെ ഈ ആറ് ആരോഹണ തലങ്ങളിലൂടെ കടന്നുപോകുന്നതിലൂടെ, ഒരു സാധകൻ അജ്ഞതയുടെ മൂടുപടം കളയുകയും ദൈവികമായ ആത്മാവിനെ തിരിച്ചറിയുകയും ചെയ്യുന്നു.

"ലോകങ്ങളുടെ പാത" എന്നറിയപ്പെടുന്ന ഭുവനദ്ധ്വത്തിൽ നിന്നാണ് സാധകൻ യാത്ര ആരംഭിക്കുന്നത്.

സ്ഥലസംബന്ധിയായ വസ്തുനിഷ്ഠയാഥാർഥ്യത്തിന്റെ സ്ഥൂല തലമായ ഈ ഭുവനം നാം കാണുന്ന ഈ പ്രപഞ്ചം തന്നെയാണ്. മറ്റൊരു രീതിയിൽ പറഞ്ഞാൽ ഇന്ദ്രിയങ്ങളിലൂടെ മനസ്സിലാക്കുന്ന ലോകത്തെയാണ് ഭുവനം എന്ന പദം കൊണ്ട് സൂചിപ്പിക്കുന്നത്.

പ്രപഞ്ചോത്ഭവത്തിന് കാരണമായ 36 തത്വങ്ങളാണ് സ്ഥലസംബന്ധിയായ വസ്തുനിഷ്ഠയാഥാർഥ്യത്തിന്റെ സൂക്ഷ്മതലം. ഈ തത്വങ്ങളാണ് ഭൗതിക ലോകത്തിന് അടിത്തറയിടുന്നതും അതിനെക്കുറിച്ചുള്ള നമ്മുടെ അനുഭവത്തെ രൂപപ്പെടുത്തുന്നതും. ഇന്ദ്രിയ പ്രത്യക്ഷമായ ഭൗതികലോകത്തുനിന്ന് അതീന്ദ്രിയമായ ബോധത്തിലേക്ക് നടന്നടുക്കുന്ന സാധകൻ കയറേണ്ടുന്ന പടികളാണ് ഈ

തത്വങ്ങൾ.

അവയെക്കുറിച്ച് വിശദമായി മുമ്പ് വിവരിച്ചതുകൊണ്ട് ഇവിടെ ചർച്ച ചെയ്യുന്നില്ല.

ഈ 36 തത്വങ്ങളെ ഉൾക്കൊള്ളുന്ന 5 കലകളാണ് സ്ഥലസംബന്ധിയായ വസ്തുനിഷ്ഠയാഥാർഥ്യത്തിന്റെ കാരണ തലം. സ്ഥലസംബന്ധിയായ വസ്തുനിഷ്ഠയാഥാർഥ്യത്തിന്റെ അതായത് നാം കാണുന്ന ഈ ദൃശ്യപ്രപഞ്ചത്തിന്റെ ഏറ്റവും സൂക്ഷ്മമായ വശത്തെ പ്രതിനിധീകരിക്കുന്ന പ്രാപഞ്ചിക ഉർജ്ജങ്ങളുടെ തലമാണിത്.

ആദ്യത്തെ കലയായ ശാന്ത്യതീത കലയിൽ ആദ്യത്തെ തത്വമായ ശിവ തത്വം വരുന്നു. രണ്ടാമത്തെ കലയായ ശാന്തി കലയിൽ ശക്തി തത്വം മുതൽ ശുദ്ധ വിദ്യാ തത്വം വരെയുള്ള നാല് തത്വങ്ങൾ അടങ്ങിയിരിക്കുന്നു. മൂന്നാമത്തെ കലയായ വിദ്യാ കലയിൽ മായാ തത്വം മുതൽ പുരുഷതത്വം വരെയുള്ള ഏഴ് തത്വങ്ങളും നാലാമത്തെ കലയായ പ്രതിഷ്ഠാകലയിൽ പ്രകൃതി തത്വം മുതൽ ജലതത്വം വരെയുള്ള 23 തത്വങ്ങളും അടങ്ങിയിരിക്കുന്നു. അഞ്ചാമത്തെ കലയായ നിവൃത്തികലയിൽ അവസാനത്തെ തത്വമായ പൃഥ്വീ തത്വം അടങ്ങിയിരിക്കുന്നു.

രണ്ടാമത്തെ അടരായ ആത്മനിഷ്ഠ യാഥാർഥ്യം ഒരേ സമയം കാലസംബന്ധിയും ഭാഷാസംബന്ധിയുമാണ്.

ഹിന്ദു ദർശനത്തിൽ ഭാഷക്ക് വൈഖരി, മാദ്ധ്യമ, പശ്യന്തി, പര എന്നിങ്ങനെ നാല് അവസ്ഥകളുണ്ട്. പര എന്നത് യഥാർഥത്തിൽ അവസ്ഥാതീതമായതുകൊണ്ട് അത് ഒഴിവാക്കിയാൽ ബാക്കി മൂന്ന് അവസ്ഥകളാണ് പ്രായോഗികമായി ഉള്ളത്. ഈ പറഞ്ഞതിൽ ഓരോ തലവും അതിന് മുന്നത്തെതിനേക്കാൾ സൂക്ഷ്മവും ആന്തരികവുമാണ്.

നമ്മുടെ വായിലൂടെ പുറത്തുവരുന്നതുമായ ഭാഷയുടെ സ്ഥൂലരൂപമാണ് വൈഖരി. ഭാഷയുടെ ഈ സ്ഥൂലരൂപം ഏറ്റവും ഉപരിപ്ലവമാണെങ്കിലും . വൈഖരിയുടെ സിംഫണിയാണ് നമ്മുടെ സംഭാഷണങ്ങളെ രൂപപ്പെടുത്തുന്നതും ചുറ്റുമുള്ള ലോകവുമായി സംവദിക്കാൻ സഹായിക്കുന്നതും.

അതുപോലെ തന്നെ വൈഖരിയിൽ ഉപയോഗിക്കുന്ന പദങ്ങളുടെ ശ്രേണീ ബന്ധമാണ് നമ്മുടെ കാലബോധത്തെ രൂപപ്പെടുത്തുന്നത്. "ഞാൻ പോകും" "ഞാൻ പോയി" എന്നീ രണ്ട് വാചകങ്ങളിൽ എങ്ങിനെയാണ് ഭാഷ നമ്മുടെ കാലബോധത്തെ രൂപപ്പെടുത്തുന്നത് എന്ന് നോക്കൂ. അതുകൊണ്ടാണ് കാലസംബന്ധിയായതെല്ലാം ഭാഷാസംബന്ധിയുമാണ് എന്ന് പറയുന്നത്.

വൈഖരിയിൽ നാം ഉച്ചരിക്കുന്ന പദങ്ങൾ അല്ലെങ്കിൽ വാക്കുകൾ ഏതെങ്കിലും ഒരു വസ്തുവിനെ അല്ലെങ്കിൽ ആശയത്തെ പ്രതിനിധീകരിക്കുന്നു. ഉദാഹരണമായി നാം മരം എന്ന് പറയുമ്പോൾ മരമെന്ന വസ്തുവിനേയോ അല്ലെങ്കിൽ മരമെന്ന ആശയത്തെയോ ആണ് പ്രതിനിധീകരിക്കുന്നത്. ഈ വൈഖരിയാണ് വാചകാദ്ധ്വത്തിന്റെ ഏറ്റവും സ്ഥൂലമായ പദമായി ഷഡധ്വ ധ്യാനത്തിൽ പറഞ്ഞിരിക്കുന്നത്.

ഭാഷയുടെ രണ്ടാമത്തെ തലം മദ്ധ്യമയാണ്. മദ്ധ്യമ എന്നാൽ നമ്മുടെ മനസ്സിന്റെ ആഴങ്ങളിൽ സദാ സംഭവിച്ചുകൊണ്ടിരിക്കുന്ന നിശബ്ദമായ ആത്മഭാഷണങ്ങളുടെ അന്തമില്ലാത്ത പ്രവാഹത്തെയാണ് സൂചിപ്പിക്കുന്നത്. അവിടെ നാം ഉപയോഗിക്കുന്ന ആന്തരിക ഭാഷക്ക് ഏതെങ്കിലും കൃത്യമായ വസ്തുവുമായോ ആശയമായോ പ്രത്യക്ഷ ബന്ധം ഉണ്ടായിക്കൊള്ളണമെന്നില്ല.

സമുദ്രത്തിന്റെ ഉപരിതലത്തിനടിയിലൂടെ ഒഴുകുന്ന പ്രവാഹങ്ങൾ പോലെ, ഈ ആത്മഭാഷണങ്ങൾ മനസ്സിന്റെ

അഗാധതയിലൂടെ സദാ ഒഴുകിക്കൊണ്ടിരിക്കുകയാണ്. ഉപബോധമനസ്സിന്റെ ഈ ഭാഷയെയാണ് മന്ത്ര ധ്യാനത്തിലൂടെ നാം അഭിസംബോധന ചെയ്യുന്നത്.

മദ്ധ്യമയേക്കാൾ സൂക്ഷ്മമാണ് അടുത്തുവരുന്ന പശ്യന്തി. പശ്യന്തിയുടെ തലത്തിൽ ഭാഷ വാക്കുകളുടെയും ചിന്തകളുടെയും അതിരുകൾ മറികടക്കുന്നു. നമ്മുടെ ബോധത്തിന്റെ പൂന്തോട്ടത്തിൽ ഉൾക്കാഴ്ചകളും വെളിപാടുകളും വിടരുന്ന ശുദ്ധമായ അവബോധത്തിന്റെ തലമാണിത്. ഭൂമിയുടെ ആഴങ്ങളിൽ നിന്ന് ഉയരുന്ന നീരുറവ പോലെ, ബോധപൂർവമായ ചിന്തകൾ രൂപപ്പെടുന്നതിന് മുമ്പ് തന്നെ, ജ്ഞാനത്തിന്റെ ആഴത്തിലുള്ള കിണറ്റിൽ നിന്ന് ചിലപ്പോൾ ഉൾക്കാഴ്ചകൾ ഉയർന്നുവരുന്നു. ചിന്തയെ സംസാരത്തിലോ ലിപിയിലോ ക്രിസ്റ്റലൈസ് ചെയ്യുന്നതിനുമുമ്പ് ഉടലെടുക്കുന്ന നിശബ്ദമായ അറിവിന്റെ തലമാണിത്.

ഉൾക്കാഴ്ചകൾ ഉണർത്തുന്ന അബോധമനസ്സിന്റെ ഈ ഭാഷയാണ് വാചകാദ്ധ്വത്തിന്റെ സൂക്ഷ്മാൽ സൂക്ഷ്മതരമായ വർണമായി പറഞ്ഞിരിക്കുന്നത്. സുസ്ഥിരമായ ധ്യാനത്തിലൂടെ സാധകൻ ഷഡധ്വത്തിലൂടെ ആരോഹണം ചെയ്യപ്പെമ്പോൾ സ്ഥലവും (Space) കാലവും (Time) അവയുടെ മിഥ്യാ സ്വഭാവം വെളിപ്പെടുത്തുന്നു.

ഭുവനം എന്ന ആദ്യ തലത്തിൽ നിന്ന് യാത്ര ആരംഭിക്കുന്ന സാധകൻ യാത്രയുടെ അവസാനം ഈ ആറ് തലങ്ങളും അസ്തിത്വത്തിൻ്റെ ആറ് അടരുകൾ മാത്രമാണെന്ന് മനസ്സിലാക്കുന്നു.

ഈ ധ്യാനത്തിന്റെ അവസാനം ആറുവഴി പാതയുടെ കൊടുമുടിയിൽ ഒരു സാധകൻ എത്തുമ്പോൾ ശാശ്വതവും അനന്തവുമായ സ്വഭാവത്തെക്കുറിച്ച് ബോധവാനാകുകയും അതോടെ അജ്ഞതയുടെ മൂടുപടങ്ങൾ അഴിഞ്ഞുവീഴുകയും

ആത്യന്തിക യാഥാർത്ര്യമായുള്ള ഐക്യം അനുഭവപ്പെടുകയും ചെയ്യുന്നു.

അപ്പോൾ ബോധത്തിൻ്റെ അതിരുകളില്ലാത്തതും പരസ്പരബന്ധിതവുമായ ഒരു വർണ്ണശബളമായി അയാൾ യാഥാർഥ്യത്തെ മനസിലാക്കുന്നു. അയാളുടെ അസ്തിത്വം ഇപ്പോൾ കേവലം ഭൗതികയിൽ ഒതുങ്ങുന്നില്ല.

ചിന്തകളെ അവബോധത്തിന് മുകളിലൂടെ പോകുന്ന കാർമേഘങ്ങളായി കാണാൻ അയാൾക്ക് കഴിയുന്നതുകൊണ്ട് അയാൾ ഒരു ചിന്തയിലും ഇപ്പോൾ കടിച്ചുതൂങ്ങുന്നില്ല.

അയാളെ സംബന്ധിച്ചിടത്തോളം സുഖവും ദുഖവും ചൂടും തണുപ്പും മാറ്റവും മാറ്റമില്ലായ്മയും എല്ലാം ഒരുപോലെ അസ്തിത്വത്തിന്റെ ആഘോഷങ്ങളായി മാറുന്നു. അത്തരത്തിലൊരാൾ സാധനയുടെ അടുത്ത പടിയായ ശാക്തോപായ സാധനക്ക് യോഗ്യനും അധികാരിയുമായി തീരുന്നു.

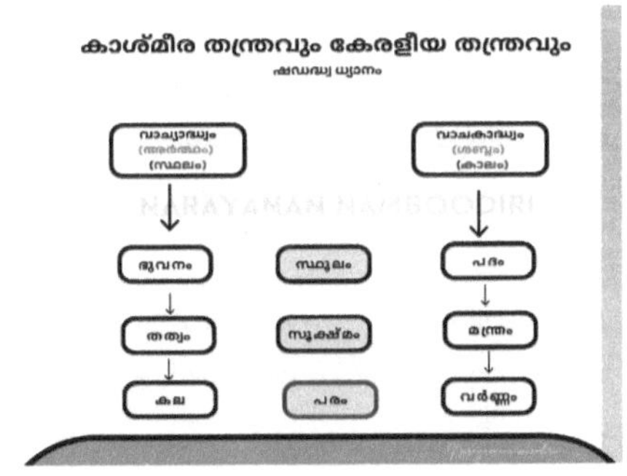

10

ആധുനിക ശാസ്ത്രവും കാശ്മീര തന്ത്രവും

നാം അധിവസിക്കുന്ന ഈ പ്രപഞ്ചത്തെ കുറിച്ചുള്ള അന്വേഷണം ആദിമ മനുഷ്യർ മുതൽ അനസ്വീതം നടന്നുവരുന്ന ഒന്നാണ്.

ഏകദേശം ആയിരത്തിൽ പരം വർഷങ്ങൾക്ക് മുമ്പ് ഉടലെടുത്ത കാശ്മീര തന്ത്രത്തിന്റെ പ്രാപഞ്ചിക വീക്ഷണവും ആധുനിക ശാസ്ത്രത്തിന്റെ കോസ്മോളജി, ക്വാണ്ടം തുടങ്ങിയ മേഖലകളിലെ ശാസ്ത്രീയ കണ്ടുപിടിത്തങ്ങളും യാഥാർത്ഥ്യത്തിന്റെ വ്യത്യസ്ത ചിത്രങ്ങളാണോ കാഴ്ചവെക്കുന്നത്?

കശ്മീര തന്ത്രത്തിന്റെ പുരാതനവും സമ്പന്നവുമായ പ്രാപഞ്ചിക വീക്ഷണത്തെ ആധുനിക ശാസ്ത്രത്തിന്റെ സങ്കീർണമായ വീക്ഷണത്തോട് താരതമ്യം ചെയ്യാൻ കഴിയുമോ?

നിങ്ങൾ രണ്ട് ജനാലകളുള്ള ഇരുണ്ട മുറിയിലാണെന്ന് സങ്കൽപ്പിക്കുക. ഒരു ജാലകത്തിലൂടെ ആധുനിക ശാസ്ത്രത്തിന്റെ കാഴ്ചപ്പാടിലൂടെ നിങ്ങൾ പ്രപഞ്ചത്തെ നക്ഷത്രങ്ങളുടെയും ഗാലക്സികളുടെയും വിശാലമായ ഒരു സമുദ്രമായി കാണുന്നു. മറ്റൊരു ജാലകത്തിലൂടെ അതായത്

കാശ്മീര തന്ത്രത്തിന്റെ കാഴ്ചപ്പാടിലൂടെ പ്രപഞ്ചത്തെ ഊർജ്ജത്തിന്റെ ഊർജ്ജസ്വലമായ ഒരു നൃത്തമായി നിങ്ങൾ കാണുന്നു.

അവിടെ ഓരോ നക്ഷത്രവും ഗാലക്സിയും ഒരു മഹത്തായ പ്രാപഞ്ചിക നൃത്തത്തിന്റെ ഭാഗമാണ്. ആദ്യത്തേത് ഗണിതത്തിന്റെ ജനലപ്പാളിയാണ്, മറ്റേത് ആധ്യാത്മികതയുടെ ജനലപ്പാളിയാണ്.

നമുക്കവയിലൂടെ ഒന്ന് നോക്കിയാലോ?

• **ആധുനിക കോസ്മോളജിയും കാശ്മീര തന്ത്രവും**

ക്ഷീരപഥത്തോട് ഏറ്റവും അടുത്തുകിടക്കുന്ന ഗാലക്സിയായ കാനിസ് മേജർ ഡ്വാർഫ് നമ്മുടെ സൗരയൂഥത്തിൽ നിന്ന് ഏകദേശം 25,000 പ്രകാശവർഷം അകലെയാണ്. ഭൂമിയിൽ നിന്ന് ഏറ്റവും അകലെയുള്ള ഗാലക്സിയായ GNz ഗാലക്സിയാകട്ടെ ഏകദേശം 11 13.4 ബില്യൺ പ്രകാശവർഷം അകലെയാണ്.

അതായത് നമ്മൾ പ്രകാശവേഗതയിൽ യാത്ര ചെയ്യുകയാണെങ്കിൽ നമ്മുടെ അയലപ്ക്കത്തെ ഗാലക്സിയിലെത്താൻ 25000 വർഷവും ഏറ്റവും അകലെ കണ്ടുപിടിക്കപ്പെട്ടിട്ടുള്ള ഗാലക്സിയിലെത്താൻ 13.4 ബില്യൺ വർഷവുമെടുക്കുമെന്നർത്ഥം.

എത്രയും ബൃഹത്തായ ഈ പ്രപഞ്ചം എന്നുണ്ടായെന്നോ എങ്ങിനെ ഉണ്ടായെന്നോ അറിയാമോ? ഇപ്പോഴും അറിയില്ല എന്നതാണ് സത്യം. പ്രപഞ്ചോല്പത്തിയെക്കുറിച്ച് ഇന്ന് നിരവധി ശാസ്ത്രീയ സിദ്ധാന്തങ്ങൾ നിലവിലുണ്ടെങ്കിലും ശാസ്ത്രലോകത്തിൽ പൊതുസമ്മതി നേടിയ സിന്ധാന്തം മഹാവിസ്ഫോടന സിദ്ധാന്തമാണ് (Bing Bang Theory).

• **മഹാവിസ്ഫോടന സിദ്ധാന്തം:(Bing bang Theory)**

മുമ്പ് പറഞ്ഞതുപോലെ പ്രപഞ്ചത്തിന്റെ ഉത്ഭവത്തെക്കുറിച്ചുള്ള ഏറ്റവും വ്യാപകമായി അംഗീകരിക്കപ്പെട്ട സിദ്ധാന്തമാണ് ബിഗ് ബാങ് തിയറി എന്നറിയപ്പെടുന്ന മഹാ വിസ്ഫോടന സിദ്ധാന്തം.

ഏകദേശം 13.8 ബില്യൺ വർഷങ്ങൾക്ക് മുമ്പ്, അനന്തമായ സാന്ദ്രതയുടെയും താപനിലയുടെയും ഒരു ബിന്ദുവായി [singularity] പ്രപഞ്ചം ആരംഭിച്ചുവെന്ന് ബിഗ് ബാങ് തിയറിയുടെ പ്രയോക്താക്കൾ പറയുന്നു. ഈ ഏകത്വം പിന്നീട് inflation എന്നറിയപ്പെടുന്ന ഒരു പ്രക്രിയയിലൂടെ അതിവേഗം വികസിച്ച് ഇന്ന് നാം കാണുന്ന ഈ പ്രപഞ്ചമായിത്തീർന്നു എന്നാണവർ പറയുന്നത്.

മഹാവിസ്ഫോടനത്തിന് മുമ്പ് എന്താണ് സംഭവിച്ചതെന്നോ അതിന് കാരണമായത് എന്താണെന്നോ വിശദീകരിക്കുന്നില്ല എന്നുള്ളതാണ് ഈ സിദ്ധാന്തത്തിന് നേരിടേണ്ടിവരുന്ന ഏറ്റവും ഗൗരവതരമായ വിമർശനം.

നോക്കൂ, ഇന്ന് ശാസ്ത്ര സമ്മിതിയുള്ള ഈ സിന്ധ്ധാന്തം ഗണിതശാസ്ത്രപരമായി നിർദ്ധാരണം ചെയ്യാൻ കഴിഞ്ഞേക്കുമെങ്കിലും പ്രായോഗികമായി പരീക്ഷിക്കാൻ കഴിയാത്തതുകൊണ്ട് ഭാഷയിലൂടെ അവ വിശദീകരിക്കപ്പെടുമ്പോൾ അത് യുക്തിരഹിതമായ കേവലമൊരു തത്വചിന്ത മാത്രമായി സാധാരണക്കാരന് തോന്നിയേക്കാം.

മഹാവിസ്ഫോടനത്തിന്റെ മുൻപുള്ള പ്രപഞ്ചത്തിന്റെ അവസ്ഥയെക്കുറിച്ച് ശാസ്ത്രജ്ഞർ വിവരിക്കുന്നത് ശ്രദ്ധിച്ചാൽ ഋഗ്വേദത്തിലെ നാസദീയ സൂക്തമാണ് പലപ്പോഴും എനിക്ക് ഓർമ്മ വരാറുള്ളത്. അത്രത്തോളം സാമ്യമുണ്ട് അവ രണ്ടിനും.

പ്രപഞ്ചോല്പത്തിക്ക് മുൻപുള്ള പ്രപഞ്ചത്തിന്റെ അവസ്ഥയെ (Singularity) ശാസ്ത്രം എങ്ങിനെയാണ്

വിശദീകരിക്കുന്നത് എന്ന് നോക്കൂ;

"അത് അനന്തമായ സാന്ദ്രതയുടെയും ഗുരുത്വാകർഷണത്തിന്റെയും താപനിലയുടെയും ഒരു ബിന്ദുവാണ്. സ്ഥലവും സമയവും നിലവിലില്ലാത്തതും പ്രപഞ്ചത്തിലെ എല്ലാ ദ്രവ്യവും ഊർജ്ജവും ഒരൊറ്റ ബിന്ദുവിൽ കേന്ദ്രീകരിക്കപ്പെടുന്നതുമായ സ്ഥലമാണിത്. അവിടെ നമുക്കറിയാവുന്ന ഭൗതികശാസ്ത്ര നിയമങ്ങളെല്ലാം തകരുന്നു. ഈ സിംഗുലാരിറ്റി ഒരു നിഗൂഢതയാണ്, അത് വിസ്മയത്തിന്റെ ഉറവിടമാണ്. പ്രപഞ്ചം വിശാലവും നിഗൂഢവുമായ ഒരു സ്ഥലമാണെന്നും നമ്മൾ അത് മനസ്സിലാക്കാൻ തുടങ്ങിയിട്ടേയുള്ളൂ എന്നും ഉള്ള ഒരു ഓർമ്മപ്പെടുത്തലാണ്."

ഇനി നാസദീയ സൂക്തം എങ്ങിനെയാണ് വിവരിക്കുന്നതെന്ന് നോക്കൂ.

"അന്ന് അസത്ത് ഇല്ലായിരുന്നു, സത്തും ഇല്ലായിരുന്നു; ആകാശഭൂമികളും ഇല്ലായിരുന്നു. ആകാശസ്ഥിതങ്ങളായ സപ്തലോകങ്ങളും ഇല്ലായിരുന്നു. അപ്പോൾ ആരവിടെ വസിച്ചിരുന്നു? ബ്രഹ്മാണ്ഡം എവിടെയായിരുന്നു? ഗംഭീരമായ ജലം എവിടെയായിരുന്നു? അന്ന് അമൃതത്വവും മൃതത്വവും ഇല്ലായിരുന്നു. ആത്മാവിനെ അവലംബിച്ച് ശ്വാസോച്ഛ്വാസം ചെയ്യുന്ന ഏകമായ ബ്രഹ്മം മാത്രമുണ്ടായിരുന്നു. അതൊഴികെ എല്ലാം ശൂന്യമായിരുന്നു."

ഇങ്ങനെ വിവരിച്ച് പോയതിന് ശേഷം അവസാനം ചോദിക്കുന്നു.

"പ്രകൃതിയുടെ തത്വം ആർക്കും അറിയുന്നില്ലെങ്കിൽ ആർക്കതിനെ വിവരിക്കാൻ സാധിക്കും? ഈ സൃഷ്ടിയുടെ ഉത്ഭവകരണം എന്ത്? വിഭിന്നങ്ങളായ സൃഷ്ടികൾ ഏത് ഉപാദാനകരണത്തിൽ നിന്നും പ്രകടമായി? .... ആരിവയെ സൃഷ്ടിച്ചു? ഈ സൃഷ്ടികളുടെ സ്വാമി ഇവയുടെ രചനയെ കുറിച്ച് അറിയുന്നുണ്ടാവണം.. ഒരു പക്ഷെ അവനും അറിയുന്നില്ലായിരിക്കുമോ?"

എത്ര സമാനമാണ് മുകളിലുദ്ധരിച്ച ശാസ്ത്രീയ വിശദീകരണവും ആത്മീയമായ വിശദീകരണവും?

ആദ്യത്തെ വിശദീകരണത്തിൽ സിംഗുലാരിറ്റി, ഗ്രാവിറ്റി തുടങ്ങിയ ശാസ്ത്രീയ പദങ്ങൾ ഉള്ളതുകൊണ്ടുമാത്രമാണ് നമുക്ക് അത് ശാസ്ത്രീയ വിശദീകരണമാണ് എന്ന് മനസ്സിലാക്കാനാവുന്നത്. ഇല്ലങ്കിൽ നാസദീയ സൂക്തത്തിൽ നിന്നും അത് എങ്ങിനെയാണ് വ്യത്യസ്തമാകുന്നത്?

ഇത്രയും സമാനമെന്ന് തോന്നുന്ന ഒരു ബോധതലത്തിൽ നിന്നുകൊണ്ടാണ് നാം കാശ്മീര തന്ത്ര ദർശനത്തെ വിശദീകരിക്കാൻ പോകുന്നത് എന്ന് ഒന്നുകൂടി സ്മരിച്ചുകൊണ്ട് നമുക്ക് കാശ്മീര തന്ത്രത്തിന്റെ കിളിവാതിലിലൂടെ ഒന്ന് നോക്കിയാലോ?

യാഥാർത്ഥ്യത്തിന്റെയും നമ്മുടെ ലോകത്തിന്റെയും സ്വഭാവത്തെക്കുറിച്ച് ആധുനിക ശാസ്ത്രത്തിൽ നിന്ന് അല്പം വ്യത്യസ്തമായ മറ്റൊരു പ്രകാശമാനമായ വീക്ഷണം പ്രധാനം ചെയ്യുന്ന ദാർശനിക സിദ്ധാന്തമാണ് കാശ്മീരി തന്ത്ര ദർശനത്തിലെ ആഭാസവാദം.

കാശ്മീരി താന്ത്രികരെ സംബന്ധിച്ചിടത്തോളം ശങ്കരാദ്വൈതികൾ വാദിക്കുന്നതുപോലെ ഈ പ്രപഞ്ചം കേവലം മിഥ്യയല്ല. എന്നാൽ ക്ലാസിക്കൽ ശാസ്ത്രം അവകാശപ്പെടുന്നതുപോലെ ഒരു മഹാവിസ്ഫോടനത്തിലൂടെ ശൂന്യതയിൽ നിന്ന് അപ്രതീക്ഷിതമായി ഉത്ഭവിച്ചതുമല്ല.

മറിച്ച് ആത്യന്തിക യാഥാർത്ഥ്യമായ ശിവന്റെ {ഈ ശിവനെ നിങ്ങൾക്കെന്തുപേരിലും വിളിക്കാം; വിഷ്ണുവെന്നോ അല്ലാഹുവെന്നോ കർത്താവെന്നോ ശുദ്ധബോധമെന്നോ എന്തുപേരിലും} പ്രതിഫലനമാണ് എന്നാണ് ശൈവ തന്ത്രം പറയുന്നത്. ആ യഥാർത്ഥ സ്വത്വം തിരിച്ചറിയാലാണ് പ്രത്യഭിജ്ഞാ (തിരിച്ചറിവ്) എന്നതുകൊണ്ട് ഉദ്ദേശിക്കുന്നത്.

കമ്പ്യൂട്ടർ സിമുലേഷന്റെ ഉദാഹരണത്തിലൂടെ കാശ്മീര തന്ത്ര ദർശനത്തെ കൂടുതൽ എളുപ്പത്തിൽ മനസിലാക്കാം.

ഒരു കമ്പ്യൂട്ടർ സിമുലേഷൻ സങ്കൽപ്പിക്കുക. ഭൗതിക ലോകം യഥാർത്ഥമായിരിക്കുന്ന അതേ അർത്ഥത്തിൽ കമ്പ്യൂട്ടർ സിമുലേഷനിൽ കാണുന്ന വെർച്വൽ ലോകം യഥാർത്ഥമല്ല. എന്നിരുന്നാലും, വെർച്വൽ ലോകം കമ്പ്യൂട്ടറിന്റെ പ്രോഗ്രാമിംഗിന്റെയും പ്രോസസ്സിംഗ് ശക്തിയുടെയും പ്രകടനമാണ് എന്ന നിലക്ക് യഥാർത്ഥമാണ് താനും.

കാശ്മീര തന്ത്ര ദർശനമനുസരിച്ച് ഈ പ്രപഞ്ചം ശിവന്റെ ഒരു കമ്പ്യൂട്ടർ സിമുലേഷനാണ് എന്ന് ആലങ്കാരികമായി പറയാം. പരമ യാഥാർത്ഥ്യമായ ശിവൻ (ശുദ്ധബോധം) യഥാർത്ഥമായിരിക്കുന്നതുപോലെ ഈ പ്രപഞ്ചം യഥാർത്ഥമല്ലെങ്കിലും പ്രപഞ്ചം ശിവന്റെ ശക്തിയുടെയും ബോധത്തിന്റെയും പ്രകടനമാണ് എന്നതുകൊണ്ട് യാഥാർത്ഥമാണ്.

കമ്പ്യൂട്ടർ സിമുലേഷനിലെ വെർച്വൽ ലോകം കമ്പ്യൂട്ടറിന്റെ പ്രോഗ്രാമിംഗിന്റെ പ്രതിഫലനമായിരിക്കുന്നതു കൊണ്ട് യാഥാർത്ഥമായിരിക്കുന്നതുപോലെ പോലെ ഈ പ്രപഞ്ചം ശിവന്റെ പ്രതിഫലനമായിരിക്കുന്നതുകൊണ്ട് യഥാർത്ഥമാണ് എന്നർത്ഥം.

- ### ക്വാണ്ടം ഫിസിക്സും കാശ്മീരി തന്ത്രവും

ഒരു സാധാരണക്കാരനെ സംബന്ധിച്ചിടത്തോളം ക്വാണ്ടം ഫിസിക്സിന്റെ ലോകം ആത്മീയ ലോകം പോലെത്തന്നെ നിഗൂഢമാണ്. ക്വാണ്ടം ഫിസിക്സിന്റെ നിഗൂഢത വ്യക്തമാക്കാനായി പ്രമുഖ ഭൗതികശാസ്ത്രജ്ഞനായ നീൽസ് ബോർ ഒരിക്കൽ പറഞ്ഞു.

> "ക്വാണ്ടം ഫിസിക്സ് നിങ്ങളെ ഞെട്ടിക്കുന്നില്ലെങ്കിൽ നിങ്ങൾക്കത് മനസ്സിലായില്ലെന്നർത്ഥമാണ്" എന്ന്.

അതായത് മനുഷ്യന്റെ സാമാന്യ യുക്തിയെ വെല്ലുവിളിക്കുന്നതാണ് ക്വാണ്ടം ഫിസിക്സിന്റെ ഓരോ നിഗമനങ്ങളും എന്നർത്ഥം. ഉദാഹരണത്തിന് പ്രപഞ്ചത്തെ കുറിച്ചുള്ള നമ്മുടെ ചിന്താഗതിയെ മാറ്റിമറിച്ച ഒരു പരീക്ഷണമാണ് ക്വാണ്ടം ഫിസിക്സിലെ ഡബിൾ സ്ലിറ്റ് എക്സ്പെരിമെന്റ്.

എന്താണവിടെ സംഭവിച്ചത്?

രണ്ട് ചെറിയ വിള്ളലുകളിലൂടെ ശാസ്ത്രജ്ഞർ ഒരു ഭിത്തിയിൽ പ്രകാശകിരണം പ്രതിഫലിപ്പിക്കുന്നു. സാധാരണ നിലയിൽ ഭിത്തിയിൽ വെളിച്ചത്തിന്റെ രണ്ട് വരകൾ/വരികൾ ഉണ്ടാകുമെന്ന് അവർ കരുതി. പക്ഷേ അങ്ങിനെ അല്ല സംഭവിക്കുന്നത്, മറിച്ച് ജലാശയത്തിൽ അലകൾ

ഉണ്ടാകുന്നതുപോലെ അവിടെ തരംഗ രൂപം സൃഷ്ടിക്കപ്പെടുകയാണ്.

പ്രകാശത്തിന് തരംഗരൂപമാണോ? അവർ സംശയിച്ചു.

എന്നാൽ പിന്നീട്, കാര്യങ്ങൾ ശരിക്കും വിചിത്രമാവുകയാണ്. വിള്ളലുകളിലൂടെ കടന്നുപോകുന്ന പ്രകാശത്തെ നിരീക്ഷിക്കാനായി ശാസ്ത്രജ്ഞർ ഒരു നിരീക്ഷണ സംവിധാനം ഏർപ്പെടുത്തുകയും പരീക്ഷണം തുടരുകയും ചെയ്തു. അപ്പോൾ അത് വ്യത്യസ്തമായി പ്രവർത്തിക്കാൻ തുടങ്ങുകയും തരംഗരൂപത്തിനു പകരം പ്രകാശത്തിന്റെ രണ്ട് വരകൾ/വരികൾ അവിടെ നിർമ്മിതമാകുകയും ചെയ്യുന്നു.

അതായത് നിരീക്ഷിക്കാൻ തുടങ്ങിയപ്പോൾ പ്രകാശം കണികകളുടെ സ്വഭാവം കാണിക്കുന്നു. താൻ നിരീക്ഷിക്കപൈടുന്നുണ്ട് എന്ന് വെളിച്ചം അറിയുകയും അതിനനുസരിച്ച് സ്വഭാവം മാറ്റുകയും ചെയ്യുന്നതുപോലെ!

എന്താണിത് അർത്ഥമാക്കുന്നത്. നമ്മൾ നിരീക്ഷിക്കാത്തപ്പോൾ പ്രകാശത്തിന് തരംഗസ്വഭാവമാണ് (Energy). നമ്മൾ നിരീക്ഷിക്കുമ്പോൾ പ്രകാശം കണികാസ്വഭാവം (Matter) കാണിക്കുന്നു. അതായത് നിരീക്ഷിക്കപ്പെടുമ്പോൾ ഊർജ്ജം വസ്തുവായിത്തീരുന്നു.

ദൈനംദിന ജീവിതത്തിലേക്ക് വന്നാൽ ഇതിന്റെ പ്രത്യാഘാതങ്ങൾ എന്തൊക്കെയാണ്? അതിലളിതവൽക്കരിച്ച് പറയുകയാണെങ്കിൽ ഇങ്ങനെ സംഗ്രഹിക്കാം; നാം നിരീക്ഷിക്കുമ്പോഴാണ് ഈ പ്രപഞ്ചം ഭൗതികവസ്തുവാകുന്നത്, അല്ലാത്തപ്പോൾ ഈ പ്രപഞ്ചം തരംഗരൂപത്തിലുള്ള ഊർജ്ജം മാത്രമാണ്.

ചുരുക്കത്തിൽ ക്വാണ്ടം ലോകത്തിൽ വസ്തുനിഷ്ഠത ആത്മനിഷ്ഠത എന്നീ വിഭജനങ്ങൾക്ക് പ്രസക്തിയില്ലെന്നും നമ്മുടെ ലോകത്തെ നമ്മുടെ കാഴ്ചയെ നിശ്ചയിക്കുന്നതിൽ

നമ്മളും ഒരു പങ്ക് വഹിക്കുന്നുണ്ടെന്നർത്ഥം.

നമുക്ക് പുറത്തുള്ള ഒരു ലോകത്തിൽ ജീവിക്കുയല്ല മറിച്ച് നമ്മുടെ ചിന്തകളും വിശ്വാസങ്ങളും ഉപയോഗിച്ച് ഈ ലോകത്തെ സൃഷ്ടിക്കുക കൂടിയാണ് എന്നാണ്. നമ്മൾ സൃഷ്ടാക്കളാണ്, കലാകാരന്മാരാണ്, നമ്മളുടെ ചിന്തകൾ ഈ ലോകത്തെ സൃഷ്ടിക്കുകയും വർണ്ണാഭമാക്കുകയും ചെയ്യുന്ന ബ്രഷുകളാണ്.

നിത്യ ചൈതന്യയതി നിരീക്ഷിച്ചതുപോലെ,

"ഇവിടെ {പ്രപഞ്ചരചനയിൽ} ചിത്രകാരൻ കാൻവാസിന് പുറമെനിന്ന് വരക്കുകയല്ല, ബോധമുള്ള ഒരു ക്യാൻവാസ് അതിന്റെ ഇഴയുടെ ഉള്ളിൽ നിന്നുതന്നെ നിരന്തരമായി ഓരോ ചിത്രത്തെ പ്രസവിച്ചുകൊണ്ടിരിക്കുകയാണ്."

ഇതുതന്നെ നോബൽ ജേതാവായ വുൾഫ് ഗാങ് പൗലി പറയുമ്പോൾ അദ്ദേഹം എത്രമാത്രം ആധ്യാത്മികതയോട് പ്രത്യേകിച്ച് കാശ്മീരി തന്ത്രത്തോട് അടുത്തുവരുന്നുണ്ട് എന്ന് നോക്കൂ.

അദ്ദേഹം പറയുന്നു,

"ഹൃദയസ്ഥാനത്തു നിന്നും ഉല്പതിക്കുന്ന ബോധം പ്രായേണ ബാഹ്യവിഷയങ്ങളിൽ സംക്രമിച്ച് ബാഹ്യലോകമായി മാറുന്നു"

ഇതുതന്നെയല്ലേ "ശിവൻ സ്വയം പ്രതിബിംബിച്ച് ഈ പ്രപഞ്ചമായി മാറുന്നുവെന്ന് പറയുമ്പോൾ" കാശ്മീര തന്ത്രവും അർത്ഥമാക്കുന്നത്? വ്യത്യസ്ത ഭാഷകളും സമീപനങ്ങളും ഉണ്ടെങ്കിലും, കശ്മീര തന്ത്രവും ആധുനിക ശാസ്ത്രവും ഒരു പൊതു ലക്ഷ്യം പങ്കിടുന്നുണ്ട് :

യാഥാർത്ഥ്യത്തിന്റെ സ്വഭാവവും അതിനുള്ളിലെ നമ്മുടെ സ്ഥാനവും മനസ്സിലാക്കുക. ആധുനിക ഭൗതികശാസ്ത്രം പ്രപഞ്ചത്തെ വിവരിക്കാൻ ഗണിതശാസ്ത്രത്തിന്റെ ഭാഷ ഉപയോഗിക്കുമ്പോൾ, കാശ്മീര തന്ത്രം ആത്മീയതയുടെ ഭാഷയാണ് ഉപയോഗിക്കുന്നത് എന്ന വ്യത്യാസം മാത്രമേ ഉള്ളൂ.

മുമ്പ് പറഞ്ഞതുപോലെ നമുക്ക് യാഥാർത്ഥ്യത്തെ വീക്ഷിക്കാൻ ഉള്ള രണ്ട് ജനലുകളാണ് ഇവ.

ക്വാണ്ടം ഫിസിക്സ് ശാസ്ത്രത്തിലും സാങ്കേതികവിദ്യയിലും വിപ്ലവം സൃഷ്ടിച്ചുകൊണ്ട് മനുഷ്യന്റെ ഭൗതിക ജീവിതം അനായാസമാക്കുന്നതുപോലെ തന്ത്രം മുന്നോട്ട് വെക്കുന്ന ആധ്യാത്മിക ധ്യാന പദ്ധതികൾ മനുഷ്യന്റെ മാനസികാരോഗ്യത്തിലും മനസികോന്നതിയിലും പരിവർത്തനം വരുത്തിക്കൊണ്ട് വൈയക്തിക ജീവിതം ആയാസരഹിതമാക്കുന്നുണ്ട്.

ആധുനിക ശാസ്ത്രം സ്മാർട്ട്ഫോണുകൾ മുതൽ എംആർഐ മെഷീനുകൾ വരെ പ്രദാനം ചെയ്തുകൊണ്ട് നമ്മുടെ ബാഹ്യലോകത്തിൽ വിപ്ലവം സൃഷ്ടിച്ചതുപോലെ, കാശ്മീരി തന്ത്രത്തിൽ വികസിപ്പിച്ചെടുത്ത ധ്യാനത്തിന്റെ പല രീതികളും ഇപ്പോൾ സൈക്കോതെറാപ്പിയിൽ സമൃദ്ധമായി ഉപയോഗിക്കപ്പെടുന്നുണ്ട്.

യോഗ ദർശനത്തിലെ ദർശനമെല്ലാം ഒഴിവാക്കി കായിക പരിശീലനം എന്ന രീതിയിൽ യോഗ ഉപയോഗിക്കപ്പെടുന്നതുപോലെ ഒരിക്കൽ രഹസ്യമായി മറഞ്ഞിരുന്ന ഈ പുരാതന ധ്യാന പദ്ധതികൾ ഇപ്പോൾ അതിന്റെ മതപരമായ അംശങ്ങളെയെല്ലാം ഒഴിവാക്കി തികച്ചും മതേതരമായ രീതിയിലാണ് മാനസികാരോഗ്യ വ്യവസായത്തിൽ വിപുലമായി ഉപയോഗപ്പെടുത്തുന്നത്.

11

കാശ്മീര തന്ത്രത്തിന്റെ പിന്നീടുള്ള ചരിത്രവും പരിണാമവും

പന്ത്രണ്ടാം നൂറ്റാണ്ടിനു ശേഷം വന്ന നൂറ്റാണ്ടുകൾ കശ്മീരി ശൈവമതത്തോട് പലപ്പോഴും ദയ കാണിച്ചിരുന്നില്ല. ബാഹ്യ അധിനിവേശങ്ങളും രാഷ്ട്രീയ പ്രക്ഷോഭങ്ങളും മതപരിവർത്തനങ്ങളും കാര്യമായ വെല്ലുവിളികൾ ഉയർത്തി. ബാഹ്യ അധിനിവേശങ്ങൾ, രാഷ്ട്രീയ പ്രക്ഷോഭങ്ങൾ, സാമൂഹിക മാറ്റങ്ങൾ എന്നിവ പരസ്പരം മത്സരിച്ചുകൊണ്ട് ഊർജ്ജസ്വലമായ കാശ്മീര തന്ത്ര പാരമ്പര്യത്തെ വിസ്മൃതിയുടെ മഞ്ഞു പാളികൾക്ക് കീഴിൽ പുതപ്പിച്ചു എന്ന് ആലങ്കാരികമായി പറയാം.

കശ്മീരിന്റെ വിശാലമായ സാമൂഹിക സാംസ്കാരിക ഭൂമികയിൽ തന്ത്രത്തിന്റെ ദർശനങ്ങൾക്കും സമ്പ്രദായങ്ങൾക്കും പ്രാധാന്യം കുറഞ്ഞതോടെ ആ പാരമ്പര്യം തകർച്ചയുടെ കാലഘട്ടങ്ങളെ അഭിമുഖീകരിച്ചു. പിടിച്ചുനിൽക്കാനാകാതെ വന്നപ്പോൾ അവസാനം ഗത്യന്തരമില്ലാതെ ചരിത്രത്തിന്റെ വിസ്മൃതിയിലേക്ക് എടുത്തെറിയപ്പെടുകയും ചെയ്തു.

പ്രകൃതി മുഴുവൻ ഗാഢനിദ്രയിലാവുന്ന കാശ്മീരിലെ തണുത്തതും കഠിനവുമായ മാസങ്ങൾ പോലെ, കശ്മീരിലെ തന്ത്ര ദർശനം വിസ്മൃതിയുടെ ശീതകാലത്തിൽ വിശ്രമിച്ച കാലഘട്ടമായിരുന്നു അത്.

എന്നിരുന്നാലും, മുഗൾ ഗാർഡനിലെ പ്രതിരോധശേഷിയുള്ള തുലിപ്സ് പുഷ്പങ്ങൾ കഠിനമായ മഞ്ഞു കാലത്തിനു ശേഷം പുനർജ്ജീവിച്ച് പുഷ്പിക്കുന്നതുപോലെ, കശ്മീര തന്ത്രദർശനവും അതിന്റെ പുനരുജ്ജീവനം സ്വയം കണ്ടെത്തി.

ആദ്യം, കഠിനമായ കാലാവസ്ഥയെ അതിജീവിക്കാനായി തന്റെ സത്തയെ കഠിനമായ സാഹചര്യങ്ങളില്ലാത്ത മറ്റിടങ്ങളിലേക്ക്, പ്രത്യേകിച്ച് ദക്ഷിണേന്ത്യയിലേക്കും അവിടത്തെ ശൈവ വൈഷ്ണവ ആഗമങ്ങളിലേക്കും സന്നിവേശിപ്പിക്കുകയും അങ്ങനെ വേഷപ്രച്ഛന്നയായി ദുഷ്കരമായ കാലത്തിന്റെ കാഠിന്യത്തെ അതിജീവിക്കുകയും ചെയ്തു.

ആധുനിക യുഗത്തിൽ, കാശ്മീരി തന്ത്രത്തിൽ വലിയ തോതിൽ ഒരു പുനരുജ്ജീവനം ഉണ്ടായിട്ടുണ്ട്. അതിന്റെ ഏറ്റവും പ്രധാന കാരണക്കാരിലൊരാൾ സ്വാമി ലക്ഷ്മണ്ജൂ (Swami Lakshman Joo) എന്ന മഹാനായ സന്യാസിവര്യനാണ് എന്ന് നിസ്സംശയം പറയാം. അദ്ദേഹമാണ് കാശ്മീരി തന്ത്രത്തെ ലോക ശ്രദ്ധയിലേക്ക് ഉയർത്തിയതിൽ പ്രമുഖൻ.

അദ്ദേഹത്തെ തുടർന്ന് ഇന്ത്യയിൽ നിന്നും വിദേശത്തു നിന്നുമുള്ള നിരവധി പണ്ഡിതന്മാർ തന്ത്ര ദർശനങ്ങളെ ആഴത്തിൽ പഠിക്കാനാരംഭിക്കുകയും പ്രധാനപ്പെട്ട കാശ്മീര താന്ത്രിക ഗ്രന്ഥങ്ങൾ ഇംഗ്ലീഷുൾപ്പടെ പല വിദേശ ഭാഷകളിലേക്കും തർജ്ജമ ചെയ്യുകയും ചെയ്തു.

അദ്ദേഹത്തിന്റെയും അതുപോലെയുള്ള മറ്റു പലരുടെയും ശ്രമഫലമായി പുരാതന ഗ്രന്ഥങ്ങളിൽ ഉറങ്ങിക്കിടന്നിരുന്ന

തന്ത്ര ദർശനങ്ങൾ ഉറക്കമുണർന്ന് ലോകമെമ്പാടുമുള്ള ആത്മീയ അന്വേഷകരെ ആത്മീയ പന്ഥാവിലേക്ക് നയിക്കാൻ ആരംഭിച്ചു എന്നതാണ് ഏറ്റവും ശ്രദ്ധേയമായ വസ്തുത.

ദാൽ തടാകത്തിലെ ജലപ്രവാഹം പരിതഃസ്ഥിതിക്കനുസരിച് രൂപവും ഭാവവും മാറുന്നതുപോലെ കാശ്മീര തന്ത്രവും ആധുനിക പാശ്ചാത്യ സമൂഹത്തിലൂടെയും ചിന്താധാരകളിലൂടെയും കടന്നുപോയപ്പോൾ കാലത്തിനനുസരിച് അല്പം ചില രൂപാന്തരം സംഭവിച്ചുവെങ്കിലും ദാൽ തടാകത്തെ പോലെത്തന്നെ അതിന്റെ ക്ലാസിക് ഭംഗി ഒരു പരിധിവരെ ഇപ്പോഴും നിലനിർത്തുന്നുണ്ട്.

കാശ്മീരി തന്ത്രത്തിന്റെ നവോത്ഥാനത്തിൽ കശ്മീരി പ്രവാസികളും ഏറെ നിർണായകമായ പങ്ക് വഹിച്ചിട്ടുണ്ട്. പല കാരണങ്ങളാൽ ലോകത്തിന്റെ പല ഭാഗങ്ങളിലേക്ക് ചിതറിപ്പോയ കാശ്മീരികൾ സമ്പന്നമായ ആത്മീയ പൈതൃകവും അവർക്കൊപ്പം കൊണ്ടുപോയിട്ടുണ്ടായിരുന്നു. ലോകമെമ്പാടും വ്യാപിച്ച ഈ പ്രവാസികൾ കാശ്മീര തന്ത്രത്തിന്റെ അംബാസഡർമാരായി അവയെ ലോകത്തിന് പരിചയപ്പെടുത്തുകയും കാശ്മീര തന്ത്രമെന്നത് അതിന്റെ ഭൂമിശാസ്ത്രപരമായ പ്രഭവ കേന്ദ്രത്തിൽ ഒതുങ്ങുന്നില്ലെന്ന് ഉറപ്പാക്കുകയും ചെയ്തു.

ചുരുക്കത്തിൽ നൂറ്റാണ്ടുകളായുള്ള കാശ്മീര തന്ത്രത്തിന്റെ പരിണാമം, ഋതു മാറ്റം പോലെ വന്നു ഭവിച്ച വെല്ലുവിളികളുടെയും പിന്നീടുണ്ടായ നവോത്ഥാനത്തിന്റേയും കഥയാണ്.

കഠിനമായ ശീതകാലത്തും വശ്യമായ വസന്തകാലത്തും ഒരുപോലെ തലയുയർത്തി നിൽക്കുന്ന നിത്യഹരിത പൈൻ മരങ്ങൾ പോലെ കാശ്മീർ താഴ്‌വരയുടെ തളരാത്ത ആത്മീയ ചൈതന്യത്തിന്റെ ഉത്തമമായ പ്രതീകമായി കാശ്മീര തന്ത്രം

മാറുന്നതും അതുകൊണ്ടാണ്.

അതുകൊണ്ടാണ് കശ്മീരിലെ പ്രസിദ്ധമായ കവാ ചായ നൂറ്റാണ്ടുകൾക്കപ്പുറവും ഇപ്പുറവും സഞ്ചാരികൾക്ക് സ്വാദിഷ്ടമായിരിക്കുന്നതുപോലെ കശ്മീരിലെ തന്ത്രദർശനവും അന്നും ഇന്നും ആത്മീയാന്വേഷകർക്ക് ഹാാദാകർഷകമായിരിക്കുന്നത്.

ഹിമാലയത്തിലെ ആളൊഴിഞ്ഞ താഴ്‌വരകളിൽ നിന്ന് പാശ്ചാത്യ ലോകത്തെ തിരക്കേറിയ നഗരങ്ങളിലേക്കുള്ള കശ്മീര തന്ത്രത്തിന്റെ യാത്ര ഒരു മിസ്റ്ററി സിനിമ പോലെ അവിശ്വസനീയമാണ്.

• പാശ്ചാത്യനാടുകളിലേക്കുള്ള വ്യാപനം

പത്തൊമ്പതാം നൂറ്റാണ്ടിന്റെ അവസാനത്തിലും ഇരുപതാം നൂറ്റാണ്ടിന്റെ തുടക്കത്തിലും ആണ് തന്ത്രത്തിന്റെ പാശ്ചാത്യ കുടിയേറ്റം ആരംഭിക്കുന്നത്. കാശ്മീരി തന്ത്രത്തിന്റെ ആഗോള പ്രചാരണത്തിന് പ്രധാന പങ്കുവഹിച്ചത് പണ്ഡിതനായ കാശ്മീരി സന്യാസിവര്യൻ സ്വാമി ലക്ഷ്മൺ ജൂ ആണ്.

അന്ന് പാശ്ചാത്യനാടുകളിൽ പ്രത്യേകിച്ച് അമേരിക്കയിൽ നിലനിന്നിരുന്ന സാഹചര്യങ്ങളും ഈ പ്രചാരണത്തെ കാര്യമായി സഹായിച്ചിട്ടുണ്ട് എന്നതും ഒരു വസ്തുതയാണ്.

പത്തൊമ്പതാം നൂറ്റാണ്ടിന്റെ അവസാനകാലത്തു തന്നെ ആദ്യകാല പാശ്ചാത്യ ആധ്യാത്മിക പര്യവേക്ഷകർ പുതിയ ലോകം കണ്ടെത്തിയ കൊളംബസിനെപ്പോലെ ഇന്ത്യയുടെ ആത്മീയ തീരങ്ങളെ കണ്ടെത്തിയിരുന്നു. പത്തൊൻപതാം നൂറ്റാണ്ടിൽ, എമേഴ്സണോയും തോറോയേയും പോലുള്ള അമേരിക്കൻ ചിന്തകരാണ് ഭഗവദ് ഗീത ഇംഗ്ലീഷിലേക്ക് വിവർത്തനം ചെയ്തുകൊണ്ട് ഇതിന് തുടക്കം കുറിച്ചത് എന്ന് കരുതാം.

പത്തൊമ്പതാം നൂറ്റാണ്ടിന്റെ അവസാനകാലത് തന്നെ തിയോസഫിക്കൽ സൊസൈറ്റിയുടെ ബ്ലാവറ്റ്സ്കിയെപോലെയുള്ളവർ ബുദ്ധമതത്തെയും ഹിന്ദുമതത്തെയും അന്നത്തെ പാശ്ചാത്യസമൂഹം ആവശ്യപ്പെട്ടിരുന്ന സംവേദനക്ഷമതക്കനുസരിച്ച് വ്യാഖ്യാനിച്ചുകൊണ്ട് പാശ്ചാത്യനാടുകളിൽ അവതരിപ്പിച്ചിരുന്നു. പാശ്ചാത്യനാടുകളിലെ വിദ്യാസമ്പന്നർക്ക് അത് ആകർഷകവുമായിരുന്നു.

1893 ലെ സ്വാമി വിവേകാന്ദന്റെ അമേരിക്കൻ സന്ദർശനത്തോടെ ഹിന്ദുമതം, പ്രത്യേകിച്ച് അദ്വൈത ദർശനം, പാശ്ചാത്യനാടുകളിൽ വലിയതോതിൽ പ്രചാരം നേടാൻ ആരംഭിച്ചു.

ഇരുപതാം നൂറ്റാണ്ടിന്റെ മദ്ധ്യത്തിൽ യോഗാനന്ദ പരമഹംസർ പ്രസിദ്ധീകരിച്ച 'ഒരു യോഗിയുടെ ആത്മകഥയും' അതേ കാലഘട്ടത്തോടെ പ്രശ്യത്യ നാടുകളിൽ പ്രചുരപ്രചാരം സിദ്ധിച്ച രമണ മഹർഷിയുടെ ചിന്താ മൊഴികളും ആത്മീയ വരൾച്ച നേരിട്ടിരുന്ന പാശ്ചാത്യ സമൂഹത്തിന് ഒരു വേനൽ മഴയെന്ന പോലെയാണ് അനുഭവപ്പെട്ടത്.

1960കളിൽ അമേരിക്കയിൽ ഒരു തരംഗമായി മാറിയ രാഷ്ട്രീയ സാംസ്കാരിക പ്രസ്ഥാനമായിരുന്നു പ്രതി സംസ്കാരം (Counter Culture) എന്ന പേരിൽ അറിയപ്പെടുന്ന ഹിപ്പി സംസ്കാരം. പ്രതിസംസ്കാരത്തിന്റെ വക്താക്കളും ഹിന്ദു ആധ്യാത്മികതയുടെ ആരാധകരുമായിരുന്ന തിമോത്തി ലീറിയും റിച്ചാർഡ് ആൽപെറ്റും തുടങ്ങിവെച്ച സൈക്കഡെലിക്ക് വിപ്ലവം പൗരസ്ത്യ ആത്മീയതയെ പാശ്ചാത്യ സമൂഹത്തിൽ കൂടുതൽ ജനകീയമാക്കി എന്നുവേണം കരുതാൻ.

ആൽപർട്ട് പിന്നീട് രാം ദാസ് എന്ന പേര് സ്വീകരിക്കുകയും 'ബി ഹിയർ നൗ' (Be here Now) എന്ന പ്രസിദ്ധ ഗ്രന്ഥത്തിലൂടെ ഒരു നവ ആധ്യാത്മികത പ്രചരിപ്പിക്കുകയും ചെയ്തു.

1965 ൽ അമേരിക്കയിലെ കുടിയേറ്റ നിയമങ്ങൾ ലഘൂകരിച്ചതോടെ അമേരിക്കയിലേക്ക് ഇന്ത്യൻ ഗുരുക്കന്മാരുടെ ഒരു കുത്തൊഴുക്ക് തന്നെയുണ്ടായി. ഇന്ത്യൻ ഗുരുക്കന്മാരുടെ അസാമാന്യമായ ഈ കുത്തൊഴുക്ക് പാശ്ചാത്യനാടുകളെ നവ ആധ്യാത്മികതയോടടുപ്പിക്കാൻ ഏറെ സഹായിച്ചിട്ടുണ്ട്.

ഭക്തിവേദാന്ത സ്വാമി പ്രഭുപാദ, മഹർഷി മഹേഷ് യോഗി, സച്ചിദാനന്ദ, സ്വാമി വിഷ്ണുദേവാനന്ദ, സ്വാമി രാമ, ബി.കെ.എസ്. ഐയ്യങ്കാർ, ഓഷോ രജനീഷ്, ജിദ്ദു കൃഷ്ണമൂർത്തി, തുടങ്ങി നിരവധി ഇന്ത്യൻ സന്യാസിമാരും സോയെൻ ഷാകു (Soyen Shaku). ഡി.ടി. സുസുകി (D.T. Suzuki), ഷ്യൂന്യു സുസുകി (Shunnyu Suzuki), തുടങ്ങി നിരവധി ബുദ്ധമത ആചാര്യന്മാരും ആ കാലത്ത് അമേരിക്കയിലെത്തിച്ചേരുകയും അമേരിക്കയെ തങ്ങളുടെ പ്രധാന പ്രവർത്തന മേഖലയ്ക്കുകയും ചെയ്തു. അതിനു പുറമെ സ്വാമി ചിന്മയാനന്ദനെ പോലുള്ളവർ നിരവധി തവണ പാശ്ചാത്യ നാടുകൾ സന്ദർശിക്കുകയും ധാരാളം ആധ്യാത്മിക ക്യാംപുകൾ സംഘടിപ്പിക്കുകയും ചെയ്തിരുന്നു.

1970-കളോടെ ഹിന്ദു-ബുദ്ധമത സങ്കൽപ്പങ്ങൾ പാശ്ചാത്യരുടെ ദൈനം ദിന ജീവിതത്തിലേക്ക് മെല്ലെ കടന്നുവന്നു തുടങ്ങി.

ആരോഗ്യം തേടുന്ന വെള്ളക്കാരുടെ ഇടയിൽ യോഗയും ധ്യാനവും സ്വീകാര്യത നേടുകയും ബോധത്തിന്റെയും അദ്വൈതത്തിന്റെയും ബുദ്ധിസത്തിന്റെയും പാശ്ചാത്യവൽക്കരിക്കപ്പെട്ട ആശയങ്ങൾ അവരെ കാര്യമായി

ആകർഷിക്കുകയും ചെയ്തു. ഈ ഒരു സാംസ്കാരിക ആധ്യാത്മിക പരിസരത്തിലേക്കാണ് സ്വാമി ലക്ഷ്മൺ ജൂവിന്റെ ശിഷ്യന്മാരിലൂടെ കാശ്മീര തന്ത്രത്തിന്റെ ആശയങ്ങൾ വസന്തകാലത്ത് പൂമ്പൊടികളെന്നപോലെ പാറിപറന്നെത്തുന്നത്.

12

കാശ്മീര തന്ത്രത്തിന്റെ ആധുനിക പ്രചാരകന്മാർ

• സ്വാമി ലക്ഷ്മൺ ജൂ

കാശ്മീര താന്ത്രിക പാരമ്പര്യത്തെ പുനരുജ്ജീവിപ്പിക്കാൻ സഹായിച്ചവരിൽ ഏറ്റവും പ്രമുഖനായിരുന്നു ഇന്ത്യൻ ആത്മീയ ആചാര്യനും പണ്ഡിതനുമായിരുന്ന സ്വാമി ലക്ഷ്മൺ ജൂ (1907-1991).

കശ്മീരിലെ ഒരു ബ്രാഹ്മണ കുടുംബത്തിലാണ് ജനിച്ചത്. ചെറുപ്പം മുതലേ തന്റെ ഗുരു സ്വാമി മഹ്താബ് കാക്കിന്റെ കീഴിൽ കാശ്മീര തന്ത്രത്തെക്കുറിച്ചുള്ള സംസ്കൃത ഗ്രന്ഥങ്ങൾ അദ്ദേഹം പഠിച്ചു. ജീവിതത്തിലുടനീളം ഒരു ബ്രഹ്മചാരിയായ യോഗിയായി ലളിത ജീവിതം നയിച്ച അദ്ദേഹത്തിന് വളരെ നേരത്തെ തന്നെ ഈശ്വരസാക്ഷാത്കാരം ലഭിച്ചിരുന്നതായി അദ്ദേഹത്തിന്റെ ഭക്തർ വിശ്വസിക്കുന്നു.

1930-കളിൽ ലക്ഷ്മൺ ജൂ കാശ്മീരിൽ ഒരു ആശ്രമം സ്ഥാപിക്കുകയും പുരാതന ശൈവ ഗ്രന്ഥങ്ങൾ പഠിക്കാൻ വിദ്യാർത്ഥികളെ ആശ്രമത്തിൽ താമസിക്കാൻ

അനുവദിക്കുകയയും ചെയ്തിരുന്നു.

അതിനിടയിൽ തന്നെ ശ്രീ രമണ മഹർഷി, ശ്രീ അരബിന്ദോ തുടങ്ങിയ മഹാന്മാരായ സന്യാസിമാരെ സന്ദർശിക്കാനായി അദ്ദേഹം ഒരു ഭാരതയാത്ര നടത്തുകയയും അതിനിടയിൽ രമണാശ്രമത്തിൽ കുറെ ദിവസം താമസിക്കുകയയും ചെയ്തിട്ടുണ്ട്. അങ്ങിനെ രമണാശ്രമത്തിൽ താമസിക്കുന്നതിനിടയിലാണ് തനിക്ക് സത്യദർശനം ലഭിച്ചതെന്ന് അദ്ദേഹം ശിഷ്യരോട് പറയാറുണ്ടായിരുന്നത്രെ. അതുകൊണ്ടുതന്നെയായിരിക്കണം ജീവിതത്തിലുടനീളം അദ്ദേഹം രമണ മഹർഷിയെ ഈശ്വരതുല്യനായി ഗണിച്ചിരുന്നത്.

പിന്നീട് മഹാനായ ശൈവ യോഗി എന്ന നിലയിൽ അദ്ദേഹം പ്രസിദ്ധനായതോടെയാണ് ലിലിയൻ സിൽബേൺ, അലക്സിസ് സാൻഡേഴ്സൺ, ആന്ദ്രെ പാഡോക്സ് തുടങ്ങിയ അന്താരാഷ്ട്ര പണ്ഡിതന്മാർ (ഇൻഡോളജിസ്റ്റുകൾ) സ്വാമി ലക്ഷ്മൺ ജൂവിന്റെ അഗാധമായ അറിവിൽ ആകൃഷ്ടരാവുകയയും അദ്ദേഹത്തോടൊപ്പം താമസിക്കാനും കാശ്മീരി തന്ത്രം പഠിക്കാനും ആരംഭിച്ചത്.

ഇവരൊക്കെയാണ് കാശ്മീരി തന്ത്രത്തെ അന്താരാഷ്ട്ര തലത്തിൽ പഠിക്കേണ്ടുന്ന ഒരു പഠന വിഷയമാക്കിയതിൽ പ്രധാന പങ്ക് വഹിച്ചത് എന്ന വസ്തുത കാശ്മീരി തന്ത്രത്തിന്റെ നവോദ്ധാനത്തിൽ സ്വാമി ലക്ഷ്മൺ ജൂവിന്റെ പങ്കെന്തായിരുന്നു എന്ന് വളരെ വ്യക്തമായി അടയാളപ്പെടുത്തുന്നുണ്ട്.

തന്റെ സജീവമായ ജീവിതത്തിനിടയിൽ അദ്ദേഹം നിരവധി സംസ്കൃത ഗ്രന്ഥങ്ങൾ എഡിറ്റ് ചെയ്യുകയയും കാശ്മീർ ശൈവിസത്തെക്കുറിച്ച് ധാരാളം പുസ്തകങ്ങളും വ്യാഖ്യാനങ്ങളും എഴുതുകയയും ചെയ്തിട്ടുണ്ട്. അദ്ദേഹത്തിന്റെ

പ്രഭാഷണങ്ങളും വാക്കാലുള്ള ശിക്ഷണങ്ങളും മരണാനന്തരമാണ് പുസ്തകങ്ങളായി പ്രസിദ്ധീകൃതമായത്.

ലക്ഷ്മൺ ജൂവിനെ ശിവന്റെ അവതാരമായാണ് സാധാരണക്കാരായ അദ്ദേഹത്തിന്റെ അനുയായികൾ കണ്ടത്. അദ്ദേഹം ചിലപ്പോൾ അത്ഭുതങ്ങൾ പ്രവർത്തിക്കാറുണ്ടെന്നും ചിലർക്ക് രോഗശാന്തി വരുത്തിയിട്ടുണ്ടെന്നും അവർ പറയാറുണ്ടത്രെ.

ലക്ഷ്മൺ ജൂ ഒരു ആത്മീയ പിൻഗാമിയെയും പ്രഖ്യാപിച്ചിട്ടില്ലാത്തതിനാൽ നൂറ്റാണ്ടുകൾ പഴക്കമുള്ള അഭിനവഗുപ്തന്റെ ദീക്ഷിത ആചാര്യപരമ്പരയിലെ അവസാനത്തെ ഗുരുവായിരുന്നു അദ്ദേഹമെന്ന് വിശ്വസിക്കപ്പെടുന്നു.

എന്നാൽ ഗ്രന്ഥങ്ങളിലൂടെ അദ്ദേഹത്തിന്റെ ജ്ഞാനം ഇപ്പോഴും ലോകമെമ്പാടുമുള്ള അനുയായികളെ പ്രചോദിപ്പിക്കുന്നുണ്ട് എന്ന വസ്തുത കണക്കിലെടുത്താൽ ആ പാരമ്പര്യം ഇപ്പോഴും സജീവമായി നിലനിൽക്കുന്നുണ്ട് എന്ന് വിശ്വസിക്കാനാണ് അദ്ദേത്തിന്റെ ശിഷ്യരോടൊപ്പം എനിക്കുമിഷ്ടം.

• ലക്ഷ്മൺ ജൂവിന്റെ ശിഷ്യന്മാർ

സ്വാമി ലക്ഷ്മൺ ജൂയുടെ വ്യക്തിവൈശിഷ്ട്യം പാശ്ചാത്യ രാജ്യങ്ങളിൽ നിന്നും ഇന്ത്യക്കകത്തു നിന്നുമുള്ള നിരവധി പണ്ഡിതന്മാരെയും പരിശീലകരെയും ഒരുപോലെ ആകർഷിച്ചിട്ടുണ്ട്.

ലിലിയൻ സിൽബേൺ, അലക്സിസ് സാൻഡേഴ്സൺ, ബെറ്റിന ബ്യൂമർ തുടങ്ങി നിരവധി പണ്ഡിതരിൽ ലക്ഷ്മൺ ജൂ വളർത്തിയെടുത്ത അക്കാദമിക അന്വേഷണത്തിന്റെയും ആത്മീയ സാധനയുടെയും മനോഹരമായ മിശ്രണമാണ്

കാശ്മീര തന്ത്രത്തെ അക്കാദമിക രംഗത്ത് ഇത്രയും പ്രാധാന്യമുള്ള ഒരു വിഷയമായി ഉയർന്നുവരാൻ സഹായിച്ചിട്ടുള്ളത്.

ബ്രിട്ടീഷ് പണ്ഡിതനായ മാർക്ക് ഡിസ്കോവ്സ്കിയും ലക്ഷ്മൺ ജൂവിൽ നിന്ന് ദീക്ഷ സ്വീകരിക്കുകയും അദ്ദേഹത്തിന്റെ വിശുദ്ധിയിൽ ആകൃഷ്ടനാവുകയും ചെയ്ത ഒരു പണ്ഡിതനാണ്. ചുരുക്കത്തിൽ, 20-ആം നൂറ്റാണ്ടിന്റെ അവസാനത്തിൽ കാശ്മീരി ശൈവിസത്തിന്റെ പ്രയോക്താക്കളായ പ്രധാന പണ്ഡിതരെയെല്ലാം രൂപപ്പെടുത്തുന്നതിൽ സ്വാമി ലക്ഷ്മൺ ജൂ വഹിച്ച പങ്ക് വളരെ വലുതാണ്.

• ലിലിയൻ സിൽബേൺ

ലക്ഷ്മൺ ജൂവിൻറെ ശിഷ്യരിൽ എടുത്തുപറയേണ്ട ഒരു വ്യക്തിയാണ് ലിലിയൻ സിൽബേൺ. കാശ്മീര തന്ത്രത്തെ പാശ്ചാത്യ അക്കാദമിക ലോകത്തിന് പരിചയപ്പെടുത്തിയതിൽ പ്രമുഖ പങ്ക് വഹിച്ച ആദ്യകാല ഫ്രെഞ്ച് ഇൻഡോളജിസ്റ്റാണ് അവർ.

1908-ൽ ജനിച്ച സിൽബേൺ ചെറുപ്പം മുതലേ ഭാഷകളോട് അതിയായ അഭിരുചി പ്രകടമാക്കിയിരുന്നു. 1948-ൽ അവർ കശ്മീര ശൈവിസത്തിന്റെ ആചാരാനുഷ്ഠാനങ്ങളെക്കുറിച്ചുള്ള ഒരു പ്രബന്ധത്തിന് സംസ്കൃതത്തിൽ ഡോക്ടറേറ്റ് നേടുകയും അതേ വർഷം തന്നെ ഇന്ത്യയിലെത്തി സ്വാമി ലക്ഷ്മൺ ജൂവിന് കീഴിൽ കാശ്മീര തന്ത്രം ഗുരുകുല സമ്പ്രദായത്തിൽ പഠിക്കാൻ തുടങ്ങുകയും ചെയ്തു.

ലക്ഷ്മൺ ജൂവിനൊപ്പം രണ്ട് പതിറ്റാണ്ടിലേറെ പഠനത്തിലും സാധനയിലും ഏർപ്പെട്ട അവർ അതിനുശേഷം

എഴുതിയ എല്ലാ ഗ്രന്ഥങ്ങളുടെയും അവതാരികകളിൽ സ്വാമി ലക്ഷ്മൺ ജൂവിനോട് പ്രകടിപ്പിക്കുന്ന നന്ദിയും കടപ്പാടും അവർ തമ്മിൽ ഉണ്ടായിരുന്ന ആഴത്തിലുള്ള ആത്മീയ ബന്ധത്തെ പ്രതിഫലിപ്പിക്കുന്നുണ്ട്.

സിൽബേണിന്റെ "കുണ്ഡലിനി: അഗാധതയിലെ ചൈതന്യം" എന്ന കൃതി ഈ രംഗത്തെ ഒരു ക്ലാസിക് ആയി ഇന്നും കണക്കാക്കപ്പെടുന്നു. കുണ്ഡലിനി സങ്കല്പത്തെ പാശ്ചാത്യർക്ക് ഇത്രയും വിശദമായി പരിചയപ്പെടുത്തിയ കൃതികൾ അതിന് മുമ്പ് വിരളമായിരുന്നു എന്നതാണ് ഈ കൃതിയുടെ ഏറ്റവും വലിയ പ്രസക്തി.

സിൽബേണിന്റെ മറ്റൊരു പ്രധാന കൃതിയാണ് സ്പന്ദകാരികക്ക് അവർ നൽകിയ വ്യാഖ്യാനം.

കഠിനമായ അക്കാദമിക ഗവേഷണത്തിന്റെയും യഥാർത്ഥ ആത്മീയ അന്വേഷണത്തിന്റെയും അപൂർവ സംയോജനമാണ് സിൽബണിന്റെ ഏറ്റവും വലിയ പ്രത്യേകത. ഗ്രന്ഥങ്ങളുടെ ആഴത്തിലേക്ക് പ്രവേശിക്കുകയും ആ ഗ്രന്ഥങ്ങൾ ഉൾക്കൊള്ളുന്ന അനുഭവജ്ഞാനത്തെ ഒരു സാധകന്റെ തീവ്രതയോടെയും എന്നാൽ ഒരു പണ്ഡിതന്റെ സൂക്ഷ്മതയോടെയും വായനക്കാർക്ക് പരിചയപ്പെടുത്തുകയും ചെയ്യുന്ന ഒരു ശൈലിയാണ് അവർ രചനയിലുടനീളം സ്വീകരിക്കാറുള്ളത്.

കാശ്മീര തന്ത്രത്തെ ചരിത്രത്തിലെങ്ങോ നിലനിന്നിരുന്ന കേവലമൊരു ആശയസംഹിത എന്ന രീതിയിലല്ല മറിച്ച് ഇന്നും നിലനിൽക്കുന്ന, പ്രസക്തമായ ഒരു ജീവിതദർശനമായാണ് അവർ അവതരിപ്പിക്കുന്നത് എന്നതാണ് അവരുടെ മറ്റൊരു പ്രത്യേകത.

സിൽബേണിന്റെ സംഭാവനകൾ കേവലം അക്കാദമിക മേഖലയിൽ ഒതുങ്ങി നിൽക്കുന്നതല്ല. ഗ്രന്ഥ രചനയോടൊപ്പം കാശ്മീര തന്ത്ര പാരമ്പര്യം സംരക്ഷിക്കുന്നതിലും അവർ

വളരെ പ്രാധാന്യം നൽകിയിരുന്നു. 1979ൽ കാശ്മീര തന്ത്ര പാരമ്പര്യം സംരക്ഷിക്കുന്നതിനും പ്രോത്സാഹിപ്പിക്കുന്നതിനുമായി അവർ കാശ്മീരിൽ സ്ഥാപിച്ച ശൈവ റിസർച്ച് ഇൻസ്റ്റിറ്റ്യൂട്ട് ഈ പുരാതന പാരമ്പര്യത്തിന്റെ ജ്ഞാനം വരും തലമുറകൾക്ക് എളുപ്പത്തിൽ പ്രാപ്യമാവുന്ന ഒന്നാണെന്ന് ഉറപ്പാക്കിക്കൊണ്ട് ഇന്നും സജീവമായി നിലനിൽക്കുന്നുണ്ട്.

- ## അലക്സിസ് സാൻഡേഴ്സൻ

ദക്ഷിണേഷ്യൻ മതങ്ങളെക്കുറിച്ചുള്ള അക്കാദമിക പഠനത്തിൽ പ്രത്യേകിച്ചും ഇൻഡോളജി മേഖലയിൽ അലക്സിസ് സാൻഡേഴ്സനെപ്പോലെ അഗാധമായ മുദ്ര പതിപ്പിച്ച പണ്ഡിതന്മാർ ചുരുക്കമാണെന്ന് പറയാം. കാശ്മീര തന്ത്രത്തെക്കുറിച്ചുള്ള അദ്ദേഹത്തിന്റെ കൃതികൾ ഇന്നും കാശ്മീരി തന്ത്ര പഠന ശാഖയിലെ നാഴികക്കല്ലുകളാണ്.

പതിറ്റാണ്ടുകൾ നീണ്ട സൂക്ഷ്മമായ ഗവേഷണത്തിലൂടെ കാശ്മീര താന്ത്രിക പാരമ്പര്യങ്ങളുടെ ചരിത്രവും സാഹിത്യവും സമാനതകളില്ലാത്ത രീതിയൽ വിശദമായി വെളിച്ചത്ത് കൊണ്ടുവന്നതാണ് അദ്ദേഹത്തിന്റെ ഏറ്റവും വലിയ സംഭാവന.

1942-ൽ ഇംഗ്ലണ്ടിൽ ജനിച്ച സാൻഡേഴ്സൺ ചെറുപ്പം മുതലേ ഭാഷകളോടുള്ള ആഭിമുഖ്യം പ്രകടിപ്പിച്ചിരുന്നു.

മഹാനായ സ്വാമി ലക്ഷ്മൺ ജൂവിൻറെ ശിക്ഷണത്തിൽ കശ്മീര തന്ത്രം പഠിക്കാൻ 23-ആം വയസ്സിൽ ഇന്ത്യയിലേക്ക് വരുന്നതിന്മുമ്പ് അദ്ദേഹം ഓക്സ്ഫോർഡ് സർവകലാശാലയിൽ നിന്ന് സംസ്കൃതത്തിൽ ബിരുദം നേടിയിരുന്നു. പിന്നീടദ്ദേഹം ആറ് വർഷക്കാലം ലക്ഷ്മൺ ജൂവിൻറെ ശിക്ഷണത്തിൽ തന്ത്രാലോകം തുടങ്ങി കാശ്മീര

തന്ത്രത്തിലെ പ്രധാന കൃതികളെല്ലാം പഠിച്ചു.

ഓക്സ്ഫോർഡിലേക്ക് മടങ്ങിയ ശേഷം സാൻഡേഴ്സൺ 1972-ൽ ഡോക്ടറേറ്റ് പഠനം പൂർത്തിയാക്കുകയും 1986ൽ അദ്ദേഹം തന്റെ ഏറ്റവും പ്രധാനപ്പെട്ട പ്രബന്ധങ്ങളിലൊന്നായ "മണ്ഡലവും ആഗാമിക് ഐഡന്റിറ്റിയും" പ്രസിദ്ധീകരിക്കുകയും ചെയ്തു.

പിന്നീടദ്ദേഹം വിജ്ഞാനത്തിനായുള്ള അടങ്ങാത്ത ദാഹത്തോടെ ലോകമെമ്പാടുമുള്ള ലൈബ്രറികളിൽ നിന്ന് കൈയെഴുത്തുപ്രതികൾ ശേഖരിക്കുകയും അതുവരെ കണ്ടെത്താതിരുന്ന രേഖകളും കയ്യെഴുത്തു കൃതികളും കൂട്ടിച്ചേർത്ത് കാശ്മീര തന്ത്ര പഠനത്തിന് പുതിയ ഒരു ആഴം നൽകുകയും ചെയ്തു.

കൈയെഴുത്തുപ്രതി ആർകൈവുകൾ പരിശോധിക്കുന്നതിനായി സാൻഡേഴ്സന് പലപ്പോഴും ഇന്ത്യയുടെയും നേപ്പാളിന്റെയും വിദൂര പ്രദേശങ്ങളിലേക്ക് അപകടകരമായ യാത്രകൾ നടത്തേണ്ടി വന്നിട്ടുണ്ട്.

പ്രധാനമായും പ്രാഥമിക സ്രോതസ്സുകളെ (Primary Sources) മാത്രം അധികരിച്ചുകൊണ്ടായിരുന്നു അദ്ദേഹം പ്രധാനമായും ഗവേഷണം നടത്തിയിരുന്നത്. 2009ലെ അദ്ദേഹത്തിന്റെ മഹത്തായ കൃതിയായ "ശൈവ സാഹിത്യം", (The Saiva Literature) ഇന്ത്യൻ ഉപഭൂഖണ്ഡത്തിലുടനീളമുള്ള മധ്യകാല ശൈവമതത്തിന്റെ വികാസത്തെയും വ്യാപനത്തെയും കുറിച്ചുള്ള കൃത്യവും ആധികാരികവും ആയ ചിത്രം നൽകുന്നുണ്ട്.

അലക്സിസ് സാൻഡേഴ്സൻ തന്ത്രത്തെക്കുറിച്ച് അന്ന് നിലവിലുള്ള പ്രധാന സങ്കൽപ്പങ്ങളെയെല്ലാം തിരുത്തിയെഴുതി. തന്ത്രമെന്നത് ഹിന്ദുമതത്തിലെ പ്രാകൃതമായ ഒരു ഷാമനിസ്റ്റ് ആരാധനാ സമ്പ്രദായമാണെന്നായിരുന്നു അക്കാദമിക മേഖലയിൽ

അന്നുണ്ടായിരുന്ന ധാരണ. ദാർശനികവും അനുഷ്ഠാനപരവുമായി വളരെ സമ്പന്നവും വികസിതവുമാണ് കാശ്മീരതന്ത്രം എന്ന് അദ്ദേഹം തന്റെ ഗവേഷണത്തിലൂടെ തെളിയിച്ചു.

"ശൈവ യുഗം: ആദ്യകാല മധ്യകാലഘട്ടത്തിൽ ശൈവമതത്തിന്റെ ഉദയവും ആധിപത്യവും" (The Śaiva Age: The Rise and Dominance of Śaivism during the Early Medieval Period) എന്ന കൃതിയിൽ കാശ്മീരതന്ത്രത്തിന്റെ ചരിത്രം, തത്ത്വചിന്ത, സമ്പ്രദായങ്ങൾ എന്നിവയുടെ സമഗ്രമായ ഒരു അവലോകനം സാൻഡേഴ്സൺ അവതരിപ്പിച്ചു. 1988-ൽ പ്രസിദ്ധീകരിച്ച ഈ കൃതി പണ്ഡിതന്മാർക്കും പരിശീലകർക്കും ഒഴിച്ചുകൂടാനാവാത്ത ഒരു വിഭവമായി ഇന്നും തുടരുന്നു.

തന്റെ കരിയറിൽ, സാൻഡേഴ്സൺ നിരവധി ഡോക്ടറൽ വിദ്യാർത്ഥികളുടെ ഗൈഡ് ആയി പ്രവചിച്ചിട്ടുണ്ട്. അവരിൽ പലരും പിന്നീട് സ്വന്തം നിലയിൽ ആദരണീയരായ താന്ത്രിക പണ്ഡിതരായി മാറിയിട്ടുമുണ്ട് എന്ന വസ്തുത തന്നെ ഒരു ഗൈഡ് എന്ന നിലയിൽ അദ്ദേഹം എത്രത്തോളം ഉന്നത ശീർഷനായിരുന്നു എന്ന് കാണിക്കുന്നുണ്ട്. ദക്ഷിണേഷ്യൻ മതങ്ങളെ പഠിക്കാനുള്ള എല്ലാ വിഭവങ്ങളും സ്വായത്തമാക്കിയ പണ്ഡിതരുടെ ഒരു തലമുറയെ വാർത്തെടുത്തു എന്നതായിരിക്കാം അദ്ദേഹത്തിന്റെ ഏറ്റവും വലിയ സംഭവനകളിലൊന്നായി ചരിത്രം വിലയിരുത്താൻ പോകുന്നത്.

സാൻഡേഴ്സന്റെ സംഭാവനകൾ അക്കാദമിക മേഖലയ്ക്ക് അപ്പുറത്തേക്കും വ്യാപിച്ചു കിടക്കുന്നുണ്ട്. 1979ൽ ജമ്മു കശ്മീരിലെ ശ്രീനഗറിൽ താന്ത്രിക പാരമ്പര്യം സംരക്ഷിക്കുന്നതിനും പ്രോത്സാഹിപ്പിക്കുന്നതിനുമായി അദ്ദേഹം ശൈവ റിസർച്ച് ഇൻസ്റ്റിറ്റ്യൂട്ട് സ്ഥാപിച്ച്

ഭാരതത്തിനു സമർപ്പിച്ചു. അതുവഴി പാശ്ചാത്യരാജ്യത്ത് മാത്രമല്ലാതെ തന്ത്രത്തിന്റെ മാതൃരാജ്യമായ ഭാരതത്തിലും കാശ്മീര തന്ത്രത്തിന്റെ പുനരുജ്ജീവനത്തിനായി അദ്ദേഹം സംഭാവനകൾ നൽകി.

തന്റെ അശ്രാന്ത പരിശ്രമത്തിലൂടെ അദ്ദേഹം കാശ്മീര തന്ത്രത്തിന്റെ ചരിത്രപരവും ദാർശനികവുമായ സങ്കീർണതകളിലേക്ക് വെളിച്ചം വീശുകയും തന്ത്രത്തിന്റെ ആത്മീയ ഉൾക്കാഴ്ചകൾക്ക് ഒരു പുതു വെളിച്ചം നൽകുകയും ചെയ്തതുകൊണ്ടായിരിക്കാം അദ്ദേഹത്തിന്റെ പൈതൃകം ലോകമെമ്പാടുമുള്ള പണ്ഡിതന്മാരെയും പരിശീലകരെയും സാധകരെയും ഒരുപോലെ ഇന്നും പ്രചോദിപ്പിക്കുന്നത്.

• ബെറ്റീന ബൗമർ

കാശ്മീര തന്ത്രത്തിന്റെ ഗവേഷണത്തിനായി തന്റെ ജീവിതം സമർപ്പിച്ച മറ്റൊരു പ്രശസ്ത പണ്ഡിതയാണ് ബെറ്റിന ബൗമറർ. അഗാധമായ ജ്ഞാനവും ആത്മീയ ഭക്തിയും ഒരുപോലെ അവരിൽ സമ്മേളിച്ചപ്പോൾ കാശ്മീര തന്ത്രത്തിന്റെ നിധികൾ ആഗോള ശ്രദ്ധയിലേക്ക് കൊണ്ടുവരാൻ കെല്പുള്ള ഏറ്റവും ആദരണീയ വ്യക്തിത്വങ്ങളിലൊന്നായി അവർ മാറി.

1940ൽ ഓസ്ട്രിയയിൽ ജനിച്ച ബൗമർ മ്യൂണിക്കിൽ ഡോക്ടറേറ്റ് പഠനം ചെയ്യുന്നതിനിടെയാണ് ഇന്ത്യൻ തത്വശാസ്ത്രത്തിൽ ആകൃഷ്ടയായത്. ബനാറസ് ഹിന്ദു സർവ്വകലാശാലയിൽ പോസ്റ്റ്ഡോക്ടറൽ ഗവേഷണം നടത്താൻ 1960-കളുടെ അവസാനത്തിലാണ് അവർ ആദ്യമായി ഇന്ത്യയിലേക്ക് യാത്ര ചെയ്തത്.

കാശ്മീര തന്ത്രത്തിലേക്കുള്ള ബ്യൂമറിന്റെ യാത്ര ആരംഭിച്ചത് 1970-കളുടെ തുടക്കത്തിൽ സ്വാമി ലക്ഷ്മൺ

ജൂവിന്റെ ഗ്രന്ഥങ്ങൾ വായിക്കാനിടയായതോടെയാണ്. തന്ത്രത്തിന്റെ മൗലിക ദർശനങ്ങളിലും വേറിട്ട സമ്പ്രദായങ്ങളിലും ആകൃഷ്ടയായ അവർ അതിന്റെ രഹസ്യങ്ങൾ അനാവരണം ചെയ്യാനുള്ള തന്റെ ജീവിത ദൗത്യം അതോടെ ആരംഭിച്ചു എന്ന് പറയാം.

1986-ൽ കാശ്മീരിൽ വച്ചാണ് സ്വാമി ലക്ഷ്മൺ ജൂവുമായുള്ള ആദ്യത്തെ കൂടിക്കാഴ്ച നടന്നത്. വർഷങ്ങളായുള്ള തന്റെ ആത്മീയ അന്വേഷണത്തിന്റെ പൂർത്തീകരണമായാണ് ലക്ഷ്മൺ ജൂവുമായുള്ള ആദ്യ കൂടിക്കാഴ്ചയെ ബൌമർ കണക്കാക്കുന്നത്. അദ്ദേഹത്തിന്റെ സാന്നിധ്യത്തിൽ, ജ്ഞാനസമ്പാദനത്തിന്റെ എല്ലാ അതിരുകളേയും മായ്ച്ചുകളയുന്ന ഒരു അതീന്ദ്രിയാവസ്ഥ ബൌമർ അനുഭവിച്ചുവത്രേ.

താമസിയാതെ അവൾ സ്വാമിയിൽ നിന്ന് ദീക്ഷ സ്വീകരിക്കുകയും തന്റെ സാധനയും പഠനവും ഒരേ സമയം മുന്നോട് കൊണ്ടുപോവുകയും ചെയ്തു.

തിരക്കേറിയതായിരുന്നു അവരുടെ ജീവിതം. യൂറോപ്പ്, ഇന്ത്യ, യുഎസ് എന്നിവിടങ്ങളിൽ ബോമർ പ്രൊഫസർ പദവികൾ വഹിച്ചിട്ടുണ്ട്. അതോടൊപ്പം ഭാരതീയ പാരമ്പര്യത്തിന്റെ ആചാരപരവും ധ്യാനാത്മകവും സൗന്ദര്യാത്മകവുമായ തലങ്ങൾ അനാവരണം ചെയ്യുന്ന ഒരു ഡസനിലധികം പുസ്തകങ്ങളും വിവർത്തനങ്ങളും അവർ പ്രസിദ്ധീകരിച്ചിട്ടുമുണ്ട്.

ബൌമറിന്റെ ഈ രംഗത്തെ ഏറ്റവും പ്രധാനപ്പെട്ട സംഭാവനകളിളിലൊന്ന് കാശ്മീര തന്ത്ര ദാർശനികനും സൗന്ദര്യശാസ്ത്രജ്ഞനുമായ അഭിനവഗുപ്തനെ കുറിച്ചുള്ള കൃതിയാണ്. തന്റെ ഗവേഷണങ്ങളിലൂടെ ആർജ്ജിച്ചെടുത്ത വസ്തുതകളുടെ അടിസ്ഥാനത്തിൽ അഭിനവഗുപ്തന്റെ സങ്കീർണ്ണവും സൂക്ഷ്മവുമായ രചനകൾ ലോകമെമ്പാടുമുള്ള

പണ്ഡിതന്മാർക്കും ആത്മീയ അന്വേഷികൾക്കും എളുപ്പത്തിൽ പ്രാപ്യമാക്കി എന്നതാണ് ആ ഗ്രന്ഥത്തിലൂടെ ബൗമർ നൽകിയ ഏറ്റവും വലിയ സംഭാവന.

ബൗമാരുടെ മറ്റൊരു പ്രധാനപ്പെട്ട കൃതിയാണ് വിജ്ഞാനഭൈരവ തന്ത്രത്തിന്റെ തർജ്ജമയും വ്യാഖ്യാനവും. കാശ്മീര തന്ത്രത്തിന്റെ ധ്യാനരീതികൾ പാശ്ചാത്യനാടുകളിൽ കൂടുതൽ വ്യാപകമായി പ്രചരിപ്പിക്കുന്നതിൽ അവരുടെ ഈ ഗ്രന്ഥവും പഠനവും കാര്യമായ പങ്ക് വഹിച്ചിട്ടുണ്ട് എന്നത് നിസ്തർക്കമായ ഒരു വസ്തുതയാണ്.

പിന്നീട് ശാരദ എന്ന ഇന്ത്യൻ പേര് സ്വീകരിച്ച അവർ ഇന്ത്യൻ പൗരത്വത്തിന് അപേക്ഷിക്കുകയയും 2011ൽ പൗരത്വം ലഭിക്കുകയും ചെയ്തു.

• **മാർക്ക് ഡിസ്കോവ്സ്കി**

1951 ആഗസ്റ്റ് 29-ന് ലണ്ടനിൽ ജനിച്ച മാർക്ക് ഡിസ്കോവ്സ്കി സാംസ്കാരിക വൈവിധ്യത്തിന്റെ സിംഫോണിയിലൂടെ ജീവിതത്തെ വികസിപ്പിച്ച ഒരു പണ്ഡിതനാണ്.

ഒരു പോളിഷ് പിതാവിനും ഇറ്റാലിയൻ അമ്മയ്ക്കും ഒപ്പം ഇംഗ്ലണ്ടിലുള്ള താമസം വ്യത്യസ്ത സംസ്കാരങ്ങളെ എങ്ങിനെ എളുപ്പത്തിൽ ഉൾക്കൊള്ളാം എന്ന് അദ്ദേഹത്തെ ചെറുപ്പത്തിൽ തന്നെ പഠിപ്പിച്ചിട്ടുണ്ടാവാം. അതുകൊണ്ടാണല്ലോ അദ്ദേഹത്തിന് പിന്നീട് തികച്ചും അന്യമായ ഭാരതീയ സംസ്കാരത്തെ സ്വന്തം സംസ്കാരമെന്ന നിലയിൽ എളുപ്പത്തിൽ സ്വംശീകരിക്കാനായത്.

പതിനെട്ടാം വയസ്സിൽ, ഡിസ്കോവ്സ്കി ഇന്ത്യയിലേക്കുള്ള തന്റെ യാത്ര ആരംഭിച്ചു. സഹയാത്രികരുടെ ശുപാർശയെത്തുടർന്ന് അദ്ദേഹം

ഡൽഹിയിലെ പ്രേംപാൽസിങ്ങ് എന്ന ഗുരു മഹാരാജിന്റെ ആശ്രമം സന്ദർശിക്കുകയും അവിടെ അദ്ദേഹം ആറുമാസം താമസിക്കുകയും ചെയ്തു.

1970-ൽ, ഇന്ത്യയിലെ ഏറ്റവും പ്രശസ്തമായ വിദ്യാഭ്യാസ സ്ഥാപനങ്ങളിലൊന്നായ ബനാറസ് ഹിന്ദു യൂണിവേഴ്സിറ്റിയിൽ അദ്ദേഹം ചേർന്നു . പ്രൊഫസറായ ആചാര്യ രാമേശ്വർ ധായുടെ മാർഗനിർദേശപ്രകാരം സംസ്കൃതം, തത്ത്വചിന്ത, തന്ത്രം എന്നീ വിഷയങ്ങൾ ഗൗരവത്തോടെ പഠിക്കാനാരംഭിച്ചു. ചെറുപ്പം മുതലേ സംഗീതത്തിൽ താല്പര്യമുണ്ടായിരുന്നു അദ്ദേഹം വൈകാതെ ബുദ്ധാദിത്യ മുഖർജിയുടെ ശിക്ഷണത്തിൽ സിതാറും പഠിക്കാനാരംഭിച്ചു.

ഇന്ത്യയിൽ നിന്ന് ഭാരതീയ ദർശനങ്ങളിൽ ബിരുദവും ബിരുദാനന്തര ബിരുദവും നേടിയ ശേഷം ഡിസ്കോവ്സ്കി ഇംഗ്ലണ്ടിലേക്ക് മടങ്ങുകയും ഓക്സ്ഫോർഡ് സർവ്വകലാശാലയിൽ അലക്സിസ് സാൻഡേഴ്സന്റെ കീഴിൽ ത്രിക ശൈവ ദർശനത്തെ കുറിച്ച് ഗവേഷണം നടത്തുകയും ചെയ്തു. അതിനുശേഷം 1976-ൽ, ഡിസ്കോവ്സ്കി കശ്മീരിലേക്ക് തിരിച്ചൂപോകുകയും സ്വാമി ലക്ഷ്മണ ജൂവിൽ നിന്ന് ഔപചാരികമായ ദീക്ഷ സ്വീകരിക്കുകയും ചെയ്തു.

പാശ്ചാത്യമായ അക്കാദമിക പാരമ്പര്യത്തിന്റെയും തന്ത്രത്തിൻറെ നിഗൂഢ മേഖലകളുടെയും മനോഹരമായ സമ്മേളനം അദ്ദേഹത്തിന്റെ കൃതികളിൽ കാണാൻ കഴിയും എന്ന് മാത്രമല്ല വ്യത്യസ്തങ്ങളായ സംസ്കാരങ്ങളെ എങ്ങിനെ ഒരുവന് സാർത്ഥകമായി സ്വംശീകരിക്കാനാവും എന്നതിന് അദ്ദേഹത്തിന്റെ ജീവിതവും നല്ലൊരു ഉദാഹരണമാണ്.

● **ജയദേവ് സിങ്**

കാശ്മീരി ശൈവിസത്തിന്റെ പഠനത്തിനും പുനരുജ്ജീവനത്തിനുമായി ജീവിതം സമർപ്പിച്ച മഹാ പണ്ഡിതന്മാരുടെ ലിസ്റ്റിൽ ജയ്ദേവ സിംഗിന് വലിയൊരു സ്ഥാനമുണ്ട്.

1893-ൽ ജനിച്ച സിംഗ്, നല്ലൊരു സംഗീതജ്ഞനും സംസ്കൃത ഭാഷയിലും കാശ്മീര തന്ത്രത്തിലും അഗാധപാണ്ഡിതനുമായിരുന്നു. തന്റെ ആധ്യാത്മിക സാധനാനുഭവങ്ങളെ അക്കാദമിക പാണ്ഡിത്യവുമായി സമന്വയിപ്പിക്കാനുള്ള കഴിവാണ് സിങ്ങിനെ മറ്റുള്ളവരിൽ നിന്ന് വ്യത്യസ്തനാക്കുന്നത്.

ഈ അപൂർവ സംയോജനം ഒരു അക്കാദമിക പണ്ഡിതൻ എന്ന നിലയിൽ മാത്രമല്ല, ഒരു സാധകനെന്ന നിലയിലും പിന്നീട് പരിശീലകനെന്ന നിലയിലും ശോഭിക്കാൻ അദ്ദേഹത്തെ പ്രാപ്തനാക്കി.

കശ്മീര തന്ത്രത്തിന്റെ അടിസ്ഥാന ഗ്രന്ഥമായ "ശിവസൂത്രത്തിന്റെ" വിവർത്തനവും വ്യാഖ്യാനവുമാണ് സിങ്ങിന്റെ ഏറ്റവും വലിയ സംഭാവനകളിലൊന്ന്. ഈ ശിവസൂത്ര വ്യഖ്യാനം കേവലം ഒരു അക്കാദമിക വ്യായാമമല്ല മറിച്ച് വ്യക്തിപരമായ അനുഭവത്തിൽ നിന്നും ആഴത്തിലുള്ള ധ്യാനത്തിൽ നിന്നും ലഭിച്ച ഉൾക്കാഴ്ച്ച പ്രതിഫലിപ്പിക്കുന്നതാണ് എന്ന വസ്തുതയാണ് അതിനെ വേറിട്ടതാക്കുന്നത്.

കാശ്മീര തന്ത്രത്തിന്റെ മറ്റൊരു പ്രധാന ഗ്രന്ഥമായ "സ്പന്ദകാരിക" യുടെ വിവർത്തനവും അദ്ദേഹം നിർവഹിച്ചിട്ടുണ്ട്. സങ്കീർണ്ണമായ മെറ്റാഫിസിക്കൽ സങ്കൽപ്പങ്ങളെ സരളമാക്കി അവതരിപ്പിക്കാൻ അദ്ദേഹത്തിന് പ്രത്യേകമായ ഒരു സിദ്ധിയുണ്ടായിരുന്നു. കാശ്മീര

തന്ത്രത്തിന്റെ ഗഹനമായ തത്ത്വങ്ങളെ നേർപ്പിക്കാതെ അതിന്റെ സൂക്ഷ്മമായ തലങ്ങൾ അനാവരണം ചെയ്യാനുള്ള അസാമാന്യമായ ആ സിദ്ധി സ്പന്ദകാരികയുടെ വിവർത്തനത്തിൽ ഏറെ പ്രകടമാണ്.

തന്റെ രചനകൾക്കപ്പുറം, നിരവധി വിദ്യാർത്ഥികളെ അവരുടെ ആത്മീയവും അക്കാദമികവുമായ യാത്രകളിൽ നയിച്ച ഒരു അധ്യാപകനെന്ന നിലയിലും ജയദേവ സിംഗ് ബഹുമാനിക്കപ്പെട്ടു.

1986-ൽ ജയദേവ സിംഗ് അന്തരിച്ചു, പക്ഷേ കാശ്മീര തന്ത്രത്തിന്റെ ആഴത്തിലേക്കിറങ്ങാൻ താൽപ്പര്യമുള്ള ഏതൊരാൾക്കും അദ്ദേഹത്തിന്റെ കൃതികളും അദ്ദേഹം തുറന്നുകാട്ടിയ അന്വേഷണത്തിന്റെ പാതയും ഇന്നും ഏറെ പ്രചോദനം നൽകുന്നതാണ്.

• സ്വാമി മുക്താനന്ദൻ

ഇരുപതാം നൂറ്റാണ്ടിൽ കാശ്മീരി തന്ത്രത്തെ പാശ്ചാത്യനാടുകളിൽ പ്രചരിപ്പിക്കുന്നതിൽ സ്വാമി മുക്താനന്ദനെ പോലെ പങ്ക് വഹിച്ചവർ ഏറെയില്ല.

ശക്തമായ ഒരു ടോർച്ച് ലൈറ്റ് മുറിക്കകത്തു ഒളിഞ്ഞിരിക്കുന്ന അമൂല്യമായ പുരാതന വസ്തുക്കളെ പ്രകാശിപ്പിക്കുന്നതുപോലെ സ്വാമി മുക്താനന്ദന്റെ കൃതികളും പ്രഭാഷണങ്ങളും കാശ്മീരി തന്ത്രത്തിന്റെ പുരാതന ജ്ഞാനത്തെ ആധുനിക പാശ്ചാത്യജനതക്ക് കാണിച്ചുകൊടുത്തു എന്ന് പറയാം.

കൃഷ്ണറായ് എന്ന പേരിൽ ജനിച്ച മുക്താനന്ദന്റെ ആത്മീയ യാത്ര ചെറുപ്പത്തിൽ തന്നെ ആരംഭിച്ചിരുന്നു. ലൗകിക ജീവിതം ഉപേക്ഷിച്ച് ഒരു സാധുവായി ഏറെകാലം അലഞ്ഞുതിരിഞ്ഞ അദ്ദേഹം അവസാനം ഇന്ത്യയുടെ

ആത്മീയ മണ്ഡലത്തിലെ ശ്രീരാമകൃഷ്ണദേവൻ, രമണ മഹർഷി എന്നിവരെപോലെ തിളങ്ങുന്ന മറ്റൊരു നക്ഷത്രമായ ഭഗവാൻ നിത്യാനന്ദയുടെ അടുത്തെത്തിച്ചേർന്നു.

ഭഗവാൻ നിത്യാനന്ദനിൽ നിന്നാണ് മുക്താനന്ദന് ആത്മീയമായ ഉണർവ് ലഭിച്ചത് എന്നാണ് പറയപ്പെടുന്നത്. അതോടെ സമ്മതപ്രത്രം ലഭിച്ച ഒരു ആധികാരിക താന്ത്രിക ശിക്ഷകനായി അദ്ദേഹം മാറുകയായിരുന്നു.

1966-ൽ സിദ്ധയോഗ ധാം സ്ഥാപിച്ചുവെങ്കിലും ലോക പര്യടനങ്ങൾ ആരംഭിച്ചതോടെയാണ് അദ്ദേഹത്തിന്റെ ആത്മീയ സ്വാധീനം ആഗോളതലത്തിൽ വ്യാപിക്കാൻ ആരംഭിച്ചത്. അദ്ദേഹത്തിന്റെ കരിസ്മാറ്റിക് സാന്നിധ്യവും , പ്രഭാഷണങ്ങളുടെ ആകർഷക സ്വഭാവവും ലോകത്തിന്റെ വിവിധ ഭാഗങ്ങളിൽ നിന്നും ജീവിതത്തിന്റെ വിവിധ തുറകളിലുള്ള നിരവധി അനുയായികളെ അദ്ദേഹത്തിലേക്ക് ആകർഷിച്ചു.

പുരാതന പൗരസ്ത്യ ജ്ഞാനവും ലോകമെമ്പാടുമുള്ള ആളുകളുടെ സമകാലിക ആത്മീയ അന്വേഷണവും തമ്മിലുള്ള വിടവ് നികത്താൻ സ്വാമി മുക്താനന്ദന്റെ കൃതികളും പ്രഭാഷണങ്ങളും ഏറെ സഹായിച്ചിട്ടുണ്ട്. അദ്ദേഹത്തിന്റെ "പ്ലേ ഓഫ് കോൺഷ്യസ്നെസ്" പോലുള്ള കൃതികൾ ആത്മീയദാഹത്താൽ ഉഴലുന്ന പാശ്ചാത്യ ജിജ്ഞാസുക്കളെ ഹൃദ്യമായ ഗാനങ്ങൾ പോലെയാണ് ആകർഷിച്ചത്. അദ്ദേഹത്തിന്റെ ഗ്രന്ഥങ്ങളും പ്രഭാഷണങ്ങളും എണ്ണമറ്റ ആത്മീയ അന്വേഷകരുടെ പാത പ്രകാശിപ്പിച്ചിട്ടുണ്ട്.

പ്രകാശിക്കുന്ന പൂർണ്ണചന്ദ്രൻ രാത്രിയുടെ അന്ധകാരത്തെ നീക്കുന്നതുപോലെ മുക്താനന്ദയുടെ തിളങ്ങുന്ന സാന്നിധ്യവും ആദ്ധ്യാത്മികമായ ഉൾക്കാഴ്ചകളും നിരവധി പാശ്ചാത്യരുടെ ആത്മീയാന്ധകാരത്തെ നീക്കുന്നതിൽ വലിയ

പങ്ക് വഹിച്ചിട്ടുണ്ട് എന്ന് സാരം.

ആധുനികകാലത്തെ മറ്റു നിരവധി താന്ത്രിക ഗുരുക്കന്മാരെപ്പോലെ തന്നെ നിരവധി വിവാദങ്ങൾ സ്വാമി മുക്താനന്ദനെയും പൊതിഞ്ഞിരുന്നു. എത്രയൊക്ക അപവാദങ്ങളും വിവാദങ്ങളും അദ്ദേഹത്തെ പൊതിഞ്ഞാലും അദ്ദേഹം അവശേഷിപ്പിച്ചു പോയ കൃതികളുടെയും പ്രഭാഷണങ്ങളുടെയും സഞ്ചയം അവയൊക്കെ മറികടക്കുന്നതിന് പര്യാപ്തമാണ്.

വ്യക്തിപരമായ വിവാദങ്ങളെയൊക്കെ മറികടന്ന് അദ്ദേഹത്തിന്റെ ഗ്രന്ഥങ്ങൾ ഇന്നും ആത്മീയ സാധകരെ ആകർഷിച്ചുകൊണ്ടിരിക്കുന്നു എന്ന വസ്തുത തന്നെ അതിന് മതിയായ തെളിവാണ്.

13

കാശ്മീര തന്ത്രം വർത്തമാന കാലത്ത്

സ്വാമി ലക്ഷ്മൺ ജൂവിൽ നിന്ന് തുടങ്ങി സ്വദേശീയരും വിദേശീയരുമായ നിരവധി പണ്ഡിതന്മാരുടെയും സാധകരുടെയും പരിശ്രമഫലമായി അടുത്ത കാലത്ത് തന്ത്രത്തെ കൂടുതൽ ആഴത്തിൽ മനസ്സിലാക്കാനുള്ള താൽപര്യം പാശ്ചാത്യരാജ്യങ്ങളിൽ വർദ്ധിച്ചുവരികയാണ്.

ഇതിന് പ്രധാന കാരണം ജീവിതത്തോടും തത്വചിന്തയോടുമുള്ള കാശ്മീര തന്ത്രത്തിന്റെ സമീപനം പാശ്ചാത്യരുടെ മൂല്യബോധവുമായി നന്നായി യോജിക്കുന്നു എന്നതാണ്. ഉദാഹരണത്തിന് പ്രകൃതിയുമായി ഇണങ്ങി ജീവിക്കേണ്ടതിന്റെ പ്രാധാന്യം, സ്വന്തം അവബോധത്തെ പിന്തുടരേണ്ടതിന്റെ ആവശ്യകത എന്നിവയെക്കുറിച്ചുള്ള തന്ത്രദർശനം സമകാലിക പാശ്ചാത്യ മൂല്യങ്ങൾക്ക് പെട്ടെന്ന് ഉൾക്കൊള്ളാനാവുന്നതാണ്.

രണ്ടാമതായി തന്ത്ര ദർശനം ഒരു വസ്തുതയെയും ആത്യന്തികമായി പുണ്യം, പാപം എന്ന് വേർതിരിക്കുന്നില്ല. അതുകൊണ്ടുതന്നെ ലൈംഗികത ഉൾപ്പെടെയുള്ള ഒരു ജീവിതാനുഭവത്തെയും പൂർണമായും തള്ളിക്കളയുന്നുമില്ല. തന്ത്രം എല്ലാ സൃഷ്ടികളെയും പ്രതിഭാസങ്ങളെയും

ബോധത്തിന്റെ പ്രത്യക്ഷീകരണമായി കണ്ട് വിശുദ്ധീകരിക്കുന്നു.

ഭൗതിക ലോകത്തെ ഉപേക്ഷിക്കുന്നതിനുപകരം സംഗീതം, നൃത്തം, ഇന്ദ്രിയാസ്വാദനം തുടങ്ങി ലൈംഗികത വരെ എല്ലാ ദൈനംദിന അനുഭവങ്ങളെയും അവബോധത്തോടെ പിന്തുടരുകയാണെങ്കിൽ ആത്മസാക്ഷാത്കാരത്തിലേക്കുള്ള വാതിലുകളായി മാറ്റമെന്ന് തന്ത്രം പറഞ്ഞുതരുന്നു.

ഉൾക്കൊള്ളലിന്റേതായ ഈ സമീപനം കൊണ്ടാണ് പാശ്ചാത്യർക്ക് എളുപ്പത്തിൽ തന്ത്രത്തെ അവരുടെ ജീവിതവുമായി സമന്വയിപ്പിക്കാൻ കഴിയുന്നതും താന്ത്രിക ദർശനത്തെ ചലനാത്മകമായ കർമ്മ യോഗമാക്കി മാറ്റാനാവുന്നതും.

പുതുയുഗ ആത്മീയത (New Age Spirituality) പാശ്ചാത്യ രാജ്യങ്ങളിൽ പൂത്തുലഞ്ഞപ്പോൾ അതിന് വഴിവെച്ച ഗുരുക്കന്മാർ പൗരസ്ത്യമായ ആത്മീയ ദർശനങ്ങളുടെ സങ്കരങ്ങളെയാണ് പുതുയുഗ ആത്മീയതയായി പലപ്പോഴും അവതരിപ്പിച്ചത്.

സമർത്ഥരായ ഹോർട്ടികൾച്ചറിസ്റ്റുകൾ വ്യത്യസ്തങ്ങളായ സസ്യ ഇനങ്ങളെ ക്രോസ് പരാഗണം നടത്തി പുതിയ ചെടികൾ വികസിപ്പിച്ചെടുക്കുന്നതുപോലെ ഈ നവ ഗുരുക്കന്മാർ ബുദ്ധമതം, തിയോസഫി, വേദാന്തം, യോഗം,കബ്ബാല, തന്ത്രം എന്നിവയെ ക്വാണ്ടം ഫിസിക്സ്, ന്യൂറോളജി തുടങ്ങിയവയുമായി ബന്ധിപ്പിച്ച് ക്വാണ്ടം ആദ്ധ്യാത്മികത പോലെയുള്ള പുതിയ ഇനം ആധ്യാത്മിക പദ്ധതികൾ വികസിപ്പിച്ചെടുത്തു.

ഒരിക്കൽ സംന്യാസികൾക്ക് മാത്രമായി സംവരണം ചെയ്യപ്പെട്ടിരുന്ന ധ്യാനം, ഭാവന (Visualization), ശ്വാസ നിരീക്ഷണം, തുടങ്ങിയ ധ്യാന സാങ്കേതികവിദ്യകൾ ഇപ്പോൾ

കോർപറേറ്റ് ലോകത്തെ വ്യക്തിത്വ വികസനത്തിനും ആരോഗ്യ രംഗത്ത് മാനസികാരോഗ്യ പരിപാലനത്തിനും ഒക്കെ സമൃദ്ധമായി ഉപയോഗിക്കുന്നുണ്ട്. പണ്ട് അത്യന്തം നിഗൂഢമായിരുന്ന ധ്യാനത്തിന്റെ ഇത്തരം ആന്തരിക സാങ്കേതികവിദ്യകളൊക്കെ യൂട്യൂബ് വിഡിയോകളിലൂടെയും ഓൺലൈൻ വർക്ക്ഷോപ്പുകളിലൂടെയും ഇന്ന് ഏവർക്കും പ്രാപ്യമായി തീർന്നിരിക്കുന്നു എന്നർത്ഥം.

മറ്റൊരു രീതിയിൽ വീക്ഷിക്കുകയാണെങ്കിൽ പണ്ടത്തെ അവസ്ഥയിൽ നിന്നും വ്യത്യസ്തമായി ഇന്ന് അന്വേഷകർക്ക് ആന്തരിക പരീക്ഷണങ്ങൾക്കായി ലോകമെമ്പാടുമുള്ള ആത്മീയ ജ്ഞാനത്തിലേക്ക് വളരെ എളുപ്പത്തിൽ പ്രവേശനമുണ്ട്. അതും ആത്മീയതയുടെ ജനകീയവൽക്കരണത്തിന് ഒരു കാരണമായിട്ടുണ്ട്.

തന്ത്രത്തെ പാശ്ചാത്യർക്ക് ആകർഷകമാക്കുന്ന മറ്റൊരു ഘടകം ലൈംഗികതയോടുമുള്ള തന്ത്രത്തിന്റെ സമീപനമാണ്. ലൈംഗികതയെക്കുറിച്ചുള്ള സാമ്പ്രദായികമായ മതങ്ങളുടെ ധാരണകൾ പലപ്പോഴും ജീവിത വിരുദ്ധമാണ്.

പത്തൊമ്പതാം നൂറ്റാണ്ടിൽ സിഗ്മണ്ട് ഫ്രോയിഡ് വരേണ്ടി വന്നു നമ്മുടെ ശാരീരിക മാനസിക വ്യാപാരങ്ങളിൽ എത്ര ശക്തമാണ് ലൈംഗികത എന്ന് തെളിയിക്കപ്പെടാൻ. അതിനെത്രയോ കാലം മുൻപ് തന്നെ ഇത്രയും ശക്തമായ ലൈംഗികോർജ്ജത്തെ എങ്ങിനെ ആത്മീയവികാസത്തിന് ഉപയോഗിക്കാം എന്ന് തന്ത്രദർശനം കൃത്യമായ നിർദ്ദേശങ്ങൾ നൽകിയിരുന്നു.

പാശ്ചാത്യ സംസ്കാരം പലപ്പോഴും ലൈംഗികതയോടുള്ള മതങ്ങളുടെ ധാരണകളുമായി സമരസപ്പെടാൻ പ്രയാസപ്പെടുമ്പോൾ തന്ത്രം ആതിൽ നിന്ന് വ്യത്യാസപ്പെട്ട് ലൈംഗിക ഊർജ്ജത്തെ എങ്ങിനെ ആത്മീയ വളർച്ചക്ക്

ഉപയോഗിക്കാം എന്ന് പറഞ്ഞുതരുന്നു. അതുകൊണ്ട് തന്ത്രം പാശ്ചാത്യർക്ക് പെട്ടെന്ന് തന്നെ പ്രിയപ്പെട്ടതായതിൽ അത്ഭുതമില്ലല്ലോ.

കാശ്മീര തന്ത്രത്തിൽ ശരീരത്തെ ഒരു ക്ഷേത്രമായും പ്രപഞ്ചത്തിന്റെ സൂക്ഷ്മരൂപമായും ആണ് ഗണിക്കുന്നത്. അതുകൊണ്ടുതന്നെ ഈ ശരീരം പവിത്രമാണ്. ഇവിടെ ലൈംഗികതയും യോഗയും നൃത്തവുമടക്കം ശരീരത്തെ ഉത്തേജിപ്പിക്കുന്ന എല്ലാ ചര്യകളും പ്രാപഞ്ചികതാളവുമായി ഒത്തുചേരുന്നതിനുള്ള ജീവന്റെ പരിശീലനങ്ങളായി കണക്കാക്കപ്പെടുന്നു.

ശരീരത്തെയും ശാരീരിക ആവശ്യങ്ങളെയും അധമമായി ഗണിക്കുന്ന സാമ്പ്രദായിക ആത്മീയത്തിൽ നിന്ന് തന്ത്രം ഏറെ വ്യത്യസ്തമായതാണ് പാശ്ചാത്യരാജ്യങ്ങളിൽ തന്ത്രത്തിനുണ്ടായ അഭൂതപൂർവമായ പ്രചാരത്തിന് കാരണം.

ഇന്റർ ഡിസ്സിപ്ലിനറി സമീപനത്തിന്റെ പ്രചാരവും തന്ത്രത്തിന്റെ പ്രാധാന്യം വർധിപ്പിച്ചു എന്ന് വേണം കരുതാൻ. ആധുനിക കാലത്ത് വ്യത്യസ്ത വിജ്ഞാന മേഖലകൾ അന്യോന്യം വിജ്ഞാനം പകർന്നും സ്വീകരിച്ചുമാണ് സ്വയം വികസിക്കുന്നത്. അതിനെയാണ് ഇന്റർ ഡിസ്സിപ്ലിനറി സമീപനം (Inter Disciplinary Approach) എന്ന് പറയാറുള്ളത്. അതിന്റെ ഭാഗമായാണ് യൂണിവേസിറ്റികളിൽ പാരാ സൈക്കോളജി, ട്രാൻസ് പേഴ്സണൽ സൈക്കോളജി, ന്യൂറോതിയോളജി തുടങ്ങിയ പഠനശാഖകൾ വികസിച്ചു വന്നിട്ടുള്ളത്.

വ്യക്തിത്വ വികസന ശാഖയിലാണെങ്കിൽ ചിലർ യോഗ തെറാപ്പി, മൈൻഡ് ഫുൾ നെസ് ശില്പശാല (Mindfulness Workshop) പോലുള്ള പുതിയ പദ്ധതികൾക്ക് ജന്മം നൽകികൊണ്ട് ആധ്യാത്മികതയെ ദൈനം ദിന ജീവിതവുമായി കൂടുതൽ ബന്ധിപ്പിക്കാൻ

ശ്രമിച്ചുകൊണ്ടിരിക്കുന്നു.

അങ്ങിനെയാണ് ഒരിക്കൽ സാധനയെ ഗൗരവത്തിലെടുക്കുന്നവർക്ക് മാത്രമായി സംവരണം ചെയ്യപ്പെട്ടിരുന്ന തന്ത്രം, ധ്യാനം എന്നിവ ഇപ്പോൾ വൈവിധ്യമാർന്ന ജീവിതമേഖലകളിൽ പ്രധാന വേഷം കൈകാര്യം ചെയ്യാൻ തുടങ്ങിയിട്ടുള്ളത്. ശാരീരികവും ഊർജ്ജസ്വലവും വൈകാരികവും ബൗദ്ധികവും ആത്മീയവുമായ മാനങ്ങൾ പരിപോഷിപ്പിക്കുന്നതിനുള്ള തന്ത്രദർശനത്തിന്റെ ഊന്നൽ സമകാലിക ആരോഗ്യ വ്യവസായത്തിൽ വളരെയധികം സാധ്യതയുള്ള ഒരു ഉപായമായി ഗണിക്കപ്പെടുന്നു.

നഗരങ്ങളിലെ പ്രൊഫഷണലുകൾ ഇപ്പോൾ തന്ത്ര മസ്സാജ് ഉൾപ്പടെയുള്ള ആയുർവേദ ചികിത്സകൾ വാഗ്ദാനം ചെയ്യുന്ന ഹോളിസ്റ്റിക് രോഗശാന്തി കേന്ദ്രങ്ങളിലേക്ക് ഒഴുകുകയാണ്. സഹജമായ ജൈവിക താളങ്ങളെ ആദരിക്കുന്നതിനുള്ള താന്ത്രിക തത്വം സംയോജിത മരുന്ന്, ഓർഗാനിക് ഡയറ്റുകൾ, സുസ്ഥിര ജീവിതം എന്നിവയുടെ വ്യാപനത്തിലും പ്രകടമാണ്.

മേല്പറഞ്ഞ മൈൻഡ് ഫുൾനെസ്സ് ധ്യാനം മുതൽ ഇങ്ങോട്ടുള്ള ഭൂരിഭാഗം ധ്യാനപദ്ധതികളുടെയും വേര് കിടക്കുന്നത് കാശ്മീര ധ്യാന സമ്പ്രദായങ്ങളിലാണ്.

തന്ത്രത്തിലെ പ്രാഥമിക സാധനപദ്ധതികളായ ധ്യാനം, ശ്വാസനിയന്ത്രണം, ശ്വാസ നിരീക്ഷണം തുടങ്ങിയവയ്ക്ക് സമ്മർദ്ദം കുറക്കാനും വൈകാരിക നിയന്ത്രണം വർദ്ധിപ്പിക്കാനും മസ്തിഷ്ക പ്രവർത്തനത്തിൽ പോലും മാറ്റം വരുത്താനും കഴിയുമെന്ന് ഇന്ന് നിസ്സംശയം തെളിയിക്കപ്പെട്ടിട്ടുണ്ട്.

അത്തരം ഗവേഷണങ്ങൾക്ക് ഒരു പക്ഷേ ഏറ്റവും പ്രോത്സാഹനം നില്കിയിട്ടുള്ളത് ടിബറ്റൻ

ബുദ്ധമതാചാര്യനായ ദലൈലാമ ആയിരിക്കും. ദലൈലാമയ്ക്ക് ശാസ്ത്രത്തിൽ ആഴത്തിലുള്ള താൽപ്പര്യമുണ്ട്. ധ്യാന സമയത്ത് തലച്ചോറിൽ സംഭവിക്കുന്ന മാറ്റങ്ങൾ എന്തെല്ലാം? ധ്യാനം തലച്ചോറിനെ എങ്ങിനെ ബാധിക്കുന്നു? ഇത്തരം വിഷയങ്ങളെല്ലാം അദ്ദേഹത്തിന് താല്പര്യമുള്ളവയാണ്.

അതുകൊണ്ടുതന്നെ ഈ വിഷയത്തെക്കുറിച്ച് അദ്ദേഹത്തോട് ഗവേഷകർ സംസാരിക്കുമ്പോൾ, ധ്യാനത്തിൽ വൈദഗ്ധ്യമുള്ള തൻറെ പരിചയസമ്പന്നരായ മുതിർന്ന ശിഷ്യന്മാരെ തന്നെ അദ്ദേഹം പരീക്ഷണത്തിനായി അയാക്കാറുണ്ട്. ഈ ശിഷ്യന്മാരുടെ തലച്ചോറിലാണ് റിച്ചാർഡ് ഡേവിഡ്സണെപ്പോലുള്ള പ്രസിദ്ധ ന്യൂറോളജിസ്റ്റുകൾ ധ്യാനവും മസ്തിഷ്കവും തമ്മിലുള്ള ബന്ധത്തെ കുറിച്ച് ഗവേഷണം നടത്തിയിട്ടുള്ളത്.

ഇത്തരം പരീക്ഷണങ്ങളുടെ രീതിശാസ്ത്രം അറിയാനായി ആദ്യകാലത്ത് നടന്ന ഒരു പരീക്ഷണത്തെ പരിചയപ്പെട്ടാലോ?

പ്രസിദ്ധ ന്യൂറോളജിസ്റ്റുകളായ ഡാനിയൽ ഗോൽമാനും റിച്ചാർഡ് ഡേവിഡ്സണും ചേർന്നെഴുതിയ Altered Traits എന്ന പ്രസിദ്ധഗ്രന്ഥത്തിൽ ഒരു യോഗിയുടെ ധ്യാനാവസ്ഥയുടെ മസ്തിഷ്ക ഘടനയെ കുറിച്ച് നടത്തിയ ഗവേഷണത്തെ കുറിച്ച് പ്രദിപാദിക്കുന്നുണ്ട്.

2002 സെപ്റ്റംബറിൽ ആണ് സംഭവം നടക്കുന്നത്. മിംഗ്യൂർ റിൻപോച്ചെ എന്ന ടിബറ്റൻ സന്യാസി നേപ്പാളിലെ തന്റെ ആശ്രമത്തിൽ നിന്ന് വിസ്കോൺസിനിലെ മാഡിസണിലേക്ക് പറന്നു.

അദ്ദേഹത്തിന്റെ ലക്ഷ്യം എന്തായിരുന്നു ?

അമേരിക്കൻ ശാസ്ത്രജ്ഞന്മാർക്ക് പഠിക്കാനായി തന്റെ ധ്യാനാവസ്ഥയിലെ മസ്തിഷ്കത്തെ കുറച്ചുനേരം

വിട്ടുകൊടുക്കുക. മിംഗ്യൂർ ധ്യാനത്തിൽ പുതിയ ആളായിരുന്നില്ല. ധ്യാന ഗുരുക്കന്മാരുടെ കുടുംബത്തിലാണ് അദ്ദേഹം ജനിച്ചത്. അദ്ദേഹത്തിന്റെ അച്ഛരനും മുത്തച്ഛരനും അറിയപ്പെടുന്ന ധ്യാന ഗുരുക്കന്മാരായിരുന്നു താനും.

ചെറുപ്പത്തിൽത്തന്നെ തീവ്രമായ ധ്യാന പരിശീലനങ്ങൾ ആരംഭിച്ച മിംഗ്യൂർ ഇരുപത് വയസ്സായപ്പോഴേക്കും അറിയപ്പെടുന്ന ഒരു ധ്യാനഗുരു ആയി തീർന്നിരുന്നു.

അത്രയും കഴിവുള്ള ഒരു ഗുരുവാണെന്ന് ബോധ്യപ്പെട്ടതുകൊണ്ടാണ് ന്യൂറോളജിസ്റ്റായ റിച്ചിയുടെ നേതൃത്വത്തിലുള്ള സംഘം അദ്ദേഹത്തെ അമേരിക്കയിലേക്ക് ക്ഷണിച്ചതും.

മിംഗ്യൂർ അമേരിക്കയിലെത്തിയപ്പോൾ മുമ്പ് പരിചയപ്പെട്ട റിച്ചി എന്ന ശാസ്ത്രജ്ഞൻ അദ്ദേഹത്തെ സ്വാഗതം ചെയ്യാൻ കാത്തിരിപ്പുണ്ടായിരുന്നു. അടുത്ത ദിവസം തന്നെ തലയോട്ടിയിൽ ഘടിപ്പിച്ച EEG ഉപയോഗിച്ച് തലച്ചോറിന്റെ പ്രവർത്തനം അളക്കാൻ റിച്ചി അദ്ദേഹത്തെ തന്റെ ലബോറട്ടറിയിലേക്ക് കൊണ്ടുപോയി. EEG സെൻസറുകൾ സ്ഥാപിച്ചു കഴിഞ്ഞതോടെ ഗവേഷണ സംഘം അദ്ദേഹത്തോട് (അനുകമ്പയിൽ ശ്രദ്ധ കേന്ദ്രീകരിച്ച ഒരു ധ്യാനം) (Compassion Meditation) ചെയ്യാൻ ആവശ്യപ്പെട്ടു.

വളരെ പരിചിതമായ ഒരു പ്രവൃത്തി ചെയ്യുന്ന ലാഘവത്തോടെ അദ്ദേഹം ധ്യാനമാരംഭിച്ചു.

അദ്ദേഹത്തിന്റെ മസ്തിഷ്കത്തിൽ അതുവരെ കണ്ടിട്ടില്ലാത്ത തരത്തിലുള്ള പ്രവർത്തനങ്ങളുടെ ഒരു വലിയ ശൃംഖലയാണ് അവർ കണ്ടത്. ഗവേഷണ സംഘത്തെ സംബന്ധിച്ചിടത്തോളം അത് അതുല്യമായ ഒരു അനുഭവമായിരുന്നു. കാരണം അത്തരത്തിൽ ഉയർന്ന തലത്തിലുള്ള മസ്തിഷ്ക പ്രവർത്തനം വളരെ

അപൂർവമായി മാത്രമേ തലച്ചോറിൽ കാണാനാകൂവത്രേ.

പിന്നീട് മിംഗ്യൂർ തലച്ചോറിന്റെ പ്രവർത്തനം കൂടുതൽ വിശദമായി കാണിക്കുന്ന എഫ്എംആർഐ സ്കാനിന് (fMri Scan) വിധേയനായി.

സ്കാനിംഗ് സമയത്ത് അദ്ദേഹം വീണ്ടും അനുകമ്പാ ധ്യാനം (Compassion Meditation) ആരംഭിച്ചപ്പോൾ തലച്ചോറിന്റെ കംപാഷൻ സർക്യൂട്ടുകൾ (Compassion Circuits) വിശ്രമവേളയേക്കാൾ 700 മുതൽ 800 ശതമാനം വരെ ഉയർന്നതായി കണ്ടു. മിംഗ്യൂറിന്റെ തലത്തിലുള്ള ബുദ്ധ സന്ന്യാസിമാർ പ്രകടിപ്പിക്കുന്ന ദീനാനുകമ്പ വെറും നാട്യമല്ല, മറിച്ച് അവരുടെ തലച്ചോർ ഉല്പാദിപ്പിക്കുന്ന യാഥാർഥ്യം തന്നെയാണ് എന്നർത്ഥം.

ഇനി നമുക്ക് ഒന്ന് ഫാസ്റ്റ് ഫോർവേഡ് അടിച്ച് 2016 എത്താം.

അപ്പോഴേക്കും തലച്ചോറിന്റെ പ്രവർത്തനങ്ങൾ കൂടുതൽ കൃത്യതയോടെ അടയാളപ്പെടുത്താനാകുന്ന നിരവധി പുതിയ സാങ്കേതികവിദ്യകൾ നിലവിൽ വന്നിരുന്നു. അതുകൊണ്ടാണ് റിച്ചിയുടെ സംഘത്തിന് മിംഗ്യൂറിന്റെ ധ്യാനസമയത്തെ തലച്ചോർ ഒരിക്കൽ കൂടി പഠനവിധേയമാക്കാമെന്ന് തോന്നുകയും അദ്ദേഹത്തെ വീണ്ടും അമേരിക്കയിലേക്ക് ക്ഷണിക്കുകയും ചെയ്തത്.

ഇത്രയും കാലത്തേ തീവ്രമായ ധ്യാന പരിശീലനത്തിലൂടെ മിംഗ്യൂറിന്റെ തലച്ചോറും കാര്യമായി മാറിയിട്ടുണ്ടാകുമെന്ന് റിച്ചിക്കും അദ്ദേഹത്തിന്റെ സംഘത്തിനും അറിയാമായിരുന്നു.

ക്ഷണം സ്വീകരിച്ച് മിംഗ്യൂർ വീണ്ടും അമേരിക്കയിലെത്തി പലവിധ പരീക്ഷണങ്ങൾക്ക് വിധായനായി. ഇത്തവണ റിച്ചിയുടെ സംഘം അദ്ദേഹത്തിന്റെ പുതിയ ബ്രെയിൻ സ്കാനുകൾ പണ്ട് എടുത്തവയുമായി താരതമ്യപ്പെടുത്തുകയും അതിശയിപ്പിച്ച മറ്റൊരു വസ്തുത

അവർ കണ്ടെത്തുകയും ചെയ്തു. മിംഗ്യൂറിന്റെ മസ്തിഷ്കം പ്രതീക്ഷിച്ചതിലും പ്രായം കുറഞ്ഞതായിരുന്നു. 41 വയസ്സുകാരനായ അദ്ദേഹത്തിന്റെ മസ്തിഷ്കം ആ സമയത്ത് ഒരു 33 വയസ്സുകാരന്റെ തലച്ചോറിന്റെ പ്രായമേ കാണിച്ചിരുന്നുള്ളു.

ഈ പരീക്ഷണങ്ങൾ ഒരു തുടക്കം മാത്രമായിരുന്നു. റിച്ചിക്കും ഡേവിഡ്സണും ഒക്കെ ശേഷം പിന്നീട് നിരവധി യുണിവേഴ്സിറ്റികളിലെ നിരവധി സംഘങ്ങൾ ഇത്തരത്തിലുള്ള പരീക്ഷണങ്ങൾ നടത്തിയിട്ടുണ്ട്. ധ്യാനം പോലെയുള്ള കേന്ദ്രീകൃതവും സുസ്ഥിരവുമായ മാനസിക വ്യായാമത്തിന് നമ്മുടെ മസ്തിഷ്കത്തെ പരിവർത്തനം ചെയ്യാനും പ്രായമാകുക എന്ന പ്രക്രിയയെ കുറച്ചൊക്കെ മന്ദഗതിയിലാക്കാനും കഴിയുമെന്ന് നിസ്സംശയം തെളിയിക്കപ്പെട്ടിട്ടുണ്ട്.

സാമ്പ്രദായിക മതങ്ങളിൽ താല്പര്യമില്ലെങ്കിലും ആധുനികമായ, ശാസ്ത്രവുമായി യോജിച്ചുപോകുന്ന തരത്തിലുള്ള അദ്ധ്യാത്മികതയിൽ താല്പര്യമുള്ള വിദ്യാസമ്പന്നരായ പാശ്ചാത്യ യുവാക്കളും യുവതികളും തന്ത്രത്തെ കേവലമൊരു ആരാധനാ സമ്പ്രദായമായല്ല മറിച്ച് വ്യക്തിഗത പരിവർത്തനത്തിന് ഉതകുന്ന ആഴത്തിലുള്ള ഉൾക്കാഴ്ചകൾ വാഗ്ദാനം ചെയ്യുന്ന ഒരു ജീവിതരീതിയായാണ് പരിഗണിക്കുന്നത്.

അതുകൊണ്ടാകണം പാശ്ചാത്യ പരിശീലകർ ഇപ്പോൾ മനഃശാസ്ത്രപരമായ രോഗശാന്തി, വൈകാരികമായ സന്തുലനം നേടൽ, വ്യക്തിത്വ വികസനം എന്നിവയ്ക്കായി തന്ത്രത്തെ കൂടുതലായി ഉപയോഗിക്കുന്നത്. ഈ വസ്തുത ഭാരതീയ ദർശനങ്ങളിൽ പ്രാവീണ്യമുള്ള ഡേവിഡ് ഫ്രോലി കൃത്യമായി നിരീക്ഷിക്കുന്നുണ്ട്.

അദ്ദേഹം പറയുന്നു,

"നവയുഗ പ്രസ്ഥാനത്തിൽ തന്ത്രം കൂടുതൽ പ്രചാരം നേടിയതിന് പ്രധാന കാരണം അത് ആത്മീയതയ്ക്കും വ്യക്തിത്വ വികസനത്തിനും ഒരുപോലെ പ്രാധാന്യം കൊടുക്കുന്നതുകൊണ്ടാണ്. മാത്രമല്ല അത് ശരീരത്തെ പവിത്രമായി കണക്കാക്കുകയും എല്ലാ വസ്തുക്കളുടെയും പരസ്പര ബന്ധവും ആനന്ദത്തിന്റെ പ്രാധാന്യവും ഊന്നിപ്പറയുകയും ചെയ്യുന്നു."

ഉപസംഹാരം

കാശ്മീര തന്ത്രത്തിന്റെ നിഗൂഢ മണ്ഡലത്തിലേക്കുള്ള നമ്മുടെ ആമുഖ യാത്രയുടെ പര്യവസാനത്തിലെത്തുമ്പോൾ നമുക്കു മുൻപിൽ അനാവരണം ചെയ്യപ്പെട്ടത് ലോക തത്വചിന്താ മണ്ഡലത്തിലെത്തന്നെ ഏറ്റവും സമ്പന്നമായ ഒരു ജ്ഞാനസമുദ്രമായിരുന്നു എന്ന് നാം തിരിച്ചറിയുന്നു.

പുരാതനമായ ഉത്ഭവം മുതൽ ആധുനിക കാലത്തെ പുനരുജ്ജീവനം വരെ ഈ താന്ത്രിക പാരമ്പര്യം അറിവിൻ്റെയും അനുഭവത്തിൻ്റെയും സമ്പന്നവും സങ്കീർണ്ണവുമായ ഒരു വർണ്ണകമ്പളം തന്നെ നെയ്തെടുത്തിട്ടുണ്ട് എന്നും നാം കണ്ടു.

നമ്മൾ ഒരുമിച്ച് നിരവധി ദാർശനിക ഭൂപ്രകൃതികളിലൂടെ സഞ്ചരിച്ചു. കശ്മീരിലെ മാസ്മരിക ഭൂമികയിൽ നിന്നും തുടങ്ങി മന്ത്രത്തിലും ധ്യാനത്തിലും മുഴുകിയ ചരിവുകൾ കയറി ത്രിക തത്വശാസ്ത്രത്തിന്റെ താഴ്വരയിലൂടെ നമ്മൾ നടന്നു.

വിജ്ഞാനഭൈരവ തന്ത്രം പോലുള്ള ഗ്രന്ഥങ്ങളിൽ എങ്ങിനെയാണ് ജ്ഞാനം എൻകോഡ് ചെയ്ത് വെച്ചിരിക്കുന്നത് എന്ന് പിന്നീട് നാം മനസ്സിലാക്കി. അതിനുശേഷം അഭിനവഗുപ്തചാര്യനെ നാം കണ്ടു. ആ മഹാമുനിയുടെ കാൽച്ചുവടുകളിലൂടെ അല്പം നടന്നു.

അതോടൊപ്പം ശിവൻ, ശക്തി, നരൻ എന്നിവരുടെ പ്രാപഞ്ചിക നൃത്തത്തിലേക്ക് ആഴത്തിൽ ഇറങ്ങി. അനന്തരം 36 തത്വങ്ങളുടെ സങ്കീർണ്ണമായ ബ്ലൂപ്രിൻ്റിലൂടെ, അസ്തിത്വത്തിൻ്റെ നിഗൂഢരഹസ്യങ്ങൾ നാം മനസ്സിലാക്കി. കൂടാതെ ഷഡധ്വത്തിന്റെ സങ്കീർണമായ ഞൊറികളിലൂടെ നാം ശിവാവബോധത്തിലെത്താൻ ശ്രമിച്ചു.

കല, സംഗീതം, നൃത്തം എന്നിവയുടെ കണ്ണാടിയിലൂടെ എല്ലാവരിലും ആത്മാവിനെ കാണാൻ കാശ്മീരിലെ മിസ്റ്റിക്സ് ഗുരുക്കന്മാർ പഠിപ്പിക്കുന്നത് നാം ശ്രവിച്ചു. അവരുടെ ദർശനങ്ങൾ മനുഷ്യാനുഭവങ്ങളെ ദൈവിക സൗന്ദര്യാത്മകതയിലേക്ക് മാറ്റാൻ സഹായിക്കുന്നതാണെന്ന് നാം തിരിച്ചറിഞ്ഞു.

കാശ്മീര തന്ത്രത്തിന്റെ പ്രകാശം നമ്മുടെ പാതയെ പ്രകാശിപ്പിക്കുന്ന വിളക്കാണെന്നും ഉള്ളിലെ അജ്ഞതയുടെ കെട്ട് അഴിച്ചുകൊണ്ട് ജീവിതത്തിലെ പ്രകാശത്തെ ആശ്ലേഷിക്കാൻ അവ നമ്മെ സഹായിക്കും എന്നും നാം കണ്ടു. കാശ്മീര തന്ത്രത്തിന്റെ പരിചയപ്പെട്ട ഓരോ അംശങ്ങളും പാരമ്പര്യത്തിന്റെ പവിത്രതയും ആചാരത്തിന്റെ സമ്പന്നതയും വെളിപ്പെടുത്തുന്നതായിരുന്നു.

കാശ്മീര തന്ത്രം അതിന്റെ സഹോദര ദർശനങ്ങളെ കണ്ടുമുട്ടുകയും ഇടപഴകുകയും പിന്നീട് ബുദ്ധമത പാതകളുമായി ഇടപഴകുകയും കേരളീയ തന്ത്രവുമായി സംവദിക്കുകയും ഒക്കെ ചെയ്തപ്പോൾ, എത്ര ദ്രവപ്രായത്തിലാണ് വിശ്വാസങ്ങളെന്നും എത്ര മനോഹരമായാണ് അവ അന്യോന്യം ഇഴ ചേരുന്നതെന്നും നാം കണ്ടു. അതുപോലെ തന്നെ നാം പരിചയപ്പെട്ട ഗ്രന്ഥങ്ങളും വ്യാഖ്യാനങ്ങളും എല്ലാം നമ്മുടെത്തന്നെ ഹൃദയത്തിലേക്ക് നയിക്കുന്ന ഭൂപടങ്ങളായിരുന്നു എന്ന് മനസ്സിലാക്കി.

അതോടൊപ്പം തന്നെ ഈ ജ്ഞാനം ഒരു പുരാവസ്തുവല്ലെന്നും വർത്തമാനകാല കാലത്തും ഏറെ പ്രസക്തമാണെന്നും സമകാലിക ഗുരുക്കന്മാരുടെയും വ്യാഖ്യാതാക്കളുടെയും ജീവിതത്തിലൂടെ നമ്മൾ അറിഞ്ഞു. താന്ത്രിക പാരമ്പര്യം അതിന്റെ ഭൂമിശാസ്ത്രപരമായ

ഉത്ഭവസ്ഥാനമായ കാശ്മീരിനപ്പുറം വിത്ത് വിതച്ചതും അവസാനം ലോകമെമ്പാടും അതിന്റെ വിളവുകൾ കൊയ്തെടുക്കുന്നതും നാം കണ്ടു.

ഇപ്പോൾ കാശ്മീര തന്ത്രത്തിലേക്കുള്ള പ്രവേശികയായ 'ശിവനും ഞാനും' എന്ന ഈ ഗ്രന്ഥത്തിന്റെ അവസാനത്തിലെത്തിയിരിക്കുന്നു. ഈ ആമുഖ വാല്യം അവസാനിക്കുമ്പോൾ, കാശ്മീര തന്ത്രത്തിലേക്കുള്ള നമ്മുടെ യാത്ര യഥാർത്ഥത്തിൽ ആരംഭിക്കുകയാണ് എന്നതാണ് വാസ്തവം.

തുടർന്നുള്ള പുസ്തകങ്ങളിൽ, വിജ്ഞാന ഭൈരവ തന്ത്രം, ശിവസൂത്രം, സ്പന്ദ കാരിക, പ്രത്യഭിജ്ഞ ഹൃദയം, തന്ത്രാലോകം തുടങ്ങി ഈ പാരമ്പര്യത്തെ രൂപപ്പെടുത്തിയ ക്ലാസിക് കൃതികളിലൂടെയുള്ള ഒരു യാത്രയാണ് പ്ലാനിലുള്ളത്. ഇപ്പോൾ അതിന്റെ ആസൂത്രണ ഘട്ടത്തിലാണ്. സമയവും ആരോഗ്യവും സർവോപരി അതിനുള്ള ഉൾക്കാഴ്ചയും ഈശ്വരൻ നൽകട്ടെ എന്ന് പ്രാർത്ഥിച്ചുകൊണ്ട് ഞാൻ ഈ ഗ്രന്ഥം ഇവിടെ ഉപസംഹരിക്കുന്നു.

ഈ ആമുഖ ഗ്രന്ഥം എന്തെങ്കിലും വിധത്തിൽ നിങ്ങളുടെ ലോകവീക്ഷണത്തെ പരിപോഷിപ്പിച്ചുവെങ്കിൽ ഞാൻ കൃതാർഥനാണ്.

ഈ ഗ്രന്ഥവും ഇതിന് തുടർച്ചയായി വരാൻ പോകുന്ന ഗ്രന്ഥങ്ങളും എന്റെ ആത്മ വികാസത്തോടൊപ്പം നിങ്ങളുടെ ധാരണയെയും ആഴത്തിലാക്കുകയും കൂടുതൽ അർത്ഥവും സംതൃപ്തിയും ഉള്ള ജീവിതം നയിക്കാൻ നമ്മെ പ്രചോദിപ്പിക്കുകയും ചെയ്യട്ടെ എന്നും പ്രാർത്ഥിക്കുന്നു.

Bibliography

Kularnavatantra. Edited by Taranatha Vidyaratna. Introduction by Arthur
Avalon. Delhi: (reprinted by) Motilal Banarsidass, 1975.

Taniraloka by Abhinavagupta and commentary by Jayaratha.

Paratrimsika. With commentary by Abhinavagupta.

Malinlvijayottaratantra. Edited by Madhusudan Kaul Sastri

Rajatarangini by Kalhana. A Chronicle of the Kings of Kashmir. Translated
with an introduction, commentary and appendices by M. A. Stein

Sivadrsti by Somanandanatha with vrtti by Utpaladeva

Spandapradipika. Published in the Tanlrasangraha vol. I. Edited by Gopinatha
Kaviraja

Svacchandatantra with commentary by Ksemaraja. Edited by Madhusudan Kaul
Sastri

Bagchi, P. C. Studies in the Tantras

Bhandarkar, R. G. Vaisnavism, Saivism and Minor Religious Systems

Bharati, Agehananda. The Tannic Tradition

Bhattacarya, S. C. Principles of Tantra.

Chakravarti, Chintaharan. Tantras: Studies on their Religion and Literature

Dyczkowski, M. S., The Caonon of Saivagama

Dyczkowski, M. S. The Doctrine of Vibration

Dyczkowski, M. S, The stanzas on Vibration

Dyczkowski, M. S, THE APHORISMS OF SIVA

Jaidev Singh, Pratyabhijnahrdayam: The Secret of Self-Recognition

Jaidev Singh, Siva Sutras

Jaidev Singh, Vinjana Bhairava or Divine Consciousness

Jaidev Singh and Bettina Baumer, Para-Trisika-Vivarana By Abhinavagupta: The Secret Of Tantric Mysticism

Jaidev Singh, Spanda-Karikas: The Divine Creative Pulsation: The Karikas and the Spanda-Nirnaya

Nagaswamy, R. Tantric Cult of South India.

Pandey, K. C. Abhinavagupta: An Historical and Philosophical Study

Rastogi, N. The Krama Tantricism of Kashmir.

Schrader, F. Otto. Introduction to the Pancaratra and Ahirbudhhya Samhita

Swami Lakshmanjoo, Vijnana Bhairava: The Manual for Self-Realization

Swami Lakshmanjoo, The Manual for Self Realization: 112 Meditations of the Vijnana Bhairava Tantra

Swami Lakshmanjoo, John Hughes, Light on Tantra in Kashmir Shaivism

Swami Lakshmanjoo, John Hughes, Hymns to Shiva: Songs of Devotion in Kashmir Shaivism; Utpaladeva's Shivastotrāvalī

Swami Lakshmanjoo, John Hughes, Kashmir Shaivism: The Secret Supreme

Swami Lakshmanjoo, John Hughes, Essence of the Supreme Reality

Swami Muktananda, Play of Consciousness